D1772526

பி. உஷாதேவி

கன்னியாகுமரி மாவட்டம், சுசீந்திரத்தில் பிறந்தவர். தற்பொழுது நாகர்கோயிலில் வசிக்கிறார். தாய்மொழி மலையாளம். தமிழிலும் மலையாளத்திலும் சிறுகதைகள் எழுதுகிறார்.

மலையாளத்தில் இரண்டு சிறுகதைத் தொகுப்புகளும் நாவல் ஒன்றும் வெளியாகி உள்ளன. தமிழில் வெளியாகும் இவரின் இரண்டாவது சிறுகதைத் தொகுப்பு இது.

மகாகவி உள்ளூர் பரமேஸ்வர ஐயர் நினைவு அறக்கட்டளை விருது 2016, தமிழ்நாடு கலை இலக்கிய பெருமன்ற விருது 2016 ஆகியவை இவருக்கு கிடைத்துள்ளன.

மத்திய அரசின் கைவினைப் பொருட்கள் வளர்ச்சி ஆணையகத்தில் கைவினைப் பொருட்கள் மேம்பாட்டு அதிகாரியாகப் பணியாற்றி பணிநிறைவு செய்துள்ளார்.

பிற நூல்கள்: *வீடு பள்ளத்தில் இருக்கிறது (சிறுகதை)*
நிலவின் கையெழுத்து (கவிதை)

வெளியீடு

ஊதா வண்ண இலைகளின் பாடல்

பி. உஷாதேவி

வெளியீடு - 76
ISBN : 978-93-82810-42-1

ஊதா வண்ண இலைகளின் பாடல்
பி. உஷாதேவி

முதல் பதிப்பு: டிசம்பர் 2017 ● பக்கம் : 176
வடிவமைப்பு: எஸ்.மாரீஸ்
அச்சாக்கம்: மணி ஆப்செட், சென்னை

விலை : ரூ.150

அகநி வெளியீடு
எண்.3, பாடசாலை தெரு
அம்மையப்பட்டு
வந்தவாசி - 604 408
பேசி
மின்னஞ்சல்

Akani veliyeedu
No.3, Paadasalai Street
Ammaiyapattu
Vandavasi - 604 408
98426 37637, 94443 60421
akaniveliyeedu@gmail.com

இந்நூல்
அன்பான
என் குடும்பத்தினருக்கு...

உள்ளே...

1. நீரால் நான் எழுதுவது — 5
2. நிலப்படுக்கை — 24
3. ஜோதி — 42
4. வண்ணமிழக்குமோ சிறகுகள் — 59
5. பாட்டாவின் கடுக்கனும் அவனும் — 74
6. கேள்வி பதில் — 90
7. பிற்பகல் காட்சி — 107
8. போகுமிடம் — 122
9. பாதை — 135
10. ஊதா வண்ண இலைகளின் பாடல் — 147

நீரால் நான் எழுதுவது

மழைக்கால இரவொன்றில் எரிகின்ற நெருப்பருகே குளிர்காய்ந்து உட்கார்ந்திருந்த நினைவுபோல்தான் அந்த நினைவுகளும் மனதுக்கு இதமாக இருக்கிறது. சும்மா நிமிர்ந்து பார்த்தபோது எதிர்பாராத விதமாக கண்ணில் பட்ட வானவில் அளித்த ஆச்சரியம் கலந்த மகிழ்ச்சிபோல் என்று கூடச் சொல்லலாம். சிற்றருவியருகே நிற்கும் போது தெறித்து உடலில் விழும் நீர்த்திவலைகள் போல் என்று சொன்னாலும் சரிதான்.

அவர் உருவமற்றவராக இருக்கிறார் என்றும் சொல்ல முடியாது. ஒரு சாயங்காலத்தில் கோயில் போய்விட்டு வரும் பொழுது மழை பெய்துகொண்டிருந்தது. இருட்டாவதற்கு முன் வீட்டுக்குச் செல்லவில்லை என்றால் அப்பா சத்தம் போடுவார். அப்போதெல்லாம் அப்பா எதற்கும் சத்தம் போடுவது வழக்கமாகக் கொண்டிருந்தார். என்னையோ என் தங்கையையோ ஏதாவது சொல்ல வேண்டும் என்றாலும் அப்பா அம்மாவைத்தான் திட்டுவார். "என்ன வேணா சொல்லுங்கோ" என்பது போல் அம்மா எல்லாவற்றையும் வாங்கிக் கொள்வாள். நான் மழை நனைந்து கொண்டே வேகமாக நடந்து கொண்டிருந்தேன். சட்டென்று பக்கத்தில் வந்த ஒருவர் விரித்துப் பிடித்த குடையை எனக்கும் சேர்த்து பிடித்தார். நான் திரும்பிப் பார்த்தேன். மங்கலான ஒளியில் எனக்கு முகம் சரியாக தெரியவில்லை. எனக்கு ஆச்சரியமாகவும் சற்று பயமாகவும் இருந்தது. அருகே வந்த

ஆட்டோவை கை காட்டி நிறுத்தி ஏறிக் கொள்ளும் போது நன்றி சொல்வது போலவும் விடை பெறுவது போலவும் புன்சிரிப்பாக சிரிக்கத்தான் எனக்கு அப்போது தோன்றியது. நல்ல உயரமும் நிறமும் அன்பான பார்வையும் மட்டும் மனதில் பதிந்து கிடந்தது. ஏனோ எனக்கு கோபமொன்றும் வரவில்லை. சொல்லப் போனால் மகிழ்ச்சியாகத்தான் இருந்தது. எனக்கு அப்போது வயது இருபத்தெட்டு முடிந்து விட்டிருந்தது.

பின்னால் பல நாட்கள் நான் அந்த முகத்தை மனதில் கொண்டு வர முயன்றிருக்கிறேன். கந்தசாமி மாமா சொன்ன ஆள் இவர்தானோ என்று மனதுக்குள்ளேயே கேட்டுக் கொண்டிருந்தேன். சுருட்டை முடியா, நீள மூக்கா, பெயரென்ன என்கிற கேள்விகள் தோன்றும் போது அதை யாரிடமும் கேட்க முடியாமல் நான் அந்த முதல் படியிலேயே நின்றேன்.

கான்வாஸ் பக்கத்தில் சின்ன ப்ரஷை கையில் பிடித்துக்கொண்டு ஆறு வருடங்களுக்கு முன் உள்ள சாயங்காலப் பொழுதில் நான் இப்போது நிற்கிறேன். இளம் மஞ்சள் நிறம் குழைத்துக் கொண்டிருக் கையில் வலப்பக்கத்து அறையில் அப்பா இருமுவது கேட்டது. இருமல் ஆரம்பித்தால் சட்டென்று நிற்காது. ரொம்ப கஷ்டப்பட்டு தான் இருமுகிறார். நான் சற்றே கவனித்தேன். என் தங்கை அளகந்தா அப்பாவுக்கு வென்னீர் எடுத்து கொடுப்பாளோ என்னவோ. ஒவ்வொரு நேரம் ஒவ்வொரு மாதிரி குணம் அவளுக்கு. சில நேரம் எக்கேடோ கெட்டு போகட்டும் என்று முணுமுணுத்தப்படி சமையலறையில் ஒவ்வொரு டப்பாவாக திறந்து மூடிக் கொண்டிருப்பாள். சில நேரம் ஓடி வந்து என்னப்பா என்னப்பா என்று உருகி நெஞ்சை தடவி நீர் கொடுத்து பக்கத்தில் இருப்பாள். அப்பாவின் கண்களில் நீர் வழியும் அவளும் அழுவாள்.

இப்போது அவள் அப்பாவின் அறைக்குச் செல்லவில்லை போல் தெரிகிறது. நான் ப்ரஷை தண்ணீர் கப்பில் போட்டு விட்டு அவசரமாக உள்ளே போய் ப்ளாஸ்க்கிலிருந்து டம்ப்ளரில் வென்னீர் ஊற்றி அப்பாவை குடிக்க வைத்தேன், அப்பா எப்போதும்போல் விட்டத்தை பார்த்துக்கொண்டே சாய்ந்தார் போல் படுத்திருந்தார். இப்போதெல்லாம் அவர் அவ்வளவாக பேசுவதில்லை. பேச வேண்டிய பொழுதில் பேசாமல் இப்போது பேசி என்ன பயன் என்பதுபோல் இருக்கிறார். அது மட்டுமல்ல பேச்சையெல்லாம்

அம்மா எடுத்துக்கொண்டு போய் விட்டாளோ என்னவோ. எதிர்த்துப் பேசாமல் கேட்டுக்கொண்டிருக்க அம்மா இல்லாததால் பேச்சை குறைத்துக் கொண்டாரோ என்னவோ, அவருக்கு தலைகாணியை சரியாக வைத்து விட்டு ஒரு பெருமூச்சுடன் வெளியே வந்தேன்.

நந்தாவின் அறையில் கதவு சாத்தியிருக்கவில்லை. ஆனால் வாசலில் கனமான திரையை நன்றாக இழுத்துவிட்டு மறைத்திருக்கிறாள். காற்றடித்து மெதுவாக திரை விலகியபோது எட்டிப் பார்த்தேன். பல வண்ணங்கள் உள்ள ஒரு புடவையை தோளிலும் மார்பிலுமாக போட்டுக்கொண்டு கட்டில் மேல் உட்கார்ந்திருக்கிறாள். நான்கைந்து வண்ண வண்ணப் புடவைகள் கட்டிலில் பரந்து கிடந்தன. சுவரைப் பார்த்து திரும்பி உட்கார்ந்திருக்கிறாள். இத்தனை நேரம் கண்ணாடி பார்த்திருப்பாள் போலும். ஏதோ கோபம் தோன்றியிருக்க வேண்டும். அதுதான் சுவர் பார்த்து உட்கார்ந்திருக்கிறாள். அவள் இன்னொரு உலகத்தில் இருக்கிறாள். இப்போதைக்கு தொந்தரவு பண்ணாமல் இருப்பதுதான் நல்லது. கண்ணாடி பார்ப்பதிலும் பின்னர் சுவரை வெறிப்பதிலும் அவளுக்கு கிடைக்கும் உணர்வுகள் குறித்து அவளுக்குத்தானே தெரியும். நான் உள்ளே போகவோ ஏதாவது பேசவோ செய்யாமல் முன்னறைக்கு வந்து விட்டேன்.

நான் முன்னறையில் ஒரு ஓரமாக ஸ்கிரீன் போட்டு மறைத்த இடத்தில் வைத்திருக்கும் கான்வாஸ் பக்கம் வந்து பிரஷ்ஷை கையிலெடுத்தேன். முகம் சரியாகத் தெரியாமல் என் மனதில் நிற்கும் ஒருவரது சித்திரம் வரைய எனக்கு விருப்பமில்லை. அந்த முகத்தின் அழகு கம்பீரம் போன்றவை எனக்குத் தெரியாமலிருக்கும்போது நான் சும்மா கண் மூக்கு வரைவதில் எந்த அர்த்தமுமிருப்பதாக நான் கருதவில்லை.

கான்வாஸில் இப்போது ஒரு அழகான இளம் பெண் நிற்கிறாள். இளம்பச்சையிலும் கடும்பச்சையிலும் இலைகளும் சிகப்பு மலர்களும் நிறைந்த மரம் நிற்கிறது. இளம் பெண்ணின் கையில் ஒரு சிறு பூக்கூடை உள்ளது. அவள் மலர்கள் கொய்து கொண்டிருக்கிறாள். கடும் வண்ணங்களில் உடையணிந்திருந்தாள் அவள். அவளது முகத்தை பாதி மறைத்துக் கொண்டு அவள் கருங்கூந்தல் காற்றில் அசைந்தாடுகிறது. சிவப்பும் பச்சையும் கற்கள் பதித்த நெற்றிச்சுட்டி அணிந்துள்ளாள். காதுகளில் தொங்கும் நீள லோலாக்குகளில் உள்ள கற்களின் ஒளி அவள் கன்னத்திலும் தாடையிலும் தெரிகிறது. காதோரம் சிறு

குழற்கற்றை அசைகிறது. கால்பக்கம் சற்றே விலகிய உடை வழியே தெரியும் முத்துக்கள் நிறைந்த கொலுசு. தரையெங்கும் பரவி நிற்கும் பச்சைப்புற்கள். நான் ஆகாய நீல வண்ணப் பெயிண்ட் பிரஷில் எடுத்து மரத்தின் மேலே, பக்கவாட்டில் எல்லாம் அடிக்க ஆரம்பித்தேன்.

என் கைபேசி அழைப்பதுபோல் தோன்ற நான் மேஜையருகே சென்றேன். கைபேசியில் அழைப்பு ஒன்றுமில்லை. எனக்கு சும்மா தோன்றியது. அடிக்கடி அழைப்பு வருவதுபோல் தோன்றிக் கொண்டிருக்கிறது. இப்போதுதான் பதினைந்து நாட்களாக, நான் சும்மா சும்மா எடுத்து பார்த்துக்கொண்டிருக்கிறேன். அறிமுகமில்லாத ஒரு எண்ணிலிருந்து அழைப்பு வந்த பின்தான் இப்படி. "ஏதாவதொரு கால் எதிர்பாத்துக்கிட்டிருக்கியாடீ" என்று நந்தா அடிக்கடி கேட்கிறாள். நான் பதிலேதும் சொல்வதில்லை.

அன்று நான் என் தோழியான அனுபமாவிடம் பேசிக் கொண்டிருந்தபோது ஒரு கீர்த்தனத்தைச் சொல்லி அது ராகம் அமிர்த வர்ஷிணிதானா என்று கேட்டிருந்தேன். அவளுக்கும் அது சரியாக தெரியாததால் விசாரித்துவிட்டு சாயங்காலம் ஏழு மணிக்கு அழைக்கிறேன் என்று சொல்லியிருந்தாள்.

ஆபீஸ் விட்டு வீட்டுக்கு வந்ததும், இருமி இருமி சோர்ந்து படுத்திருக்கும் அப்பாவையும், சமையல் கட்டில் தேய்த்த விளக்கை மறுபடியும் மறுபடியும் தேய்த்துக் கொண்டு என்னை திரும்பியும் பார்க்காமல் நின்ற நந்தாவையும் பார்த்துவிட்டு, காபி போட்டு எடுத்துக் கொண்டு மேஜையருகே ஜன்னல் பக்கம் உட்கார்ந்து பரவி வரும் இருட்டையும் மிக அவசரமாக கூட்டுக்குத் திரும்பும் பறவைகளையும் வானத்தையும் பார்த்துக் கொண்டு வெறுமையான கணங்களின் அழுத்தத்தில் அமிழ்ந்திருந்த நேரம் அது.

"இது மாதிரியெல்லாம் வாழ்க்கையை ஓட்டமுடியாதுடீ. தினமும் வீட்ல வேல பார்த்துட்டு எப்ப கீழே விழுவேனோன்னு பயந்துக்கிட்டு அப்பாவுக்கு மருந்து குடுத்து பணிவிடை செஞ்சுக்கிட்டு மீதி நேரம் மோட்டு வளையை பாத்துக்கிட்டு உட்காந்திருக்கிறதுக்கு பேசாம எதுனாம் வாங்கித்தின்னு மூணுபேரும் போயிச் சேரலாம். ஒருத்தரில்லாமல் ஒருத்தர் இருக்க முடியாதுன்னா அப்படித்தானே செய்ய முடியும்" என்றாள் தீர்மானமாக. நான் அதற்கு உடன் படவில்லை.

"எதையாவது வாங்கி தின்னப்புறமும் அரைகுறையா கிடந்தா என்ன பண்ணுவோம்" என்று நான் எதிர் கேள்வி கேட்க கடைசியில் அவளுக்கும் எனக்கும் பெரிய சண்டை ஆகிவிட்டது. நந்தா அழுது கொண்டு உள்ளே போய்விட்டாள்.

"என்னால்தான் எல்லாம்" என்று அப்பா கண்ணீர் விட எனக்கு மிகுந்த வருத்தமாகிவிட்டது. மனம் மொத்தமுமாய் இருள் சூழ்ந்து விட்ட மாதிரி தோன்றியது. யாரிடமாவது பேசவேண்டும் என்றும் யாரிடமும் பேசவேண்டாமென்றும் உள்ள குழப்பமான மனநிலையில் இருந்தேன் நான்.

அப்பொழுது தான் அந்த அழைப்பு வந்தது. அனுபமா தான் என்றெண்ணிக் கொண்டு சரியாக பார்க்காமல்,

"சொல்லு ராகம் அமிர்தவர்ஷிணிதானே" என்று கேட்டேன். மறுமுனை மௌனமாக இருந்தது. "சொல்லேன் ராகம் அமிர்த வர்ஷிணிதானே" என்று கேட்டேன் மறுபடியும்.

"ஆமாம். அமிர்தவர்ஷிணிதான்" என்றது மென்மையான ஒரு ஆண் குரல்.

எனக்கு தூக்கி வாரிப்போட்டது.

"ஹலோ யார் பேசுறது" என்றேன் சந்தேகத்தோடு, "மன்னிக்கணும், நீங்க சந்தியா தானே?" என்ற கேள்வி வந்தது.

"இல்லே" சற்று தயங்கி, "நான், இந்து பாலா" என்றேன்.

"ஓ! இந்து பாலா. அழகான பெயர்" வியப்புடன் அந்த குரல் என் காதில் விழுந்தது. எனக்கு என்னவோ சந்தோஷமாக இருந்தது. புழுக்கமான அறையிலிருக்கும்போது ஒரு ஜன்னல் திறக்கப்பட்டு காற்றும் வெளிச்சமும் உள்ளே நுழைந்த மாதிரி தோன்றியது.

அப்பா செய்த ஒரு சில நல்ல காரியங்களில் ஒன்றுதான் எனக்கு இந்து பாலா என்றும் தங்கைக்கு அளகநந்தா என்றும் பெயரிட்டது என்று நான் அப்பாவிடமே சொல்வதுண்டு.

பேச்சு தொடரப்படுமா என்று தெரியாத நிலையில் நான் இருக்க,

"இந்தப் பெயரை சில வருடங்கள் முன் நான் கேட்டுள்ளேன்" என்றார். எனக்கு மறுபடியும் தூக்கி வாரிப்போட்டது. அவர்தானா, அவர்தானா என் மனம் பதற்றமானது. சாயங்கால மழையில் மங்கி

வரும் ஒளியில் எனக்கும் சேர்த்து குடை பிடித்த அந்த நிழல் உருவம். நான் ஏதும் பேசும் முன்,

"சாரி" என்ற சொல்லுடன் இணைப்பு துண்டிக்கப்பட்டு விட்டது. எனக்கு மிகவும் ஏமாற்றமாக இருந்தது. நான் உடனே ஆறுவருடம் முன்புள்ள அந்த சாயங்காலப் பொழுதினிலேயே இருக்க ஆரம்பித்தேன். எனக்கு அது பிடித்திருந்தது.

நந்தாவிடம் போய் பேசலாம் என்று ஒரு தரம் உள்ளே போனேன். அவள் என்னவோ முணுமுணுத்துக் கொண்டு வாழைக்காயை பெரிய பெரிய துண்டுகளாக நறுக்கிக் கொண்டிருந்தாள்.

"ஏண்டீ இவ்வளவு பெரிசா நறுக்கறே. சின்னதா நறுக்கக் கூடாதா" என்று கேட்டால் ஒருவேளை சண்டை வரலாம் மறுபடியும் நான் பேசாமல் ஸிங்கில் கிடந்த ஓரிரு பாத்திரங்களை கழுவி வைத்துவிட்டு வெளியே வந்து விட்டேன். அப்போதெல்லாம் அம்மா இப்போது இருந்திருந்தால் எவ்வளவு நன்றாக இருந்திருக்கும் என்று எண்ணி வருத்தப்பட்டேன்.

என்னுடைய இருபத்து நான்கு வயதில் மேலத்தெரு கந்தசாமி மாமா அப்பாவிடம் வந்து ஜாதகம் கேட்ட போது "அவளுக்கு இருபத்தெட்டுக்கப்புறம் தான் நடக்குமாம். ஏதாவது வேலைக்கு ட்ரை பண்ணட்டும்" என்று சொல்லி விட்டார்.

பின்னர் எனக்கு வேலையும் கிடைத்து இருபத்தெட்டும் முடிந்த பின்னர் மறுபடியும் கந்த சாமி மாமா வந்த போது அப்பா,

"நான் பேப்பர்ல குடுக்கப்போறேன்" என்றார் "பேப்பர்ல குடுங்கோ. ஆனா என் கையில நல்ல ஒரு ஜாதகம் இருக்கு. நல்ல பையன் பாங்க்ல வேல. நல்ல சிவப்பு, நல்ல உயரம், நல்ல சுபாவம், பாலாவுக்கு பொருத்தமா இருப்பான்" என்றார் கந்தசாமி. அப்பா சுவாரஸியமில்லாமல் கேட்டுக் கொண்டிருந்தார். அம்மா ஒருவாரம் ஜுரமாக படுத்திருந்து சிகிச்சை பலிக்காமல் இறந்து போனதிலிருந்து அப்பாவுக்கு எதிலும் விருப்பமில்லை. அவருக்கு நோய்களும் வர ஆரம்பித்துவிட்டன. இருந்தாலும் அவ்வப்போது வரன் பார்த்துக் கொண்டுதானிருந்தார்.

நந்தா ஒரு நாள் யோசனையோடு சொன்னாள், "அப்பா கல்யாணம் ஒண்ணும் பாக்கமாட்டாரோ என்னவோ அம்மா போனப்புறம் நம்மளையும் கல்யாணம் பண்ணிக்குடுத்திட்டா அவரை யாரு பாப்பான்னு நெனக்கிறாரோ என்னவோ?

நான், “அது சரிதான். அப்பா என்னோடதான் இருப்பார் நான்தான் பாத்துக்குவேன்கற கண்டிஷனை ஒத்துக்கறவரெத்தான் நான் கல்யாணம் பண்ணிப்பேன்”, என்றேன் பதிலொன்றும் பேசவில்லை, அவள்.

கந்தசாமி மாமா கொண்டு வந்த ஜாதகம் குறித்து அப்பா பேச்சே எடுக்கவில்லை. பேச்செல்லாம் சுகர், பி.பி, இருமல், நெஞ்சுவலி மருந்துகள் போன்றவை குறித்தே இருந்தன.

எனினும் நான் ஒரு நாள் வலியச்சென்று அப்பாவிடம் “அப்பா கந்தசாமி மாமா வந்தாரா” என்று கேட்டேன். “இல்லை வரல்லே” என்று என்னைப் பார்க்காமல் சொன்னார், அப்பா.

வங்கியில் வேலை பார்க்கும் அவரை பார்த்ததில்லை என்றா லும் பெயர் கூட தெரியவில்லை என்றாலும் எனக்கென்னவோ பிடித் திருந்தது. இதற்கு முன்னர் வந்த வரன்களின் எதையும் கண்டு கொள்ளாத நான் ஏனோ இதைப்பற்றியே நினைத்துக் கொண்டிருந்தேன்.

“போடீ உனக்கு கல்யாணமே ஆகப்போறதில்லே. கந்தசாமி மாமா அன்னிக்கே வந்திட்டு போய்ட்டார். அப்பா என்ன சொன்னார்னு தெரியலே” என்றாள் நந்தா. நான் அவளுக்கு அக்கா என்றாலும் அவள் என்னை வாடீ, போடீ என்றே கூறுவாள். அவள் சொன்னதை கேட்டு எனக்கு ஒரு பக்கம் கோபமும் ஒரு பக்கம் ஏமாற்றவுமாக இருந்தது.

அவள் மிகத் தீவிரமாக யோசிக்கும் முகபாவத்தோடு “நீ கல்யாணம் பண்ணி போய்ட்டன்னா இந்த அப்பாவையும் என்னையும் யாரு பாத்துப்பா. அப்பாவோட பென்ஷன் அவருக்கு மருந்து வாங்கத்தான் பத்தும். எனக்கு கல்யாணமே ஆகாது. நான் நோயாளி இல்லையா” கூறி முடிக்குமுன் அவள் அழ ஆரம்பித்து விட்டாள். எனக்கு மனசுக்கு கஷ்டமாகி விட்டது. நான் அவளை தேற்றி விட்டு எல்லாம் மறக்க முயற்சித்தேன்.

வழியில் ஒருநாள் கந்தசாமி மாமாவைப் பார்த்து கேட்ட போது, “வீட்டு மாப்பிள்ளையா இருக்கறவங்களுக்குத்தான் பொண்ணெ குடுப்பேன்னிட்டார் உங்கப்பா. இப்பல்லாம் யாரு வருவா அந்த மாதிரி. அந்தப் பையனுக்கும் அம்மா இல்லை. அப்பா மட்டும் தான். அவங்க ஒத்துக்கலே. ரண்டு நாள் முன்னாலே அவனை பார்த்தேன். உன் பேரு கேட்டான். சொன்னேன். நல்ல பேருன்னான். என்னவோம்மா பிராப்தம் இருந்தா நடக்கும்” என்று கூறி விட்டு போய்விட்டார்.

அந்த ஒரு வாசகம் தான் என்னை இப்போது அலைக்கழித்துக் கொண்டிருக்கிறது. ஆறு வருடங்களுக்கு பின் என்னை குழப்பிக் கொண்டு மனதை புரட்டி எடுத்துக் கொண்டிருக்கிறது.

இந்த முப்பத்து நான்கு வயதில் காலையில் சீக்கிரம் விழிப்பது வீட்டு வேலைகள் பார்த்து அப்பாவுக்கு வேண்டியது செய்து அரக்கப்பரக்க ஸ்கூட்டியிலோ ஆட்டோவிலோ ஆபீஸ் செல்வது என்று நாட்கள் அது பாட்டுக்கு போய்க்கொண்டிருந்தது. சில நாட்கள் நந்தாவே சமையல் வேலை எல்லாம் செய்து முடிப்பாள். சில நாள் அறையிலிருந்து வெளியவே வரமாட்டாள்.

அவள் அடிக்கடி தலைசுற்றி கீழே விழுந்து விடுவாள். அவளுக்கு ஃபிட்ஸ் வரும். எவ்வளவோ வைத்தியம் பார்த்தும் ஒன்றும் சரியாக வில்லை. அவளுக்கு தெரியும்போது சட்டென்று நிற்குமிடத்திலேயே சுவரை பிடித்துக்கொண்டோ அல்லது பக்கத்தில் என்ன இருக்கோ அதை பிடித்துக்கொண்டோ சரிந்து விழுந்து விடுவாள். ஆனால் சில நாள் நன்றாக அடிபட்டு விடும். ஒரு தரம் காலில் கட்டு போட வேண்டியதாயிற்று. ஒரு தரம் காதோரமும் கழுத்திலும் தோள்பட்டை யிலும் காயம் ஏற்பட்டது. இப்போதும் வடு கிடக்கிறது.

அம்மா உலகை விட்டுப் போனதும் அப்பா நோய்வாய்பட்டதும் நந்தா கீழே விழுந்து காலில் அடிபட்டதும் எல்லாமாக கல்யாணம் குறித்து யோசிக்கக்கூட முடியாமல் போய்விட்டது. இருந்தாலும் நான் நந்தாவுக்கு கல்யாணம் பண்ணி வைக்க வேண்டுமென்றும் அப்பாவை நான் பார்த்துக் கொள்வேன் என்றும் சொல்லி அப்பாவை கட்டாயப்படுத்தினேன். நானே கந்தசாமி மாமா வீட்டுக்குப் போய் அவரை அழைத்து வந்தேன்.

விபரங்கள் கேட்டு வந்தவர்கள் பின்னர் வரவில்லை. ஒரு வரன் மட்டும் மறுபடியும் வந்தார்கள். அக்காவுக்கு ஏன் கல்யாணம் ஆகவில்லை. அப்பாவை யார் பார்த்துக் கொள்வார்கள். எவ்வளவு நகை, எவ்வளவு வரதட்சணை, அப்பா காலத்துக்குப்பின் அக்கா என்ன செய்வாள். வீடு யாருக்கு வரும். ஃபிட்ஸ் அடிக்கடி வருமா என்பன போன்ற பல கேள்விகள் கேட்டபின் சம்மதித்தார்கள். ரொம்ப வற்புறுத்தின பின்தான் நந்தா ஒத்துக் கொண்டாள். கிட்டத்தட்ட எட்டு மாசம் வரை அவளுக்கு ஃபிட்ஸ் வராமல் இருந்ததனாலும் வேறு வழி தோன்றாததனாலும் கடைசியில் ஒத்துக் கொண்டாள்.

ஆனால் என்ன ஒரு துரதிர்ஷ்டம்! கல்யாணமாகி மூன்றாவது நாளே அவளுக்கு வலிப்பு வந்துவிட்டது. அவள் கணவர் வீட்டார் மிகவும் பயந்து போய் அவளை வீட்டில் கொண்டு வந்து விட்டு விட்டார்கள். நகை, வெள்ளிப் பாத்திரம் எல்லாம் கூட திருப்பிக் கொடுத்து விட்டனர். அப்புறம் விவாகரத்தும் பெற்றுக்கொண்டார்கள்.

அத்துடன் நந்தாவுக்கு தன் மீதும் உலகத்தின் மீதும் மிகுந்த கோபம் வந்தது. "நான் எதுக்கு உயிரோட இருக்கணும்" என்று அடிக்கடி சொல்லிக்கொண்டிருந்தாள். சில நாட்களில் தலையை விரித்துப்போட்டுக் கொண்டு வெள்ளை உடை உடுத்தி சமையல் உள்ளேயே உட்கார்ந்திருப்பாள். சில நாட்களில் தலைமுடி நீளமாக பின்னலிட்டு நிறைய பூ வைத்துக்கொண்டு வீட்டுக்குள் அங்குமிங்கும் நடப்பாள்.

எனக்கு வேலை மாற்றல் ஆகி இந்த ஊருக்கு வந்த பின்னர் அவள் கொஞ்சம் சந்தோஷமாக இருக்கிறாள் என்று தோன்றுகிறது. இங்கே வாடகைக்கு வீடு பார்ப்பதிலும் நிறைய பிரச்சனைகள் இருந்தன. வீடு கிடைக்க கஷ்டமாக இருந்தது. ஆனால் இந்த வீட்டின் உரிமையாளர்கள் விபரங்கள் கேட்ட பின்னர் வீடு தர ஒத்துக் கொண்டார். அவர் கொஞ்சம் சகஜமாக பேசியதால் நான் சொன்னேன்.

"எங்கப்பா வயசானவர். நோயாளி, இருமுவார்" அந்தப் பெரியவர் ஹா... ஹா... வென்று சிரித்தார். "எங்களுக்கு வயசாகாதா. நாங்க நோயாளிகள் ஆக மாட்டோமா. நாங்க இரும மாட்டோமா" என்று கேட்க அவர் மனைவியும் சிரிக்க அவர் சாவியை தந்தார்.

இங்கே குடி வந்த பின் நந்தா வெளியே எல்லாம் சாதாரணமாக போய் விட்டு வந்தாள். கேட்டவர்களிடம் கணவர் ஸவுதியில் இருப்பதாகவும் இப்போது தான் லீவில் வந்து போனார். இனி மூன்று வருடம் கழித்து தான் வருவாரென்றும் சொல்லிக் கொண்டாள்.

இன்று ஞாயிற்றுக்கிழமை என்பதால் நான் ப்ரஷை பிடித்துக் கொண்டு நின்று கொண்டிருக்கிறேன். என்றாலும் மனது ஒரு நிலையில் இல்லை. நான் பிரஷ்ஷை கப் தண்ணீரில் போட்டுவிட்டு என் அறைக்குப் போய் கணிணி முன் உட்கார்ந்தேன்.

ஒரு ஆண் உருவத்தின் அவுட்லைன் வரைந்தேன். கண் மூக்கு ஒன்றும் வரையவில்லை. தலைமுடிக்கு கறுப்பு நிறம் கொடுத்தேன். சட்டை என்ன நிறம் போடலாம் என்று யோசித்தேன். அன்று

கண்டபோது என்ன நிறத்தில் சட்டை போட்டிருந்தார் என்று யோசித்துப் பார்த்தேன். வெளிர் நீலமா இளம் மஞ்சளா சந்தன நிறமா. ஏதோ இளம் நீலம் என்று நினைக்கிறேன். மறுபடியும் குடையில் நான் நின்றேன்.

"என்னை ஞாபகம் வச்சிருக்கீங்களே. ரொம்ப ஆச்சரியமாக இருக்கு"

"ஆச்சரியம் மட்டும் தானா சந்தோஷம் இல்லையா"

"ரெண்டும் தான்"

"எனக்கும்"

"இப்ப எங்க இருக்கீங்க"

அதற்கான பதில் என்னிடம் இல்லை என்பதால் நான் பேச்சை நிறுத்திவிட்டு கணினித்திரை உருவத்திற்கு இளம் நீலச் சட்டை அணிவித்தேன். நல்ல உயரமாக, வெளிர் நீலச்சட்டை அணிந்து என்னைப் பார்த்துக் கொண்டிருந்தது அது.

"பேரென்னன்னு சொல்லவே இல்லையே"

"என் பேர் தெரிஞ்சிருக்கும்னு நினைச்சேன்"

"தெரியலே"

பெயர் எனக்கு தெரியாது என்பதால் அத்துடன் விட்டுவிட்டேன்.

நான் மெதுவாக எழுந்து அப்பாவின் அறைக்குச் சென்றேன். ஜன்னல் வழி வெளியே தெரிந்த கொதிக்கும் வெயிலை பார்த்துக் கொண்டிருந்தார் அப்பா. எனக்கு பாவமாக இருந்தது.

"என்னப்பா குடிக்க ஏதாவது வேணுமா" என்று கேட்டேன்

"எனக்கொண்ணும் வேண்டாம். நீ இங்கே உக்காரு" என்று கட்டிலில் இடம் கொடுத்தார். நான் உட்கார்ந்தேன்.

அப்பா என் கையை பிடித்துக் கொண்டார்.

"நான் உங்க ரண்டு பேருக்கும் செய்ய வேண்டியதை செய்ய வேண்டிய சமயத்திலே செய்யலே. அதான் உயிர் போகாம கெடக்குது. நீயே யாரையேனும் பாத்து கல்யாணம் பண்ணிக்கோ பாலா" தழுதழுத்த குரலில் சொன்னார் அப்பா.

“என்னப்பா சொல்றீங்க. நாங்க அதைப்பத்தியெல்லாம் நினைக்கறதே இல்லப்பா. நாங்க ரெண்டு பேரும் இதான் லைஃப்ன்னு எடுத்துக்கிட்டாச்சு. எங்களுக்கொண்ணும் வருத்தமில்லை” என்றேன் நான்.

ஆனால் உள்ளுக்குள், “அப்பா கந்தசாமி மாமா கொண்டு வந்த பாங்க் எம்ப்ளாயி அலையன்ஸில் அவரோடே பேரென்ன ஞாபகமிருக்கா” என்று கேட்கலாம் போல தோன்றியது.

பேச்சுக்குரல் கேட்டு நந்தா விந்தி விந்தி நடந்து உள்ளே நுழைந்தாள். அவள் சென்றவாரம் கீழே விழுந்திருந்தாள். வயதாகி தலை நரைத்து தோல் சுருங்கி வேதனை நிறைந்த முகத்துடன் கண்கள் துடைக்கும் அப்பாவை காண எனக்கு அழுகை வந்தது.

“இப்பாவது நான் ஓரளவு எழுந்து நடமாடிக்கிட்டிருக்கேன். இப்பவே என்னை ஏதாவது ஓல்டேஜ் ஹோமில வேணா சேர்த்து விட்டுடுங்கோ. படுத்திட்டேன்னா எடுக்க மாட்டாங்க” என்றார் அப்பா.

“என்னப்பா சொல்றீங்க? உங்களை ஓல்டேஜ் ஹோம்லெ சேக்கணும். பாலாவை ஹாஸ்டலில் சேக்கணும். என்னெ எங்கே சேப்பீங்க? அனாதாசிரமத்திலயா?” அழுகையினூடே கோபமாகக் கேட்டாள் நந்தா.

“நான் இருக்கிற வரைக்கும் உன்னை அப்படி விடுவேனாடீ” என்று சொல்லி நான் அவளை அணைத்து கட்டிலில் உட்கார வைத்தேன். அவள் சமாதானமடையவில்லை.

“அதுக்குத்தான் சொல்றேன். மூணுபேரும் எதுனாம் வாங்கி தின்னிருவோம்னு. இல்லேன்னா நானும் அப்பாவும் மட்டும் அப்படி செய்றோம். உனக்கொண்ணும் பிரச்சினையில்லயே. பாவம். நீ நல்லா இருக்க வேண்டியவ நல்லா வாழவேண்டியவ”

ஏதோ இது தான் தீர்வு வேறொன்றுமில்லை என்பதுபோல் அவள் தீர்மானமாக சொன்னாள். நான் இப்போது ஒன்றும் பேசவில்லை. எனக்கு வெகுதூரத்தில் ஏதோ சிறு ஒளிப்பொட்டு ஒன்று தெரிவது போல் இருப்பதனாலோ அல்லது சுகந்தம் நிரம்பிய தென்றல் நான் நிற்கும் வாசல் வழியாக உள்ளே நுழைந்து என்னை தழுவிச்செல்கிறது என்று நான் நினைத்துக் கொண்டிருப்பதனாலோ என்னவோ,

“அப்புறம் நான் மட்டும் என்னத்துக்கு இருக்கணும்” என்று வெறுத்துப்போய் சொல்லி விட்டு மேற்கொண்டு பேச்சை வளர்க்காமல் பேசாமலிருந்தேன். நந்தா அழுது கொண்டிருந்தாள். அழட்டும் அழுதால் கொஞ்சம் தெளிவு பெறுவாள் என்று விட்டு விட்டேன்.

திடீரென்று அப்பா இரும ஆரம்பித்தார். இருமி இருமி மூச்சு வாங்கும் நிலைமைக்கு வந்து விட்டார். அடுத்து வந்த நிமிடங்களில் அவருக்கு வென்னீர் தருவது நெஞ்சை தடவி விட்டு சாய்ந்தார் போல் படுக்க வைப்பது, இருமல் மருந்து குடிக்க வைப்பது, அவர் கொஞ்சமாக வாந்தியெடுத்ததை துடைப்பது என்று பரபரவென்று வேலை செய்ததில் நானும் நந்தாவும் இறுக்கமான மனநிலையிலிருந்து சற்றே விடுபட்டோம் என்று எனக்குத் தோன்றியது.

அப்பாவுக்கு முகம் நெஞ்சு எல்லாம் வென்னீர் வைத்து துடைத்த பின் அவர் ஆசுவாசமாக படுத்திருக்க நான் ஒரு பெருமூச்சுடன் பக்கத்து செயறில் உட்கார்ந்தேன். சற்றுப் பொறுத்து நான் மெதுவாக,

“கோவிந்த் போலோ ஹரி கோபால் போலோ” என்ற பஜன் பாட ஆரம்பித்தேன். நந்தா விந்தி விந்தி நடந்து போய் சாமி படங்கள் சின்ன விளக்கு எல்லாம் வைக்கும் சிறு மேஜை மீதிருந்து சிஞ்சி எடுத்து வந்து அப்பா பக்கத்தில் கட்டிலில் உட்கார்ந்து ‘பாடு’ என்று சைகை காட்டினாள். அப்பா புன்முறுவல் பூத்தார்.

வெளியே வெயில் கொதித்துக் கொண்டிருந்த அந்த பதினொன் றரை மணி மத்தியானத்தில் நான் மெலிதான குரலில் பாட சிஞ்சியை தட்டிக் கொண்டு நந்தாவும் பாடினாள்.

கீழ் வீட்டில் குடியிருக்கும் உரிமையாளர் வந்து என்ன அங்கே இன்னேரம் என்று கேட்டுவிடக்கூடாது என்று நாங்கள் மெதுவாகப் பாடினோம். அப்பா உற்சாகத்துடன் மெல்ல எழுந்து உட்கார்ந்து கொண்டார். இடையிடையே வந்த கோவிந்த் போலோ ஹரி என்ற முதல் வரியை அவரும் பாடினார். இருமல் வந்து விடக்கூடாதே அவருக்கு என்று நான் வேண்டாமென்று தலையாட்டினேன். அவர் ஒன்றும் பிரச்சனையில்லை என்று முறுவலித்தார். நந்தா சிரிக்க நானும் சிரிக்க அப்பாவும் சிரிக்க அந்த அறை எங்கள் பாட்டாலும் சிரிப்பாலும் நிறைந்தது.

மதியச் சாப்பாட்டின் போதும் ஆறுவருடம் முன்பு கந்தசாமி மாமா கொண்டு வந்த வரனின் பெயரென்ன என்று அப்பாவிடம் கேட்க

எனக்கு சந்தர்ப்பமே கிடைக்கவில்லை. அப்பா தூங்க ஆரம்பித்ததும் நான் நந்தாவின் அறைக்குச் சென்றேன்.

அவள் இன்முகத்தோடு ஒரு பட்டு ஜாக்கெட்டின் பின் பக்கம் பூத்தையல் செய்து கொண்டிருந்தாள். வண்ண நூல்கள், பல வண்ணங்களிலுள்ள கண்ணாடிக்கற்கள், சிறுசிறு முத்துக்கள், ஜரிகை நூல் எல்லாம் சிறு சிறு கிண்ணங்களில் வைத்திருந்தாள்.

அவள் மிகக் கவனமாக மாங்கா டிசைன் போல் ஒன்று போட்டுக் கொண்டிருந்தாள்.

நான் அவளிடம் எதுவும் கேட்கும் முன் அவளது மூட் எப்படி இருக்கிறது என்று தெரிவதற்காக “இது யாருக்கு டீ” என்று வினவினேன்.

“இது நம்ம பத்மாக்கா அந்த மஞ்சப்பெயின்டடிச்ச வீட்டுல உள்ள ஒரு பொண்ணுக்கு போட்டுத்தரலாமான்று கேட்டாங்க. அதான் போட்டுட்டிருக்கேன். எண்ணூறு ரூபா சார்ஜ் பண்ணப் போறேன்” என்றாள் உற்சாகத்துடன். பத்மாக்கா இங்கே வேலைகளில் உதவ வருபவள்.

நான் அவள் பக்கத்தில் உட்கார்ந்து இன்னொரு ஜாக்கட் எடுத்து அதில் பூத்தையல் செய்யத் துவங்கினேன்.

பின்னர் யதேச்சையாக ஞாபகம் வந்தது என்கிற மாதிரியும் ஒன்றும் பெரிய விஷயமில்லை என்கிற மாதிரியும் தோன்ற வைக்கும் குரலில்,

“ஒரு விஷயம் உன்கிட்டே கேக்கணும் கேக்கணும்னு நெனச்சா மறந்து மறந்து போயிடுது. பின்னே... அஞ்சாறு வருஷம் முன்னாலே ஒரு பாங்க் எம்ப்ளாயியோட வரன் வந்ததில்லேடீ, அதான் அந்த கந்தசாமி மாமா கொண்டு வந்தது, அவர் பேரென்னன்னு உனக்கு ஞாபக மிருக்காடீ” என்று கேட்டேன்.

“எனக்கு ஞாபகமில்லடீ” பேரொன்னும் நம்மகிட்ட சொல்லலேன்னு நினைக்கிறேன். என்னை கட்டிக்கிட்டவன் பேர் கூட சமயத்துல எனக்கு மறந்து போயிடுது” என்றாள் அவள் அலட்சியமாக.

எனக்கு ஏமாற்றமாக இருந்தது. பெயர் கிடைத்தால் அந்த எண்ணில் கூப்பிட்டு பேசலாமே என்றொரு எண்ணம் எனக்கிருந்தது

வீணாக ஆயிற்று. அத்துடன் பேச்சை நிறுத்திவிட்டு நான் எழப் போனேன். ஆனால் அப்போது நந்தா”

“ஆமா அதை நீ ஏன் கேக்கறே” என்றாள் ஆச்சரியத்துடன்.

“சும்மா தெரிஞ்சுக்கலாமேன்னுதான்” ஜாக்கட்டை கீழே வைத்து எழுந்தவாறே பதிலளித்தேன்.

“சும்மா தெரிஞ்சுவச்சுகிட்டு என்ன பண்ணப்போறே? போன ஆறு வருஷத்துல அவருக்கு கல்யாணமாகி மினிமம் ரண்டு குழந்தைகளாவது இருக்கும். எந்த ஊரில இருக்காரோ. அப்படியே பேரு தெரிஞ்சு கண்டு பிடிச்சு நீ பேசினாலும் அவருக்கு உன்கிட்டப் பேச விருப்பமிருக்குமோ என்னமோ. இல்லை அவர் வைஃப் உன் கிட்டப் பேச அவரை அனுமதிப்பாளோ என்னமோ. இல்லை சந்தேகப்பட்டாலோ?” அவள் மேலும் ஏதோ சொல்லிக் கொண்டே இருந்தாள். கடைசியாக “கந்தசாமி மாமா கூட அங்கே இல்லை. பையனோட போயி இருக்கார்னு சொன்னாங்க” என்று முடித்தாள்.

நான் மேஜை மீது சிந்தியிருந்த ஐந்தாறு துளி நீரில் விரல் தொட்டு மேஜை மேல் “எனக்கு ரொம்ப பிடிச்சிருக்கு. பெயரென்ன? நீங்கள் தானா என்னை அழைத்தது?” என்றெழுதினேன். மின்விசிறிக் காற்றில் அது மெதுவாக அழிந்து போவதை பார்த்துக்கொண்டே நின்றேன். நந்தா அவள் வேலையில் கவனமாக இருந்தாள். பின்னர், நான் திரும்பி நின்றுக் கொண்டு, “ஆமாம்டீ. நீ சொல்றது கறக்ட் தான்” என்றேன். என் கண்கள் நிறைவதை அவள் காணாதிருக்க நான் அவசரமாக வெளியேறினேன்.

“அவருக்கு இன்னமும் கல்யாணம் ஆகாமலிருந்தால்” என்னும் இன்னொரு பக்கத்தை அவள் திருப்பிப் பார்க்காதது குறித்து வருத்தப்பட்டுக் கொண்டே நான் கணினி முன் உட்கார்ந்து திரையில் கண்ட உருவத்திடம் பேச ஆரம்பித்தேன்.

“இத பாருங்க, எனக்கு உங்க பேரு கூட தெரிஞ்சிக்க முடியலே. நானாக ஒரு பேரு போடவும் எனக்கு தெரியலே. ஒருவேளை உங்களுக்கு அந்த பேரு பிடிக்கலேன்னா உங்க பேரு ரொம்ப நல்ல பேரா இருந்து நான் உங்களுக்குப் பிடிக்காத பேரா போட்டிட்டேன்னா. அதான் பேருகூட சொல்லலயே நீங்க.

ஒரு வாரமா என் மனசு ரொம்ப குழம்புது. கிடைக்கிற வாழ்க்கையைத் தானே வாழ்ந்தாகணும்னு தெரியாம இல்லே.

அப்பாவும் தங்கையும்தான் முக்கியம்னும் தெரியாம இல்லே. ஆனாலும் மனசு குழம்புதே."

நான் கண்மூடி சுழல் நாற்காலியை அசைத்தவாறே உட்கார்ந் திருந்தேன். மேல் மாடத்தில் அழகான மரவேலைப்பாடுகள் மிகுந்த சிறு சாளரத்தின் வெள்ளை மஸ்லின் துணியில் செய்யப்பட்ட திரைச்சீலைக்குப் பின்னால் நின்று கொண்டு நான் வீதியில் போவோர் வருவோரிடையே உங்களை தேடிக் கொண்டிருக்கிறேன்.

வானில் நிறம் மாறிக் கொண்டும் உருவம் மாறிக் கொண்டும் நகர்ந்து செல்லும் மேகங்களிடம் என் எண்ணங்களை உங்களிடம் எடுத்துச் செல்லும்படி சொல்லியிருக்கிறேன்.

எங்கெங்கோ பூத்த மலர்களின் வாசமேந்தி காடுமலைகள் தாண்டிச் செல்லும் இளம் தென்றலிடம் நான் என் சிந்தனைகளை சொல்லியுள்ளேன்.

எல்லா திசைகளிலும் பறக்கும் பறவைகளிடம் நான் இஙகே தான் இருக்கிறேன் என்ற சொல்ல சொல்லியுள்ளேன். மேலும் நீரில் நிலவை பார்த்து கொண்டும் பக்கத்திலிருந்து கேட்கும் குயிலோசை கேட்டுக் கொண்டும் உங்களை நினைத்துக் கொண்டிருக்கிறேன் என்று தெரிவிக்கச் சொல்லியிருக்கிறேன்.

நான் கண் திறந்தேன். எதிர்பக்க பீரோ கண்ணாடியில் புன்முறுவல் பூத்த என் முகம் தெரிகிறது. கொஞ்சநாட்களாக என் முகம் பிரகாசமானதாக இருப்பதாக அலுவலகத்தில் மிஸ்டர் ரெட்டி சொன்னார் என்று ஸ்வீப்பர் காவேரி நேற்று என்னிடம் தெரிவித்தாள். பொதுவாகவே நான் அதிகமாக சிரிப்பதில்லை. அதிகமாக பேசுவதில்லை. அடுத்தவர்கள் என்னிடம் சட்டென அணுகமுடியாதபடி ஒரு திரைபோட்டு வைத்திருக்கிறேன். நான் உண்டு என் வேலையுண்டு என்றிருக்கிறேன்.

இந்த அலுவலகத்தில் சேர்ந்த புதிதில் கல்யாணமாகவில்லையா என்று சிலபேர் கேட்ட போதும் புன்சிரிப்புடன் நான் இல்லையென்று தலையசைத்துவிட்டு பேச்சை மாற்றிவிட அவர்கள் மறுபடியும் கேட்கவில்லை. எல்லோருக்கும் வேலை சரியாக இருந்தது. வெட்டிப் பேச்சுக்கு நேரமில்லை.

இவள் மிகவும் கர்வி போல இருக்கிறாள், கல்யாணம் ஆகாததற்கு ஏதாவது காதல் தோல்வி காரணமாக இருக்கலாம் என்கிற ரீதியில்

சில பேர் பேசுவதாகவும் காவேரி என்னிடம் சொல்லியிருந்தாள். காவேரி எனது இருக்கையின் பக்கத்தில் போடப்பட்டிருக்கும் ஸ்டூலில் குடிதண்ணீர் கொண்டு வந்து வைக்கும் போதும் இடைநேரத்தில் டீ வாங்கித்தரும் போதும் தான் இது போன்ற சில விஷயங்கள் கூறுவாள். நான் அதற்கும் சும்மா மென்சிரிப்பாக சிரித்துக் கொண்டு பதிலேதும் கூறாதிருப்பேன்.

நெஞ்சை அடைக்கும்போல் ஒரு துயரம் என் மனதை கனமாக அழுத்திக் கொண்டிருந்தது. இது என்ன பைத்தியக்காரத்தனம் என்று உள்ளுக்குள் யாரோ கேலி செய்து கொண்டுமிருக்கிறார்கள்.

நான் பெருமூச்சுடன் கணினியில் என்ன என்னவோ பார்த்துக் கொண்டிருந்தேன். என்றோ ஒரு நாள் டைப் செய்து வைத்திருந்த கவிதை ஒன்று கண்ணில் பட்டது. நான் மெல்லிய குரலில் படித்தேன்.

இப்போதெல்லாம் நான்
வானத்து மேகங்களில்
உருவங்கள் காண்பதில்லை.

மயில் ஆடுவது கண்டு
வண்ண இறகுகள் விரித்து
என் மனமும் ஆடுவதில்லை.

நிலவொளியில் மரத்தின் கீழ்
நிழல் எழுதும் சித்திரங்களை
பார்த்து ரசிப்பதுமில்லை
வான் பார்த்து தாரகைகளிடம்
எண்ணங்கள் எதையும்
மென்குரலில் சொல்வதுமில்லை.

தூக்கமற்ற இரவுகளில்
சும்மாவேனும் பொழுதை போக்க
கனவு தோணியில் பயணிப்பதுமில்லை.

நான் மீதியை படிக்கவில்லை. கணினியை அணைத்து விட்டேன். என் மனம் மிகவும் பாரமாகவும் அதே நேரம் வெறுமையாகவும் இருந்தது.

எனக்கு மதியத்தூக்கம் அவ்வளவாக பழக்கமில்லை. நான் சும்மா ஒரு புத்தகத்துடன் படுத்துக்கிடந்தேன். பின்னர் அதையும்

நிறுத்திவிட்டு துணிகள் மடித்து வைப்பது புத்தகங்கள் அடுக்கி வைப்பது என்று ஒவ்வொரு வேலையாக செய்து கொண்டிருந்தேன். பொழுது போயிற்று.

இரவுச்சாப்பாடு முடிந்த பின் நான் கான்வாஸ் பக்கம் போனேன். ப்ரஷில் ஆகாய நீல வண்ணமெடுத்து வானம் வரைந்தேன். சற்று கெட்டியான நீலம் எடுத்து கடல் வரைந்தேன். பின்னர் அலைகள் வரைந்தேன். மணல் வரைந்தேன். பார்த்துக்கொண்டிருக்கும் போதே கடல் அலைகள் என்னை அழைத்தது. கடலின் இரைச்சல் என் காதுகளில் கேட்டது. அலைகளின் அழைப்பும் இரைச்சலும் தாங்கமுடியாததாக இருந்தது. நான் தலையை திருப்பி வெளியே பார்த்தேன். அலையடித்துக் கொண்டு கடல் என் வீட்டு வாசல் வரை வந்து விட்டுச் சென்றது போல் எனக்குத் தோன்றியது. திரும்பிப் போகும் கடல் அலைகளை நான் பார்த்துக்கொண்டே இருந்தேன்.

அன்றொரு நாள் நந்தா சொன்னாள்.

"இங்கேருந்து வண்டி பிடிச்சு போனா முப்பது நிமிஷம் தான். கடல் வந்துரும். அதாவது நம்ம கடல் கிட்ட போயிருவோம். அப்புறம் அலையில் கால் வச்சு நின்னு நின்னு கொஞ்சம் கொஞ்சமா இறங்கி இறங்கிப் போனா போரும். பெரிசா ஒரு அலை வந்து நம்மை அப்படியே கடலுக்குள்ள கூட்டிக்கிட்டு போயிடும். எல்லாத்தில இருந்தும் விடுதலை" அவள் கடற்கரையில் நிற்பது போல் நின்றாள்.

அப்பா ஒன்றும் பேசவில்லை. நீங்கள் எந்த முடிவெடுத்தாலும் சரி ஒத்துக் கொள்கிறேன் என்கிற மாதிரி ஒருமௌனம். அவர் முகத்தில் சொல்ல முடியாத அளவு வேதனை படர்ந்து கிடந்தது.

"வண்டியிலேருந்து கொஞ்சதூரம் நடக்கணும் கடலருகே போக. அப்படி நடந்து போகும் போது அருமையான காற்று உன்னை தழுவிக்கொண்டு செல்லும். முன்னும் பின்னும் நடந்து போகிற வர்கள் யார் தோளிலாவது அமர்ந்திருக்கும் சிறு குழந்தை ஒன்று உன்னைப்பார்த்து ஆனந்தமாக சிரிக்கக்கூடும். வேறு யாராவது உன்னை ஒரு தடவை பார்த்து மறுபடியும் பார்த்து "இவள் எவ்வளவு அழகாயிருக்கிறாள்" என்று ஆராதனையோடு சொல்லிக்கொண்டு கடந்து செல்லக்கூடும். கடற்கரைக் கடைகளில் பரப்பி வைக்கப் பட்டிருக்கும் அழகான பொருட்களும் பொம்மைகளும் உன்னை வா வா என்றழைக்கக் கூடும். தூரத்தில் கடல் தெரிய மற்று திசைகளில் பார்க்கும்போது பச்சைபசேலென்று மரம் செடி கொடிகள் வண்ண

வண்ண மலர்கள் பலவித பறவைகள் அவைகளின் குரல்கள், வழியோரம் எங்காவது உட்கார்ந்திருக்கும் அங்கம் குறைந்தவர்களின் அவலங்கள் இன்னும் எவ்வளவோ எண்ணிலடங்கா விஷயங்கள், நிகழ்வுகள் உன்னை கடலில் இறங்குவதை தடையும். உன்னைச்சுற்றி உயிர்ப்புடன் இயங்கும் உலகம் உன்னை கைபிடித்து கரையில் நிற்க வைக்கும்". நான் வசனம் சொல்வது போல் ஏற்ற இறக்கங்களுடன் சொல்ல அவள் என்னையே பார்த்துக் கொண்டு சற்று நேரம் நின்றாள். பின்னர் அறைக்குச் சென்று விட்டாள். அப்பா முறுவலித்தார்.

இப்போது இரவு வளர்ந்து கொண்டே இருக்கிறது. அப்பா தூங்கி விட்டார். நந்தாவும் தூங்கியிருப்பாள் போலும். அறையில் விளக் கொளி இல்லை. நான் அறைக்குள் நுழைந்து ஒரு புத்தகத்தை எடுத்து படிக்க ஆரம்பித்தேன். மனம் அதில் லயிக்கவில்லை. எனக்கு மொட்டைமாடி செல்லலாம் என்று தோன்றியது.

வெளிக்கதவை சும்மா சாத்தி விட்டு மொட்டை மாடிக்குச் செல்வது சரியாகாது என்பதால் நான் படித்துக் கொண்டிருந்த புத்தகத்தை மூடி வைத்து விட்டு படுக்கையிலிருந்து எழுந்து கதவை திறந்து பால்கணியின் மூலைக்கு சென்றேன். குளிர்காற்று வீசிக் கொண்டிருக்கிறது. எங்கும் அமைதியாக இருக்கிறது. ஏதோ இரவுப் பறவைகள் அவ்வப்போது சங்கேத மொழியில் பேசிக் கொண்டிருக் கின்றன. தூரத்தில் போகும் வாகனங்களின் ஒலி எப்போதாவது காதில் விழுகிறது.

நான் பால்கனி மூலையில் போட்டிருந்த மரப்பெட்டி மேல் உட்கார்ந்து கொண்டேன். அரைச்சுவரில் தலை சாய்த்து மேகங்கள் விலகும் போது தெரியும், பிறை நிலவை பார்த்துக் கொண்டிருந்தேன். மெல்லிய குரலில் மானஸ ஸஞ்சரரே என்று பாடினேன். இது என்னை தூங்க வைக்க நானே பாடிக் கொள்ளும் பாடல் என்று எனக்குத் தோன்றியது.

என் கவலைகளை துயரத்தை, தனிமை உணர்வுகளை பகிர்ந்து கொள்ள யாருமில்லாத இந்த தருணத்தில் ஏதோ ஒரு தோள் மீது நான் சாய்ந்திருக்கிறேன் என்று கற்பனை செய்ய நான் ஆசைப்படுகிறேனா என்று சந்தேகத்துடன் நான் என்னிடமே கேட்டுக் கொண்டேன். இப்போது நான் சாய்ந்திருக்கும் சுவர் இளம் நீல வண்ணத்தில் இருப்பதாக எனக்கு தோன்றியது. மடியில் வைத்திருந்த என் கை மீது ஒரு கண்ணீர் துளி விழுந்து நிலவொளியில் மின்னிற்று. இரவு மெதுவாக நகர்ந்து கொண்டேயிருக்கிறது.

“தூங்கலையாடீ பாலா என்ன செய்யறே இங்கே” என்று கேட்டுக் கொண்டே வந்தாள், நந்தா. என் தோள் பற்றி என்னை எழுப்பி “வா வந்து படு. தூங்கு. கிடைக்கிற வாழ்க்கையைத்தான் வாழ முடியும்னு நீ தானே எப்பவும் சொல்லுவே. பி ப்ராக்டிகல்” என்று மிக மெல்லிய குரலில் கூறினாள். அவள் என்னுடனே வந்து என்னை படுக்கையில் விட்டு விளக்கை அணைத்து விட்டு “தூங்கு சும்மா எதுவும் யோசிக்காதே” என்றவாறே கதவை சாத்திவிட்டு போகிறாள். ஹால் விளக்கின் ஒளி வென்டிலேட்டர் வழியாக இந்த அறையில் பரவுகிறது.

நந்தா சொல்லாத அந்த வாசகம் என்னை குடைந்து கொண்டிருந்தது.

“அவருக்கு இன்னமும் கல்யாணமே ஆகியிருக்கலேன்னா” என்று நந்தா ஏன் சொல்லவில்லை. அந்த வார்த்தைகளை மெதுவாக இரகசியக்குரலில் எனக்கு நானே சொல்லிக் கொண்டேன். அந்த வார்த்தைகள் என்னை சுற்றிச் சுற்றி வந்து தூங்க விடாமல் பண்ணு கின்றன. என் மனதை குழப்புகின்றன. என்னை வாசமுள்ள மலர்கள் பூத்து நிற்கும் ஏதோ ஒரு இடத்திற்கு அழைத்துச் செல்கின்றது. நான் அங்கே நடந்து கொண்டிருக்கும் போது அந்த மலர்களெல்லாம் மறைந்து போய் விட்டது போலவும் எனக்கு தோன்றுகிறது.

மறுபடியும் அந்த அழைப்பு வரக்கூடுமென்ற எதிர்பார்ப்போடு காத்திருப்பது என் மனதுக்கு நிம்மதி தருமோ என்னவோ என்றெண்ணிக் கொண்டேன். அந்த எண்ணிற்க்கு ஒரு தரம் அழைத்தால் என்ன என்று பலதரம் என்னையே கேட்டுக் கொண்டேன். எனக்கு அதற்கான தைரியம் வரவில்லை. தயக்கமாக இருந்தது. எதற்காக தயங்க வேண்டும் என்ற கேள்விக்கு எனக்கு பதிலும் தெரியவில்லை.

அவர் கனவில் வந்து என்னிடம் ஏதாவது பேசுவார் என்று எதிர்பார்க்கிறேன். அல்லது பேசவேண்டும் என்று நான் ஆசைப் படுகிறேன். அந்த எதிர்பார்ப்பும் ஆசையும் என் மனசுக்குள் ஒளியை பரப்பின. அந்த மெலிதான இருட்டில் நான் கண்கள் மூடியும் திறந்தும் கிடந்தேன்.

❖

நிலப்படுக்கை

பொழுது நன்றாக விடிந்து விட்டிருக்கிறது. ஜன்னல் திறந்து விடப்பட்டுள்ளது. அது வழியாக வேப்பமரத்தின் ஒரு கிளை தெரிகிறது. அதில் மேலும் கீழுமாக ஏறி இறங்கி விளையாடுகிறது, இரண்டு அணில்கள். வேப்ப இலைகளின் இடைவெளி வழியே நீலவானவும் கொஞ்சம் கொஞ்சம் வெண்மேகங்களும் தெரிந்தன. அவன் எல்லாம் பார்த்துக்கொண்டு எழுந்திருக்க மனமில்லாமல் படுக்கையிலேயே கிடந்தான்.

அடுத்த அறையில் குழந்தை சின்மயி. பாட்டு பாடுவது போல் ராகம் போட்டு பாடம் படித்துக்கொண்டிருப்பது கேட்டது. சிவரஞ்சனி அதட்டும் குரலும் கேட்டது. இதென்ன குரல் அவளுக்கு. கொஞ்சம் ஆண்மை கலந்த மாதிரி. அதிகாரம் காட்டும் குரல். கட்டளையிடும் தொனி. சிலநேரம் மட்டும்தான் அந்தக் குரலில் இனிமை கலந்து மென்மையாகப் பேசுவாள். அவனுக்கு சற்றே எரிச்சல் தோன்றியது. கண்களை மூடிக்கொண்டான். அவ்வன் மனம் செய்வதறியாது கவலையில் மூழ்கிக்கிடந்தது.

"என்ன இன்னும் எந்திரிக்கலையா" எனும் குரல் கேட்டு திடுக்கிட்டு கண் திறந்தான். சிவரஞ்சினி பீரோவை திறந்து என்னமோ

தேடிக்கொண்டிருக்கிறாள். இந்தக்கேள்வியை அவனை நோக்கி எறிந்து திடுக்கிட வைத்துவிட்டு ஒன்றும் தெரியாதது போல் நிற்கிறாள். அவன் அவளை பார்த்தான்.

அவளது தூக்கி முடிந்த கூந்தலில் வாடிப்போன முல்லைச்சரம் கொஞ்சமாக தொங்கிக்கொண்டிருக்கிறது. வாடிப்போன முல்லைச் சரத்தை தூக்கிப்போட்டுவிட்டு கூந்தலை சீவி கொண்டை போட்டுக் கொண்டு நின்றால் என்ன இவளுக்கு என்று அவனுக்குத் தோன்றியது. பல நேரங்களில் தலைமுடியை பரப்பிப் போட்டுக்கொண்டே நடக்கிறாள்.

சமையலறையில் அப்படி நின்று வேலை செய்யாதே என்றால் கேட்பதேயில்லை. அடிக்கடி தலைமுடியின் இழை ஒன்று சாப்பாட்டில் கிடக்கும். வீட்டை கூட்டும்போது நிறைய உதிர்ந்த தலைமுடி கிடக்கும்.

மின்விசிறியின் கீழே உட்கார்ந்து தலைகாய வைக்கும் போது அறையெங்கும் முடி உதிர்ந்து கிடக்கும். அதையெல்லாம் கூட்டி குப்பையோடு சேர்த்து கூடையில் போடும் போது அவன் அவளை திட்டுவான். அவள் அதை பொருட்படுத்துவதே இல்லை.

அவள் மறுபடியும் "எழுந்திருங்க" என்றாள். அப்போது அவள் காது ஜிமிக்கிகள் அசைந்தன. வெள்ளைக்கல் பதித்த அந்த பெரிய ஜிமிக்கிகள் அவளுக்கு அழகாக இருக்கின்றன.

முகம் அசையும் போதெல்லாம் அந்த ஜிமிக்கிகள் என்னமாய் ஆட்டம் போடுகின்றன என்று அவனுக்கு ஆச்சரியம் தோன்றியது. எரிச்சல் கூட கொஞ்சம் குறைந்து போனது.

ஆனால் இன்னும் சத்தமாக கோபமாக "எழுந்திருங்க" என்று கட்டளையிட்டு விட்டு அவள் அவன் முன்னால் ஒரு யஜமானி போல் நின்றதும் அவனுக்கு கோபம் வந்தது.

"இப்ப எழுந்திரிச்சு என்ன பண்ணணும். மலையை மறிக்கணுமா"?, என்று கேட்டான்.

"மறிச்சுப்போட மலையெங்க இருக்கு" என்றவாறே அவள் வெளியேறினாள். ரொம்ப குண்டாக இருக்கிறாள். சுடிதார் போட்டிருப்பதால் ஏதோ ஒரு உறைக்குள் அவள் நுழைந்து நகர்வது போல் தோன்ற அவனுக்கு சிரிப்பு வந்தது. முன்பக்கமும் பின்பக்கமும்

பிதுங்கி வழிகிறது. எந்தக் கவலையுமின்றி நன்றாக சாப்பிட்டுக் கொண்டு நன்றாக தூங்கிக்கொண்டு தொலைகாட்சியில் காட்டப்படும் எல்லா சீரியல்களையும் பார்த்துக்கொண்டு நிச்சிந்தையாக இருக்கிறாள்.

சம்பாதித்து கொண்டு வந்து தரவேண்டியவன் குடும்பத்தலைவன் தான் என்கிறாள் இப்போதெல்லாம். அவள் சில வருடங்கள் வேலை பார்த்துக் கொண்டிருந்தாள். காலையில் எட்டு மணிக்குப்போய் இரவு எட்டு மணிக்கு அலுத்துப்போய் எரிச்சலுடன் வந்தாள். அவன் காலை ஏழுமணிக்கே போய் இரவு ஒன்பது மணிக்கு வந்தான். அவனும் எரிச்சலுடன் தான் வருவான். இரண்டு இயந்திரங்கள் ஒரே வீட்டில் வசிப்பது போல் அவனுக்குத் தோன்றும்.

சின்மயி பிறந்தபின் வீடு கலகலப்பாயிற்று. அடிக்கடி அப்பாவும் அம்மாவும் வந்தார்கள். அவளது அம்மாவும் வந்து சிலநாட்கள் இருக்க ஒரு ஆயாவையும் வைத்துக்கொண்டு ஓரளவு நன்றாகத்தான் போயிற்று. பின்னர் அவளுடைய அம்மா அவளது அண்ணன் வீட்டுக்குப்போன பின் அவனுடைய அம்மாவுக்கும் உடல் நிலை சரியில்லாது போக ஆயாவை மட்டும் நம்பி குழந்தையை விட்டுப்போக வேண்டியிருந்தது. அந்த ஆயாவும் ஒரு நாள் நின்றுவிட புதிதாக வந்த ஆயா நிறைய கெட்ட வார்த்தைகள் சொல்ல குழந்தை அதையெல்லாம் நன்றாக கற்றுக்கொண்டு பேச ஆரம்பித்துவிட்டது. அடிக்கடி ஊருக்குப்போய் விட்டு சொன்ன நாளில் வராமலிருக்கும் ஆயாவால் சிவரஞ்சினி அடிக்கடி விடுப்பெடுக்க அவளுக்கு வேலையை விடவேண்டியதாயிற்று.

நல்லது என்றே அவனுக்கு பட்டது. அவன் ஞாயிற்றுக் கிழமைகளிலும் வேலை பார்த்தான். உறவினர் வீட்டு விசேஷங்கள் எல்லாம் தவிர்த்தான். இருந்தாலும் கூட வீட்டுச்செலவு வாடகை என்று கஷ்டமாகத்தான் இருந்தது. இப்போது என்ன செய்வது என்று அவனுக்கு கவலையாக இருந்தது.

வெளியே முன்னறையில் அப்பாவும் சின்மயியும் ஏதோ பேசிக்கொண்டிருக்கிறார்கள். அவன் கவனித்தான். அப்படி கவனிப்பது அவனுக்கு பிடித்திருந்தது.

சின்மயி தொலைக்காட்சிப்பெட்டி வீட்டுப்பாடங்கள் கைபேசி விளையாட்டு எல்லாம் போரடிக்கவோ அல்லது மின்சாரம் போய்விட்ட நேரமோ என்றால் தாத்தாவிடம் போவாள் போலிருக்கிறது.

"சொல்லுங்க தாத்தா"

"அந்த வெள்ளைப்பூச்சாண்டியும் கறுப்பு பூச்சாண்டியும் அந்த ரண்டு குதிருகளுக்குள்ளேயும் இருந்திச்சு. வெள்ளப்பூச்சாண்டிக்கென்ன வேலைன்னா வீட்டுல யாருக்கும் நோய்வராம இருக்கதுக்கும் சின்னப்புள்ளைங்க கீழேகீழே விழுந்து அடிபடாம இருக்கதுக்கும் காவல் இருக்கும். கறுப்பு பூச்சாண்டி தோட்டத்துக்குப் போயிரும். தோட்டத்து முக்கில நிக்கக்கூடிய நெல்லி மரத்தில தான் அது இருக்கும். ரண்டு வக நெல்லி மரமுண்டு தோட்டத்தில. காட்டு நெல்லியும் அருநெல்லியும். சுற்றுமதில் முக்கில காட்டு நெல்லி மரத்துல உட்கார்ந்திருந்தா அதுக்கு தோட்டம் மொத்தம் பாக்க முடியும். கொய்யாமரம், மா, பலா, ஜாதின்னு...

"ஜாதின்னா...." என்று சின்மயி கேட்கிறாள். அப்பா ஜாதிக்காய் குறித்து சொல்கிறார். குதிர் குறித்தெல்லாம் விவரித்திருப்பார் போல் தெரிகிறது. குழந்தை தெரிந்து கொள்ளட்டும். முன்னெல்லாம் அவள் நோட்டில் மரத்தில் குலை குலையாக காய்த்திருக்கும் அரிசியை வரைந்து காட்டிக்கொண்டிருந்தாள். அவள் நெல்வயல் நேரில் பார்த்ததில்லை.

அவன் அந்த காலத்துக்குள் நுழைந்து குதிரில் அருகில் நின்றான். அருகருகாக இரண்டு குதிர்கள் இருந்தன. ஆனால் அதற்குள் நெல் போடுவதில்லை. முன்னர் போட்டிருந்ததாக அப்பா சொல்லியுள்ளார். வீட்டுடன் சேர்ந்தார்போல் ஒரு பெரிய அறை இருந்தது. அதில்தான் நெல் மூட்டைகள் தேங்காய் எல்லாம் போட்டு வைத்திருந்தனர்.

கொதிக்கின்ற வெயில் காலங்களில் அம்மா மொட்டை மாடியில் வடாம் வற்றல் எல்லாம் போடுவாள், பின்னர் ஒரு கறுப்புக்குடையை திறந்து பக்கத்தில் வைத்துவிட்டுப் போவாள். வேலையெல்லாம் ஓய்ந்த நேரம் வடாம் காய்ந்து விட்டதா என்று பார்க்க அம்மா போகும் போது அவனும் கூடப் போவான். சற்றுநேரம் அங்கே இருக்கும்போது தான், அம்மா குதிர்களில் வெள்ளைப்பூச்சாண்டியும் கறுப்புப்பூச்சாண்டியும் இருப்பதை குறித்துள்ள கதையும் மற்ற கதைகளும் சொல்வாள். அதைத்தான் அப்பா இப்போது குழந்தைக்கு சொல்லிக் கொண்டிருக்கிறார் போலும். இந்த பூச்சாண்டிக் கதைகள் அம்மாவும் அப்பாவும் சேர்ந்து உருவாக்கின கதைகளாக இருக்கும். அம்மா ஒரு நல்ல கதை சொல்லி.

சிவரஞ்சினி கதை சொல்வாளா என்று தெரியவில்லை. சொல் வதற்கு அவளுக்கு பொறுமையில்லையோ கேட்பதற்கு சின்மயிக்கு பொறுமையில்லையோ தெரியவில்லை இன்னும் சின்னக் குழந்தையாக இருந்த பொழுது அவன் வேலைவிட்டு வருமுன் அவள் தூங்கிவிடுவாள். சிவரஞ்சினி கதை சொல்லியா பாட்டு பாடியா அவளை தூங்க வைத்தாள் என்று அவன் கேட்டதுமில்லை.

மறுபடியும் அவன் தாத்தா பேத்தி உரையாடலை கவனிக்க ஆரம்பித்தான்.

இப்போது அரிசி உமி தவிடு போன்ற விஷயங்கள் குறித்து சொல்லிக் கொண்டிருக்கிறார். கொய்யா, மா, பலா, பப்பாளி என்று என்னவெல்லாமோ சொல்கிறார்.

வீட்டின் பின்பக்கம் பெரிய கொல்லை. நிறைய மரங்கள். அதன் கடைசியில் வேலிப்படலை திறந்தால் அகலமில்லாத வாய்க்கால். ஓடும் நீரில் விளையாடும் மீன்கள். பச்சைப்பசேலென்று நெல் வயல். ஒரு வீடு தள்ளி களத்தில் நெல்மணிகளை பிரித்தெடுக்கும் வேலை நடக்கும். நிறைய பேர் வேலை செய்வார்கள். ஒரு பெரிய பாத்திரத்தில் சூடான கஞ்சித் தண்ணியும் ஒரு சிறு கிண்ணத்தில் காய்ந்த நார்த்தங்காய் ஊறுகாயும் பெரிய நீளமான ஒரு டம்ளரும் அம்மா அங்கே யாரிடமாவது கொடுத்து விடுவாள். அப்பா தலையில் ஒரு துண்டை கட்டிக்கொண்டு உடம்பெல்லாம் வேர்த்து வழிய அப்படி செய் இப்படி செய் என்று சொல்லிக் கொண்டு இடை இடையே நடப்பார். எல்லோரும் மகிழ்வுடன் இருந்தார்கள். சாயங்காலம் குளித்து முடித்து கோயில் வாசலிலோ ஆலமரத்தடியிலோ நண்பர்களுடன் அரட்டையடித்து விட்டு அப்பா சந்தோஷமாக இருந்தார். எல்லாம் போய்விட்டது. இதையெல்லாம் நினைக்க அவனுக்கு வருத்தமாக இருந்தது.

வீட்டில் பச்சை நெல் குத்தி அரிசியாக்கி வெள்ளை வெளேரென்று கெட்டியாக பொங்கல் போல் சோறு வைப்பாள் அம்மா. தாயம்மை ஆச்சியும் அம்மாவும் சேர்ந்து, தேங்காய் பச்சைமிளகாய், உப்பு மாங்காய்துண்டு எல்லாம் போட்டு துவையலும் அரைப்பார்கள். சாப்பிட ருசியாக இருக்கும். ஒருதரம் நன்றாக சலித்தெடுத்த தவிட்டுடன் கொஞ்சம் பனைவெல்லாம் சேர்த்து ஒரு உருண்டை தாயம்மை ஆச்சி தந்ததும், தின்றதும் கூட அவனுக்கு நினைவிருக்கிறது.

பக்கத்துவீட்டு சகுந்தலை பெரிய பெண்ணாகி விட்டாள் என்று சொல்லி பச்சரிசி ஊறவைத்து கருப்பட்டி தேங்காய் சேர்த்து உரலில் போட்டு இடித்து பக்கத்து வீட்டுக்கு கொடுத்ததும் எல்லாம் ஞாபகத்தில் வருகிறது.

முன்னறையில் தொலைக்காட்சி ஒலி கேட்கிறது. சின்மயி அங்கே போய் விட்டாள் போலும். எப்போதும் குழந்தைகளுக்கான நிகழச்சியை பார்த்துக் கொண்டிருக்கிறாள். சிவரஞ்சினி ரிமோட்டுக் காக சண்டை போடுவாள். அவளுக்கு சீரியல்கள் பார்க்க வேண்டும். அதில் வரும் பாத்திரங்களின் ஆடை அணிகலன்களை கவனமாக பார்த்துக்கொண்டு அதுபோல் வேண்டும் என்றும் படம் போட்டு காட்டுவாள். அவனுக்கு எரிச்சலாக இருக்கும்.

மூன்றாவது படிக்கும் குழந்தைக்கு டியூசன் ஏற்பாடு செய் திருக்கிறாள் அவள். அவளே சொல்லித் தந்தால் போதாதா என்றால் அவள் சொன்னால் ஒன்றும் கேட்கமாட்டாள். படிக்கமாட்டாள் என்கிறாள். அவனும் சில நேரம் கவனித்துள்ளான்.

சின்மயியிடம் சிவரஞ்சனி பாடத்தில் உள்ள ஏதாவது கேள்வி கேட்பாள். தெரியாது என்றால் அல்லது தப்பாக சொல்லிவிட்டால் சிவரஞ்சினி கிள்ளிவிடுவாள். குழந்தை அழ ஆரம்பிக்கும். அழாதே என்று சொல்லி இவள் அடிப்பாள். குழந்தை புத்தகத்தை தூக்கி எறிந்து விட்டு பெரிதாக அழ ஆரம்பிக்கும். அன்றைய படிப்பு அவ்வளவுதான்.

இப்போது குழந்தையை டியூசன் விட்டுவிட்டு இவள் அந்த நேரமும் சீரியல் பார்க்கிறாள்.

போனவாரம் மூவாயிரம் ரூபாய்க்கு சுடிதார் வாங்கி வந்திருக்கிறாள். மாதாமாதம் பணம் கொடுத்தால் போதும் என்று வெகு அலட்சியமாக சொல்கிறாள். இவளுக்கு முன்னூறு ரூபாய்க்கு புடவை வாங்கி கட்டினால் என்ன. இதை லேசாக கோடி காட்டின போதே சண்டைக்கு வந்து விட்டாள்.

இப்ப வேலையும் போய் வருவாயும் இல்லாமல் இருக்கிற போதில் இதெல்லாம் ரொம்ப பெரிதாகப் படுகிறது அவனுக்கு. அவளிடம் கணினியில் டைப்பிங் செய் என்றால் கண்டு கொள்வதேயில்லை.

அவள் சும்மா இருப்பதன் சுகம் கண்டுவிட்டாள் போலும். சோம்பேறி என்று மனதுக்குள் திட்டிக்கொண்டான்.

அப்பா மட்டும் சொன்னார். "கவலைப்படாதே மக்கா. இப்ப என்ன ஆயிப்போச்சு. வேற வேலை தேடணும். எதுவும் கிடைக்காமலா போயிரும். இங்கென்ன கஞ்சிக்கு வழியில்லாதா இருக்கோம். நான் வீட்டையும் தோட்டத்தையும் வித்து பாங்கில் போட்டிருக்கிற பணத்தோட வட்டி வருகில்லா மக்கா. ஓரளவு சமாளிச்சுக்கலாம். அதுக்குள்ள உனக்கு வேற வேல கிடச்சிரும்".

சிவரஞ்சினி திட்டினாள். "உங்களுக்கு பொறுப்பு கெடயாது. அவன் கையை காலெ புடிச்சு வேலை போகாம பாத்திருக்க வேண்டியது. அதுக்கு ஒங்களுக்கு தெறமயில்லை. தினக்கும் லேட்டா லேட்டா போ வேண்டியது".. என்று என்னென்னவோ சொன்னாள்.

கம்பெனி நஷ்டத்தில் அதனால் ஆட்குறைப்பு எனும் போது யாரோட கையை காலை பிடிக்கிறது. இவளுக்கு இந்த துறை பற்றி தெரியாதா. அவள்மீது கோபம் வந்தது அப்போது.

அப்பா ஏ.டி.எம். கார்டு கொண்டு வந்து கையில் கொடுத்து விட்டு அவர் இருக்கும் இடத்துக்குப்போய்விட்டார். ஒரு முன்னறையும் ஒரு படுக்கையறையும் சின்ன கிச்சனும் சின்ன குளியலறையும் கொண்டது தான் ஃப்ளாட். முன்னறையில் ஒருபக்கம் கதவு திறந்தால் அடைத்து கட்டின ஒரு பால்கனி இருந்தது.

கம்பிவலை போட்டிருந்த அந்த அறையில்தான் பகலெல்லாம் அப்பா இருக்கிறார். வீடும் தோட்டமும் வயலுமாக கையை காலை வீசி நடந்தவருக்கு இங்கே தங்கவே இஷ்டமில்லை தான்.

அவன் ஒரு நாள் அப்பாவிடம் கேட்டான்.

"ஏன்பா நிலத்தை வித்தீங்க?"

"உன்னை படிக்க வெக்கத்தான் மக்கா" என்றார்.

"ஏம்பா இன்றும் ரெண்டு பிள்ளைங்கள கூட பெத்துக்கல" என்று கேட்டான் ஒருநாள்.

"ஏம்பா உனக்கு நான் பாரமா இருக்கேனா. உனக்கு அண்ணனோ தம்பியோ இருந்தா அவங்ககிட்ட கொண்டு போய் விட்ரலாமேன்னு நெனக்கியா நீ?" என்றார் சிரித்துக்கொண்டே. அவனும் சிரித்துக் கொண்டே அவரை கட்டியணைத்துக் கொண்டான். இவர் எனக்கு மட்டுமே சொந்தமான அப்பா என்று பெருமை கொண்டான்.

இரண்டு நாள் ஜுரத்தில் அம்மா இறந்ததும் பெருவெள்ளம் வந்து வீடு இடிந்து போனதும் பின்னர் வீடு தோட்டம் எல்லாம் விற்றுவிட்டு அப்பா இங்கே வந்ததும் மனதுக்குள் காட்சிகளாக ஓடின. அப்பாவுக்கு பட்டணத்துக்கு வருவதற்கு கொஞ்சம் கூட இஷ்டமில்லைதான். ரொம்ப வற்புறுத்தினப்புறம் தான் வந்து சந்தோஷமில்லாமல் இருக்கிறார். அவரை வயதான காலத்தில் சந்தோஷமாக வைக்க முடியவில்லை என்று நினைக்கையில் அவனுக்கு வருத்தமாக இருக்கும்.

சிவரஞ்சினி வாசல் கடந்து போகிறாள். உறுத்துப்பார்த்தாள் போல் தெரிகிறது. அவன் கண்டு கொள்ளவில்லை. காலையில் அம்மா எழுப்புவது அருமையாக இருக்கும். “எழுந்திரு கண்ணு. நேரமா வுதில்லே” என்பாள் அம்மா முதலில். பின்னர் “எழுந்திருப்பா மணியாவுது” என்பாள். அதற்குள் அவன் எழுந்துகொண்டு விடுவான். அம்மா அப்பாவிடம் “நேரமாச்சு, எழுந்திரிங்கப்பா” என்பாள் அன்போடு.

அப்பா சீக்கிரம் முழித்துவிட்டால், “என்னம்மா எழுந்திரிக்கலயா” என்பார் பரிவோடு. அம்மா அப்பாவை அப்பா என்றழைக்க அப்பா அம்மாவை அம்மா என்றழைக்க அந்த காலம் நன்றாகத்தானிருந்தது.

வெளியே எந்த சத்தவுமில்லை. சற்றுமுன் சிவரஞ்சினியும் அப்பாவும் ஏதோ பேசுவது போல் கேட்டது. இப்போது வீடு என்னமோ அமைதியாக இருக்கிறது. அவன் மறுபடியும் தூங்கலாம் என்று கண்ணை மூடினான். ஆனால் தூக்கம் வரவில்லை. அவன் எழுந்து விட்டான்.

வேலைகள் முடிந்து குளித்து டிபன் சாப்பிட்டானதும் தான் அப்பா எங்கே என்று கேட்டான் சிவரஞ்சனியிடம், வெளியே எங்கேயோ போயிருக்கார் போல் என்றாள் அவள்.

அவன் அப்பா சாதாரணமாக உட்காரும் கம்பிவலை பால்கனி செயறில் போய் உட்கார்ந்தான். அங்கே இன்னொரு அடுக்கு மாடிக்குடியிருப்பின் ஒரு பக்கம் தெரிந்தது. ஒரு சில மரங்கள், கொஞ்சம் பொட்டல்வெளி, மேலே வானம் எல்லாம் தெரிந்தது. மேல்மாடியில் நின்று கடல் காணவேண்டு மென்பது அம்மாவின் ஆசைகளில் ஒன்றாக இருந்தது. அல்லது ஒரு நதியையாவது காண வேண்டும். அதில் நீரோடிக்கொண்டிருக்கவேண்டும் என்பாள் அம்மா.

ஏதாவது ஒரு நீர் நிலைபக்கம் வீடு வேண்டும் என்று அம்மாவும் அப்பாவும் பேசிக்கொள்வார்கள். ஊரில் உள்ளது போல் கோயில் இருந்தால் நல்லது என்றார் அப்பா. இங்கே வந்த புதிதில். ஆனால் நடந்தது போகும் தூரத்தில் கோயில் ஒன்றும் இல்லை இங்கே.

அப்பா எப்படியோ நாட்களை கடத்திவிடுகிறார் போல் தெரிகிறது. ஓட்டை உடைசல் சாமான்கள் போடப்பட்ட பழைய ஒரு அட்டைப்பெட்டி. தினப்பத்திரிக்கைகள் போட்டு வைத்திருக்கும் இன்னொரு அட்டைப்பெட்டி. கொடியில் தொங்கும் துணிகள். ஓரமாக தரையில் வைக்கப்பட்டிருக்கும் பாய் தலைகாணி. குழந்தையின் பழைய மூன்று சக்கர சைக்கிள். உடைந்து போன விளையாட்டு சாமான்கள் இன்னபிற.. எல்லாம் இருக்க பாவம் அப்பா இரவில் எல்லோரும் படுக்கும் வரை இங்கேயே இருப்பார் போலும். பின்னர் தான் முன்னறையில் பாய்போட்டு படுப்பார்.

சிவரஞ்சினி நைட்டியை போட்டுக் கொண்டு தரையில் படுத்துக் கொண்டோ சுவர் சாய்ந்து கால் நீட்டி உட்கார்ந்து கொண்டோ சோபாவில் காலை தூக்கி வைத்துக்கொண்டோ டி.வி. பார்த்துக் கொண்டிருக்கும்போது அப்பாவுக்கு அங்கே வரப்பிடிக்காதாயிருக்கும். மேலும் அவள் பார்க்கும் நிகழ்ச்சிகள் அப்பாவுக்கு பிடிக்காது.

இரண்டு படுக்கையறைகள் உள்ள வீடெல்லாம் பார்த்தான். ஒன்றும் சரிப்பட்டு வரவில்லை. எப்படியெல்லாம் யோசித்துப் பார்த்தாலும் ஒன்றும் சரியாகாது என்று தோன்ற வருத்தம் தான் மிஞ்சுகிறது. இப்போதானால் சாப்பாட்டுக்கு என்ன செய்வது என்பதே பெரும் கவலையாக ஆகிவிட்டதே என்று எண்ணம் வர இன்று எந்த ஆபீஸ் போய் வேலை கேட்கலாம் என்று யோசிக்க ஆரம்பித்தான்.

சிவரஞ்சினி யாருடனோ, கைபேசியில் பேசிக்கொண்டு அங்கு மிங்கும் நடக்கிறாள். அவனுக்கு அவளைப்பார்க்க எரிச்சல் வந்தது. மறுபடியும் வேலைக்கு போக முயற்சி செய். குழந்தை பள்ளி செல்ல ஆரம்பித்துவிட்டது. மேலும் அப்பா வீட்டில் இருக்கிறார். சாயங்காலம் குழந்தையை வேனிலிருந்து அழைத்து வருவது குழந்தைக்கு சாப்பாடு தருவது எல்லாம் செய்கிறதாக அப்பாவும் சொன்னார். ஆனால் சிவரஞ் சினி ஒத்துக்கொள்ளவில்லை. அப்பாவால் என்ன சாப்பாடு தரமுடியும். அவ நூடில்ஸ் தான் சாப்பிடுவா என்று சொல்லி ஒரேயடியாக மறுத்து விட்டாள்.

"நீ தான் டி.டி.பி. படிச்சிருக்கியே. வெளில போய் வேல செய்ய வேண்டாம். நான் எங்கிருந்தாவது வர்க் பிடிச்சு தரேன். நீ நேரம் கிடைக்கிறப்ப செய். ஏதோ பால் காய்கறி வாங்கன்னு பணம் கிடச்சாலும் போதுமே" என்றான் அவன்.

"அதெல்லாம் ரொம்ப நேரம் செய்ய முடியாது. எனக்கு கழுத்து வலிக்கும்" என்று மறுத்தாள்.

கம்பிவலை பால்கனி வழியாக வெளியே பார்த்துக்கொண்டிருப்பதில் அவனுக்கு சுவாரசியமேதும் தோன்றவில்லை. அப்பாவை நினைக்கும்போது வருத்தம் தோன்றியது. சொந்த நிலம் குத்தகை நிலம் எல்லாம் வைத்து விவசாயம் பார்த்துக்கொண்டிருந்தவர். நெல் அவித்து காயவைத்து மில்லில் கொடுத்து அரிசியாக்கி தாராளமாக செலவு செய்து கொண்டிருந்தவர். அக்கம் பக்கத்தில் யார் அரிசி கடன் கேட்டாலும் அம்மா கொடுப்பாள். திருப்பிக் கேட்பதுமில்லை. பின்னர் அம்மாவால் நெல் அவிக்க எல்லாம் முடியாமல் போனபோது பாக்கியம் என்ற பேருள்ள அத்தை வீட்டுக்கு வந்து மரக்கால் கணக்கில் நெல் அளந்து கொண்டுபோய் விட்டு அரிசியாக்கி கொண்டு வருவார்கள். அப்பாவுக்கும் அம்மாவுக்கும் கை தாராளம்.

காலமெல்லாம் மாறிப்போய்விட்டது. அப்பா எல்லாம் சகித்துக் கொண்டிருக்கிறார் போலும். குத்தகை கொடுத்தவர் நிலத்தை விற்றுவிட்டு வெளிநாட்டுக்குப்போனதும் வருவாய் குறைந்தது. மழைவெயில் என்று விவசாயம் பாதிக்கப்பட்டது. படிப்புக்காக சொந்த நிலம் விற்க வேண்டியதாயிற்று. கடைசியில் வீடு தோட்டம் எல்லாம் போயிற்று. அம்மாவும் இல்லாமல் அப்பா எல்லாவற்றையும் சகித்துக்கொண்டிருக்கிறார். அவனுக்கு அப்பாவை நினைக்க பாவமாக இருந்தது.

அப்பாவின் காலில் வீக்கம் இருக்கிறது. ஏதோ தைலம் போட்டு தடவிக் கொண்டிருக்கிறார். அதைக்குறித்து கேட்டால் சிவரஞ்சினி "எனக்குத் தெரியாது. நான் பாக்கலே. உங்கப்பா சொல்லவுமில்ல" என்கிறாள்.

முன்பொரு நாள் அப்பா சொன்னார், "என் முகத்தில வீக்கம் இருக்கா, இல்லை என் கண்ணு சிவந்திருக்கான்னு தெரியணும்னா நீ என் முகத்தை பாக்கணுமில்ல மக்கா. நான் இருக்கதையே நீ லட்சியம் பண்ணாம நான் இருக்கக்கூடிய எடத்தை திரும்பியும் பாக்காம

வேளாவேளக்கு சாப்பாட்டை மட்டும் கொண்டு வச்சா எல்லாம் ஆயிருமா".

அவன் புரியாமல் நின்றான். பின் "என்னப்பா எதுக்கிப்ப இதைச் சொல்றீங்க" என்று கேட்டான்.

"இல்ல மக்கா. பொதுவாத்தான் சொல்லுகேன். வீடு வீடா இருக்கணும்னா வீட்டுக்குள்ள இருக்கறவங்க ஒருத்தருக்கொத்தர் பேசணும். சந்தோஷமா இருக்கணும். சண்டை போட்டாலும் சரி, கொஞ்ச நேரத்தில ராசியாயிடணும். சிரிப்பு, அழுகை, சந்தோஷம் கோவம்னு வாழ்க்கையில இயல்பானதெல்லாம் மனுஷங்க இடையில இருக்கணும். அப்பத்தான் உயிரோட்டமா இருக்கும்" என்றார் அப்பா.

அவன் அப்பா பக்கத்தில் போய் நின்றான். அப்பா கொட்டாவி விட்டார். "ராத்திரில தூக்கமே இல்ல மக்கா" என்றார். சற்று நேரம் சும்மா இருந்தார். பின்னர் அப்பா தூரத்தில் பார்த்துக்கொண்டு மேலும் சொன்னார்.

"நீ காலேல போயிட்டு வேல பாத்துட்டு ராத்திரி லேட்டா வறே. குழந்தை தூங்கிடும். அதோட வெளயாட்டு, பேச்சு, சிரிப்பு எதுவும் பாக்க உன்னால முடியல. அவ சில நாளு முழிச்சிட்டிருப்பா. சில நாள் தூங்கிருவா. நீயே தான் எடுத்துப்போட்டு சாப்டுக்கறே. நீ செல்லில யார் கிட்டயோ பேசறே. அவ வேற யார்கிட்டயோ பேசறா. ஒத்தருக்கொத்தர் எப்பவாவது தான் பேசறீங்க. குழந்தை அதுபாட்டுக்கு செல்லில விளையாடிட்ருக்கு. அவ டி.வி.யே கதின்னு கெடக்கா. மீதி நேரம் சமையல் பண்ணுகதும் மூணுவேள சாப்பிடுகதும்தான். அது மட்டும் போருமா. ஓயாம ஒழச்சா மட்டும் போருமா. காலம் போய்கிட்டே இருக்கும். திரும்பி பாக்கும் போது மிச்சம் ஒண்ணுமே இருக்காது".

அவன் அப்பாவின் கையை பிடித்துக்கொண்டான். அப்பா தொடர்ந்து பேசினார்.

"இல்லப்பா. அன்பாவும் அரவணைப்பாகவும் இருந்தாத்தான் அது குடும்பம். ஒத்தருக்கொத்தர் அனுசரிச்சுப்போணும். ஒத்தருக்காக இன்னொருத்தர் காத்துக்கிட்டிருக்கணும்னு கட்டாயமில்லெ. அன்பால தானா வரக்கூடியது. இந்த கூண்டு வீட்டுக்குள்ள ஒக்காந்திட்டு எல்லாத்தையும் பாத்துக்கிட்டிருக்கப்ப என்னமோ வருத்தமாத்தான் இருக்கு. நான் கொஞ்ச நாளு நம்ம ஊரில சரசுவதி அதுதான் உனக்கு

முறையில் ஒரு அத்தை, எனக்கு தங்கச்சி.... அவ வீட்ல போயி இருந்திட்டு வாறேன். ஊரிலயும் நம்ம உறவுக்காரங்க நெறய பேரு கெடயாது. எல்லாம் நெலத்தை வித்துட்டு பட்டணம் பாக்க போய்ட்டாங்க" என்று சொல்லி பெருமூச்சுவிட்டார்.

கம்பிவலை பால்கனியில் செயறில் உட்கார்ந்து கொண்டு அப்பாவின் பேச்சையெல்லாம் நினைத்துக்கொண்டிருந்த அவனுக்கு மனசு கனத்துப்போன மாதிரி இருந்தது. சிவரஞ்சினி இப்போது டி.வி. பார்த்துக்கொண்டிருக்கிறாள். இவள் வெளியே எங்காவது போனால், கிடைக்கும் தனிமையில் கொஞ்சம் வாய்விட்டு அழலாம் என்று அவனுக்குத் தோன்றியது.

அவன் எழுந்து முன்னறைக்கு வந்தான். அப்போது கைப்பேசி ஒலித்தது. அன்றைய தினம் ஒரு கம்பனியில் நேர்காணலுக்கு வரச்சொல்லியிருந்தது மாற்றி வைக்கப்பட்டுள்ளது என்று தெரியவர அவன் அலுப்புடன் சிவரஞ்சினியை பார்த்தான். அவள் இவனை பார்க்காமலேயே,

“வேல தேடாம இப்படியே வீட்ல இருந்தா எப்படி. நாலு எடம் போய் வந்தாத்தானே நல்லது" என்றாள் கடுகடுப்புடன்.

“நீ வீட்ல ஏன் சும்மா இருக்கே. உனக்கு வேலை தேடக்கூடாதா. ரண்டு பேரு சம்பாரிச்சாலே ஒண்ணும் பத்தமாட்டேங்குது" என்று சொல்ல வந்தவன் பேசாமலிருந்து விட்டான். ஒரு வாக்குவாதத்திற்கு அவனுக்கு விருப்பமிருக்கவில்லை.

“நாளெக்கு ஒரு இண்டர்வியூவுக்கு வரச்சொல்லியிருக்காங்க. இன்னிக்கு மத்தியான்னத்துக்கு மேலன்னு தான் சொன்னாங்க. இப்ப போஸ்ட் போன் பண்ணிட்டாங்க" என்றான் அமைதியாக. அவன் மனம் குழம்பியிருந்தது.

“நம்ம ஃப்ளாட்டில அறுபது எ யிலே அந்த டாக்டரோட அம்மாவுக்கு உடம்பு சரியில்லேன்னாங்களே, போய் பாத்துட்டு வரியா?" என்றான்.

“அதெல்லாம் ஒண்ணும் பாக்க வேண்டாம். இங்கெ யாரும் யாரையும் போய் பாக்கதுமில்லெ கேக்கதுமில்லே".

“குழந்தைக்கு ஜுரம் வந்தப்ப, கூப்பிட்ட உடனே ஒருநாள் ராத்திரில வந்தாரில்லா".

“சும்மாவா வந்தாரு. அவருக்குத்தான் காசு குடுத்தோமில்லா” என்று அதற்கும் ஒரு நியாயம் சொன்னாள்.

“இப்பல்லாம் எந்த டாக்டரும் அது மாதிரியெல்லாம் வந்து பாக்கிறதில்லே”.

“அப்ப நீங்க போய் பாத்திட்டு வாங்க” என்று பேச்சுக்கு முற்றுப் புள்ளி வைத்துவிட்டு தொலைக்காட்சியில் கவனம் செலுத்தினாள். அவனும் பார்த்தான். அதில் கடும் வண்ணத்தில் நிறைய ஜரிகை போட்ட புடவை கட்டி உடம்பெங்கும் பளபளவென்று மின்னும் நகைகள் போட்டுக்கொண்டு கண்களை உருட்டி உருட்டி விழித்துக்கொண்டு உன்னை என்ன பண்றேன் பார் என்று தனக்குள் சொல்லி பல்லை கடித்துக்கொண்டிருந்தாள் ஒரு பெண்.

அவனுக்கு மறுபடியும் எரிச்சல் வந்தது. இவள் சற்றுநேரம் வெளியே போனால் கொஞ்சம் மனம்விட்டு அழலாமே என்ற எண்ணம் நடக்காது போய்விடுமோ என்ற நினைப்பில் ஏமாற்றமாக உணர்ந்தான்.

அவன் மறுபடியும் கம்பிவலை பால்கனியில் செயறில் உட்கார்ந்தான். அங்கிருந்து பார்க்கும்போது சிவரஞ்சினியின் பக்க வாட்டுத் தோற்றம் தெரிகிறது. அவள் சீரியலில் அமிழ்ந் திருக்கிறாள். கண்கள் விரிந்து ஆவென்று பார்த்துக்கொண்டிருக்கிறாள். அவள் ஒரு மாய உலகத்தில் வாழ்கிறாள் போல் தெரிகிறது. கடும் வண்ண உடைகள், பளபளவென்று மின்னும் நகைகள், வன்மம் புகையும் வார்த்தைகள் போன்றவற்றை ரசித்து பார்த்துக் கொண்டிருக்கிறாள்.

அதுபோன்ற உடைகளும் நகைகளுமாக அவள் முன்னால் வந்து “உங்களுக்குத்தான் வேலைவெட்டி இல்லையே ராஜாமணி. நான் டவுனில் டெக்ஸ்டைல் ஷோரூம் வச்சிருக்கிற ஜயராமுடன் போகிறேன் என்றோ. ஃபான்ஸி ஸ்டோர் போட்டிருக்கும் நாகராஜனுடன் போகிறேன் என்றே சொல்லிக்கொண்டு நிற்பாள் என்று அவனுக்கு பயம் தோன்றியது.

அவன் அவளிடம் மறுபடியும் பேச ஆரம்பித்தான்.

“எனக்கினி எப்ப வேல கெடக்கும்னு தெரியலே. வாடகை சாப்பாடு மற்ற செலவுக்கு என்ன பண்ணுவோம்னு யோசிச்சயா” என்று கேட்டான். குரலில் கோபத்தை கலக்காமல்.

"நீங்க தானே என்கிட்டெ வேலையை விட்டுருன்று சொன்னீங்க" என்று குற்றத்தை அவன் தலையில் போட்டான்.

"அது அன்னிய சிற்றுவேஷன். இப்ப நெலம மாறிடுச்சில்ல. இப்ப நீ வெளிலதான் போணும்னில்லே வீட்ல இருந்தே கம்யூட்டர்ல வர்க் பண்ணுன்னு தானே சொல்றேன். எனக்கு எப்ப வேல கெடைக்கும்னு..." என்று அவன் பேசிக்கொண்டிருந்த பொழுதே மின்சாரம் போய்விட்டது. தொலைகாட்சி அணைந்ததும் அவனுக்கு உற்சாகமாக இருந்தது. ஆனால் அவள் உடனே கைபேசி எடுத்து யாரையோ அழைத்து அங்கே மின்சாரம் உள்ளதா குறிப்பிட்ட சீரியலில் என்ன நடக்கிறது என்று கேட்டுக்கொண்டிருந்தாள்.

அவன் வந்த கோபத்தை அடக்குவதற்காக ஒன்று இரண்டு மூன்று என்றெண்ணிக்கொண்டே மேஜை மீதிருந்த தண்ணீர் பாட்டில் எடுத்து கொஞ்சம் தண்ணீர் குடித்தான். மின்சாரம் வந்து விட்டது. அவன் படுக்கையறைக்குச்சென்று கட்டிலில் உட்கார்ந்து மடிக்கணிணியில் ஒரு சில கம்பனிகளுக்கு பயோடேட்டா அனுப்ப ஆரம்பித்தான். நேரம் போய்க்கொண்டே இருந்தது.

அவன் தலை நிமிர்ந்து பார்த்தான். வெளியே வெயில் கொளுத்திக் கொண்டிருந்தது. மரங்கள் அசையாமல் நின்றன. ஒரே புழுக்கமாக இருக்க அவன் மணி பார்த்தான். இரண்டை தாண்டிவிட்டது.

காலையில் போன அப்பா இன்னும் வரக்காணோம்னு கவலை தோன்ற அவன் அவளிடம் கேட்டான்.

"அப்பா இன்னும் வரலையே. எங்கெ போயிருப்பார். எங்கெ போறதா சொன்னாரு?"

சிவரஞ்சினி சற்றுநேரம் பேசாமல் இருந்தாள். பின்னர், "நான் தான் ரேஷன் கடைக்கு அனுப்பி வைச்சேன்" என்றாள்.

அவன் அதிர்ந்து போனான்.

"என்னது, ரேஷன் கடைக்கா"?.

"ஆமா ரேஷன் அரிசின்னா வெல கம்மி இல்லா? அதான்" என்றாள் தயக்கத்துடன்.

"அது சரி. ஆனா அப்பா ஒரு பெரிய விவசாயி ஆயிருந்தவர் தெரியுமா. நெல்லும் அரிசியுமா அள்ளி அள்ளிக் கொடுத்தவரு மரக்கா

மரக்காவா அளந்து கொடுத்தவரு. அவரெப்போய் ரேஷன் வாங்க போகச்சொல்லியிருக்கியே" அவன் கோபமாகவே பேசினான்.

"இப்ப விவசாயி இல்ல இல்லா. அப்ப ரேஷன் அரிசி வாங்க போவேண்டியது தான்". அவள் குரலில் அலட்சியம் இருந்தது.

ஒருவிதமான கையாலாகாத்தனத்துடன் ஒரு கணம் நின்றான். பின்னர்," "ஆமா இங்கெ ஒரு அக்கா வருவாங்கல்லா, சாரதான்னோ என்னவோ பேரு. அவங்களெ விட்டு வாங்க வேண்டியது தானே. முன்னே ரண்டுதரம் அவங்க அவங்களுக்காக கார்டு வாங்கிட்டுப் போனாங்கன்னு நீ சொல்லியிருந்தே" என்றான்.

"அது முன்னெ. இடையிலே அந்த அக்கா மூணாயிரம் ரூவா கடன் கேட்டாங்க. நீங்க கொடுக்கமாட்டீங்க. அதனால் நான் இல்லேன்னுட்டேன். அதான் இப்பல்லாம் அவங்க வரதில்லே இங்கெ". என்னவோ கடன் கொடுக்காதது அவன் தப்பு என்பது போல் பேசினாள்.

"சே, ஆனாலும் அப்பாவெ அனுப்பியிருக்கக்கூடாது நீ, என்கிட்டெ சொன்னா நான்போய் வாங்கிட்டு வந்திருப்பனே" என்றான் ஆற்றாமையோடு. மேலும், "வயசானவரு க்யூவில நிக்கமுடியுமா அவருக்கு" என்றான்.

அவள் ஒன்றும் பேசாமல் நின்றாள்.

சரி. அப்பக்கூட வரதுக்கான நேரமாயிருச்சே என்று கவலையோடு சொல்லி படிக்கட்டு வரை போய் நின்று எட்டிப்பார்த்தான். தெரு வெறிச்சென்று கிடந்தது.

"அவரு வந்திடுவாரு. நீங்க சாப்பிடவாங்க" என்று அழைத்தாள் சிவரஞ்சினி.

"அப்பா வரட்டும்" என்று சொல்லி கம்பிவலை பால்கனி செயறில் உட்கார்ந்து அவளை பார்த்தான்.மறுபடியும் மின்சாரம் போய்விட்டது.

"கரண்ட் எப்ப வருதோ. சே", என்று அலுத்துக்கொண்டு சிவரஞ் சினி டி.வி. திரையை பார்த்துக்கொண்டிருந்தாள்.

தனித்து விடப்பட்டதுபோல் தோன்ற அவன் களைப்பாக உணர்ந்தான். அவனுக்கு மீண்டும் வீடு, தோட்டம், நிலம் குறித்த நினைவுகள் வந்துகொண்டே இருந்தன.

தோட்டத்தில் அந்த நெல்லிமரத்தின் கீழ் அப்பா ஒரு பழைய கயிற்று கட்டில் போட்டிருந்தார். அது கயிறின் இறுக்கமெல்லாம் தளர்ந்து தொய்ந்துபோய் தொட்டில் போல் கிடக்கும். சாயங்காலம் இருட்டு வருமுன் அப்பா சற்றுநேரம் அதில் படுத்துகிடப்பார். பக்கத்தில் உள்ள மாமரத்தின் ஒரு கிளையில் ஒரு ஊஞ் சல் கட்டியிருந்தார் அப்பா. அது அவனுக்கு, நெல்லிமரத்தில் அல்லது மாமரத்தின் தாழ்வான கிளையில் ஒருபாய் சுருட்டி வைக்கப்பட்டிருக்கும். அது அப்பாவுக்கு உதவியாக எந்த வேலையும் செய்யக்கூடிய வேலுவுக்கு. கீழே புல்தரையில் நீளமாக ஒரு பெஞ் சுப்பலகையும் கிடக்கும். அதன் மேல் அவன் உட்கார்ந்து அப்பாவிடம் பேசிக்கொண்டிருப்பான். அம்மா சிலநேரம் பெரிய சொம்பில் காபி கொண்டு வந்து தருவாள். இருட்டு வரும் போது, "வாங்க போலாம். ஏதுனாம் பூச்சி பொட்டு இருக்கப்போவுது, நீயும் வீட்டுக்குப்போயிரு வேலு" என்பாள்.

நேரம் ஆக ஆக அவனுக்கு பதற்றம் ஏற்பட்டது. அவன் எழுந்து சட்டையை போட்டுக்கொண்டு ரேஷன் கடை எங்கெ என்று சிவரெஞ் சினியிடம் கேட்டாள். அவள் சரியாகத்தெரியாது என்று சொல்லி ஒரு பேக்கரி பெயர் சொல்லி அதன் பக்கத்தில் விசாரியுங்கள் என்றாள்.

அவன் கொதிக்கும் வெயிலில் தெருவில் இறங்கி நடந்தான். சிவரஞ்சினி மேல் கோபம் வந்தது. எங்கோ பிறந்து இருபத்துநான்கு வருடம் வளர்ந்து கல்யாணமாகி இப்போது எட்டு வருடங்களாகத்தான் அவளுக்கு அப்பாவை தெரியும். அதுவும் இப்போது ஆறுமாதமாகத்தான் அப்பா இங்கே தங்கியிருக்கிறார். அவளுக்கு அப்பாவை காணவில்லை என்பது குறித்து எந்தமாதிரி உணர்வுகள் இருக்கக்கூடும் என்று யோசித்தான்.

அவளது அப்பா என்றால் எப்படி பதறுவாள் என்றெல்லாம் எண்ணிப்பார்த்தான். அவளது அப்பா சொந்த வீட்டை விற்று அவளை படிக்கவைத்து கல்யாணமும் பண்ணிக்கொடுத்துவிட்டு செத்துப்போய்விட்டார். அவளுக்கு வேலை கிடைத்து வருவாய் வந்தால் அவள் அம்மாவை கவனித்துக்கொள்வாள் என்று அவர் நினைத்திருக்கக்கூடும். அதொன்றும் நடக்கவில்லை.

அவளது அம்மா அவளது அண்ணனிடம் போய்விட்டார். தன்னுடைய அப்பா நிலத்தை வித்து தன்னை படிக்க வைத்தார். அவர் எதிர்பார்த்ததுபோல் ஒன்றும் நடக்கவில்லை. அவனுக்கு

கண்ணிலிருந்து நீர் வழிந்தது. வியர்வை துடைப்பது போல் கையால் முகத்தை துடைத்துக் கொண்டான். அவசரத்தில் அவன் கைக் குட்டையும் எடுக்கவில்லை. அனாதையாக நிற்பது போல் அவனுக்கு ஓர் உணர்வு தோன்றியது.

ஒரு வழியாக ரேஷன்கடையின் முன்சென்று விட்டான். அது பூட்டியிருந்தது. ரேஷன்கடைக்கு என்று விடுமுறை என்பதெல்லாம் அவனுக்குத் தெரியவில்லை. அவன் மேலும் பதற்றமானான். எங்கே தேடுவது என்று யோசித்தான்.

"என்ன ராஜாமணித்தம்பி, அப்பா ஊருக்குப்போனாரா, காலேல பஸ்ஸ்டாண்டில பாத்தேனே" என்று சொல்லிக்கொண்டே எதிரில் வந்தார், பக்கத்து புது அடுக்குமாடிக்குடியிருப்பின் செக்யூரிட்டி. அவன் ஆமாம் என்று சொல்லிக்கொண்டே பஸ்ஸ்டாண்ட் பக்கம் நடந்தான். அப்பா ஊருக்கு சரசுவதி அத்தை வீட்டுக்குத்தான் போயிருப்பார் என்று யூகித்தான். அவனுக்கு சற்று ஆசுவாசமாக இருந்தது.

முதலில் கிடைத்த பஸ் பிடித்து இருபத்தி ஐந்து கிலோ மீட்டர் தூரத்தில் உள்ள ஊரில் இறங்கி வேகவேகமாக நடந்தான். தெரிந்தவர்கள் யாரையும் பார்க்கக்கூடாது என்று நினைத்துக் கொண்டான். அதனாலேயே குறுக்கு வழியில் இறங்கி தரிசாக போடப் பட்டிருந்த காய்ந்து போன நிலம் வழியாக நடந்தான். விற்கப்பட்டு விட்ட தோட்டத்தையும் வீட்டையும் கடந்துதான் சரசுவதி அத்தை வீட்டுக்குச்செல்ல வேண்டும். அவன் வேகவேகமாக வியர்வை வழிய நடந்தான்.

கொஞ்சமாக தண்ணீர் ஓடிக்கொண்டிருந்த சிறுவாய்க்கால் கரையோரமாக நடந்தபோது பழையவீடு இன்னும் கொஞ்சம்கூட இடிந்து தரைமட்டமாக கிடந்தது கண்டான். சிறுசிறு செடிகள் வளர்ந்து நின்றன. வீட்டையும் தோட்டத்தையும் வாங்கியவர் பின்னர் எதுவும் செய்யவில்லை போல் தெரிகிறது.

சற்று தூரத்தில் தரிசாக போடப்பட்டிருந்த நிலத்தில் அடுக்குமாடிக் கட்டடம் ஏதோ கட்டுகிறார்கள். அப்பாவுக்கு சொந்தமாக இருந்த நிலம் தரிசாகக் கிடக்கிறது. தோட்டத்து மாமரத்தில் கட்டப்பட்டிருந்த ஊஞ்சலில் கையில் ஒரு புத்தகம் பிடித்துக்கொண்டு பச்சைப்பசேலென்ற வயலையும் வயலில் வேலை செய்யும் ஆட்களையும் பார்த்துக்கொண்டு காற்றாட உட்கார்ந்திருந்ததெல்லாம் ஞாபகத்தில் வர அவனுக்கு வேதனையாக இருந்தது.

இப்போது தோட்டம் கண்ணில் பட்டது. பல இடங்களில் கம்பிவேலி அறுந்து போய் கிடக்கிறது. தோட்டத்தின் உள்ளே இரண்டு ஆடுகள் நின்றன.

கம்பிவேலியின் இடைவெளி வழியே உள்ளே போகலாமா என்று யோசித்தான். விலைக்கு கொடுத்த பிறகு எந்த உரிமையுமில்லாத அந்த இடத்தில் நுழைவது சரியாகாது என்று தோன்ற சற்றே தயங்கினான். காவலாளி எல்லாம் யாரும் இருக்கமாட்டார்கள் என்று எண்ணிக்கொண்டான். தோட்டத்தில் நுழைந்து நேராக நடந்து வெளியே போனால் சரஸ்வதி அத்தை இருக்கும் தெருவுக்கு சீக்கிரமாகச் சென்றுவிடலாம் என்றெண்ணி தோட்டத்துக்குள் நுழைந்தான். புல்லும் செடிகளும் வளர்ந்திருந்த தோட்டத்தில் காலை பதித்து நடந்தான் அவன்.

தன்னிச்சையாக அவனது கண்கள் மாமரமும் நெல்லிமரமும் நின்ற இடத்தை பார்த்தது. அங்கே கயிற்றுக்கட்டில் காணப்படவில்லை. ஊஞ்சல் அறுந்து பாதிக்கயிறு தொங்கிக்கொண்டிருந்தது. மண்ணில் ஏதோ வெள்ளையாகத்தெரிய அவன் ஓடினான். அங்கே அப்பா படுத்திருந்தார். அவன் அதிர்ச்சியுடனும் ஆசுவாசத்துடனும் பார்த்தான்.

மாலை மங்கிவருகின்ற அந்திப்பொழுதினில் நெல்லிமரத்தடியில் மண்ணில் காலில்லாத பெஞ்சிபோல் கிடந்த பலகைமேல் கிழிந்த பாய் போட்டு தலைக்கு இரண்டு செங்கற்களை வைத்து அதன்மேல், மேல் துண்டை மடித்துப்போட்டு அப்பா படுத்திருந்தார். அவன் பயத்துடன் அப்பா பக்கத்தில் உட்கார்ந்தான். அப்பா நல்ல ஆழ்ந்த தூக்கத்திலிருந்தார். சீராக ஏறி இறங்கிக் கொண்டிருந்த மார்பை பார்த்தான்.

அப்பா என்று கூப்பிட நினைத்தவன் வேண்டாம் கூப்பிட வேண்டாமென்று பேசாமல் இருந்து விட்டான். அப்பா தூங்கட்டும். அவன் நிம்மதிப் பெருமூச்சுடன் பார்த்துக்கொண்டிருந்தான். இருள் பரவ இன்னும் நேரமிருக்கிறது. சற்றுக்கழித்து கூப்பிடலாம் என்று நினைத்தான். அமைதியான சூழல். இளம் காற்று வீசிக்கொண்டிருந்தது.

அவன் சிவரஞ்சினியையும் சின்மயியையும் நினைத்துக் கொண்டான். சிவரஞ்சினி இதுவரை கைபேசியில் அழைக்கவில்லை. பயந்து விட்டாளோ என்னவோ, அவனுக்கு இப்போது சிரிக்கலாம் என்று தோன்றியது. சிவரஞ்சினியை கூப்பிட்டு விஷயத்தை சொல்லலாம் என்று நினைத்தவன் முடிவை மாற்றிக்கொண்டான்.

ஊதா வண்ண இலைகளின் பாடல் ❖ 45

சற்று பொறுத்து போன் பண்ணலாம் என்று தனக்குத்தானே முனகிக்கொண்டான். பேச்சுக்குரல் ஒரு வேளை அப்பாவை எழுப்பிடக் கூடும், வேண்டாம் அப்பா தூங்கட்டும்

இந்த வீடு, பராமரிப்பற்ற தோட்டம் தரிசாகக்கிடக்கும் நிலம் எல்லாம் விற்கப்படாமல் இருந்திருந்தால் எவ்வளவு நன்றாக இருந்திருக்கும் என்று சிந்திப்பதற்கு அவனுக்கு விருப்பமாக இருந்தது. அதன் மறுபக்கத்தைக் குறித்தும் சிந்தித்தான்.

மறுபடியும் அப்பாவை பார்த்தான். அவனுக்கு அப்பாவின் பக்கத்தில் படுக்க வேண்டுமென்று தோன்றியது. பெஞ்சி போன்ற பலகையில் மீதமிருந்த கொஞ்சம் இடத்தில் அப்பாவின் உடம்பில் மெலிதாக பட்டுக்கொண்டு மெதுவாக அவனும் படுத்துக்கொண்டான். அவர்கள் இருவரையும் தழுவிக்கொண்டு இளம்காற்று வீசிக் கொண்டிருந்தது.

❖

ஜோதி

வரும் வழியெங்கும் மலர்களைத் தூவி பயணம் சுகமாக இருக்கும்படி செய்ய யாரோ இருக்கும் பொழுது எங்கு வேண்டுமென்றாலும் செல்வது விதிக்கு எளிதாகத்தான் இருக்கும். எங்கும் எப்போதும் அதுதான் ஜெயித்துக் கொண்டிருக்கிறது. என்ன திட்டம் தீட்டினாலும் அதை தகர்த்துவிடலாமென்றோ அல்லது நடத்தி விடலாமென்றோ நினைத்துக்கொண்டு விதிவந்துவிடும். ஆனால் என்ன நடக்கும் என்பது நிகழ்வின் பின்தான் அறிய முடியும். இப்படியெல்லாம் நினைத்துக்கொண்டு அலுப்புடன் துவைத்த துணிகளை மடித்து வைத்துக் கொண்டிருந்தாள் ஜோதி.

இந்த விதியின் பாதையில் யாரும் தடைக்கற்கள் போடுவதில்லையா, பள்ளங்கள் தோண்டி வைப்பதில்லையா, வழியில் பெரிய பெரிய மரங்கள் குறுக்காக விழுந்து கிடப்பதில்லையா, நடந்து செல்லும் போது பெருநெருப்பு தென்படுவதில்லையா, கொதிக்கும் நீரூற்று எதிர்படுவதில்லையா, உறுமிக்கொண்டு ஓடும் விலங்குகளும் பிளவுபட்ட நாக்கை வெளிக்காட்டி ஊர்ந்து போவனவுமில்லையா, அதையெல்லாம் தாண்டி விதி எப்படி எல்லா இடத்திலும் போய் நிற்கிறது.

துவைத்த துணிகளை சரியாக மடிக்காமல் அவள் சுருட்டிச்சுருட்டி வைத்தாள். அவளுக்கு திடீரென்று வயிற்றில் வலியெடுத்தது. இப்போது கொஞ்ச நாட்களாக அடிக்கடி வலி வருகிறது. உடல் முழுவதும் சூடாக இருக்கிறது. சிலநேரம் கூடுதலாக வேர்க்கவும் செய்கிறது. சற்று நேரத்தில் குறைந்து விடுகிறது. சிலநேரம் வலிநிவாரணி தேவைப்படுகிறது.

அவளுக்கு குளிக்கவேண்டும் என்று தோன்றியது. காலையில் குளித்தாகிவிட்டது. ஆனால் இப்போது இந்த இருட்டு வரும் நேரத்தில் குளிக்க வேண்டும் என்று தோன்றியது. குளியலறையில் அல்ல குளத்தில். சும்மா நடந்து செல்லும் வழியில் ஒருநாள் அந்த குளம் தென்படும். அங்கிங்கென பூக்கள் மலர்ந்திருக்கும் குளம். நல்ல குளிர்ந்த நீர் நிறைந்த குளம், அமைதியாக சிறுசிறு வட்டங்களாக சித்திரம் வரைந்து கொண்டிருக்கும். அதன் ஓரத்தில் சிறுகற்படிக்கட்டுகள் இருக்கும். அதன்மேல் கால் வைத்து மிகுந்த கவனத்துடன் குளத்தில் இறங்கி உடல் முழுவதும் நனையும்படி மூழ்கி எழுந்திருக்க வேண்டும். குளிர்ந்த நீர் வெதுவெதுப்பான நீராக மாறி உடலை நனைத்து இதமளிக்கக் கூடும்.

மூழ்கி நிமிரும்போது இளஞ்சூரியன் மஞ்சள் கதிர்கள் நீட்டி அரவணைக்க, இளம் காற்று மெல்லத்தழுவி ஆடைகளை உலரச்செய்யக்கூடும். நீள் கூந்தல் காற்றில் அசைந்து நீர்துளிகளை உதிர்த்து நிற்குமிடத்தில் புள்ளிக்கோலம் போடக்கூடும். உடலுக்கு ஒரு கவசம் போட்டுக் கொண்டதுபோல் தோன்றும். பின்னர் கஷ்டங்கள் எதுவும் அணுகாது. அந்தக்குளம் எங்கே என்று கண்டுபிடிக்க வேண்டும். என்றோ, எங்கோ கேட்ட கதையை சும்மா கதை என்று மறந்துவிடக்கூடாது என்று தீர்மானித்தாள்.

யோசனை இதுவரையில் வந்தபோது அவளுக்கு சிரிப்பு வந்தது. இப்படியாவது சிரிப்பு வருகிறதே என்று நினைத்து மீண்டும் சிரித்தாள். அவள் சிரிப்பு வாசலைத் தாண்டி ஆளரவம் குறைந்த தெருவில் அரையிருட்டில் மரத்திலிருந்து உதிர்ந்து காற்றில் மெதுவாக அசைந்தாடி விழும் மஞ்சள் நிற இலைகளுடன் கலந்து விட்டது என்று அவள் கற்பனை செய்து கொண்டாள்.

நல்லவேளை. அப்படி இல்லையென்றால் அந்த சிரிப்பு வீட்டுக்குள்ளேயே சுற்றிச்சுற்றி வந்து கொண்டிருக்கும். சரியான ஒரு சமசதுரமான இடத்தை நான்கு அறைகளாக கட்டி வைத்தது போல் ஒரு

வீடு. இரண்டு படுக்கையறைகள், ஒரு முன்னறை, ஒரு சமையலறை, பின்பக்கம் திண்ணையும் இரு பக்கமும் இரு குளியலறைகளும், சிரிப்பும் வார்த்தைகளுமெல்லாம் சிலநேரம் இதற்குள்ளேயே சுற்றிக்கொண்டிருக்கும் போலும்.

கோபமான வார்த்தைகள் அறைகளுக்குள் புகுந்து புகுந்து வெளிவரும் போது அவையெல்லாம் அன்பான வார்த்தைகள். ஏதோ அசரீரி சொல்வது என்றெல்லாம் நினைத்துக்கொள்வாள். அன்போடும் பரிவோடும் அந்த பேச்சுக்களை மாற்றியமைத்து பதில் சொல்ல அவளுக்கு ஆசையாக இருக்கும். உனக்கு பைத்தியமா என்ற கேள்வி வருமென்பதால் அவள் அதற்கு முற்படுவதில்லை.

அவள் தலையை உலுக்கிக் கொண்டாள். மடித்ததும் சுருட்டினதுமான துணிகளை எடுத்துக்கொண்டு ஒரு பெருமூச்சுடன் எழுந்தாள். படுக்கையறைக்குச்சென்று அங்கிருந்த பீரோவில் துணிகளை வைத்தாள். பின்னர் என்ன செய்யலாம் என்று யோசித்தும் ஒன்றும் செய்ய வேண்டாமென்று நினைத்தும் அறைக்குள்ளேயே அங்குமிங்குமாக நடந்தாள். பின்னர் மிளகு சைஸிலும் அதைவிட சற்றே பெரிய சைஸிலும் உள்ள சிவப்பு வெள்ளை என பல வண்ண பிளாஸ்டிக் மணிகள் வைத்திருந்த கிண்ணங்களையும் ப்ளாஸ்டிக் ஒயர் சுருளையும் எடுத்துக்கொண்டு மறுபடியும் முன்னறைக்கு வந்தாள்.

முன்னறை வாசலருகே தரையில் உட்கார்ந்து மணி கோர்க்க ஆரம்பித்தாள். பலவண்ணமணிகளினால் ஆன ஒன்றரை அடி நீளமும் ஒரு அடி அகலமும் கொண்ட டேபிள்மேட்டுகள் செய்ய ஆடர் வந்துள்ளது. பல வண்ண மணிகள் கோர்த்து பல டிசைன்களில் அவள் செய்து கொண்டிருக்கிறாள். ஓரளவு பணம் கிடைக்கும் என்பதால் அவள் மெனக்கெட்டு செய்து கொண்டிருக்கிறாள். அவளுக்கு அதில் விருப்பமும் உண்டு. ஆடர் தந்த அத்தனையும் அவளால் மட்டும் செய்ய முடியாது எனறு நினைத்து குளத்தங்கரை வீட்டு விஜயாவிடம் கொஞ்சம் செய்து தரச்சொல்லியுள்ளாள். நினைத்தால் அவளாலே செய்ய முடியும் தான். ஆனால் வீட்டின் உள்சூழல் ஒவ்வொரு நாள் ஒவ்வொரு மாதிரி இருக்குமே.

மின்விளக்கின் ஒளியில் மணிகோர்ப்பது கஷ்டமாக இருக்கிறது. கண் டெஸ்ட் பண்ணவேண்டும் என்று நினைத்தாள். மணி சரியாக கோர்க்க வரவில்லை. அவளுக்கு மனசுக்குள் ஒரே பதற்றமாக இருந்தது. இன்னும் ஷிவானி வரக்காணோம். மணி ஏழாகிறது. இன்று விடுமுறை

தான். ஆனால் வீட்டுக்குள் யாருமில்லை. சாதாரணமாக இரவில் எட்டுமணியளவில் தான் வருவாள். கல்லூரி வகுப்பு முடிந்தபின் ஏதோ கணினி மையத்தில் வேலை செய்கிறாளாம். இன்று விடுமுறை நாளில் எங்கு போயிருக்கிறாள் என்று தெரியவில்லை. அவள் ஒன்றும் சொல்வதுமில்லை.

முன்பு "ஏம்மா லேட்" என்று கேட்டால் ஃப்ரண்ட் வீட்டுக்குப் போனேன், ஸ்கூட்டி ரிப்பேர், கம்பயின் ஸ்டடி என்று, ஏதாவது சொல்வாள். அதுவும் முகத்தை பார்த்து நேராக சொல்லமாட்டாள்.

நடந்து கொண்டே சொல்லிக் கொண்டு அறைக்குள் போய் விடுவாள். இப்போதெல்லாம் அவளை கேள்வி கேட்பது அவளுக்கு இஷ்டமில்லை.

"சும்மா சும்மா டெய்லி ஏன் லேட்டுன்னு கேட்டிட்டிருக்காதே. எனக்கு பிடிக்காது" என்று ஒருநாள் கடுகடுவென்று முகத்தை வைத்துக் கொண்டு சொல்லிவிட்டு கதவை பலமாக சாத்திவிட்டாள் ஒரு நாள். அதன்பின் ஜோதி ஒன்றும் கேட்பதில்லை.

கடந்த மாதம் ஒருநாள் விடுமுறை நாளில் சாயங்காலம் நான்குமணி அளவில் ஒரு பையனை ஸ்கூட்டியின் பின்னால் ஏற்றிக் கொண்டு வந்தாள்.

"அம்மா இது என் ஃபிரண்ட் பேரு பிஜோய். வங்காளி" என்று அறிமுகப்படுத்தினாள்.

அந்தப்பையன் நமஸ்காரம் சொன்னான்.

அவனை உட்கார வைத்துவிட்டு அவள் ஜோதியை உள்ளே அழைத்தாள்.

"அம்மா காபி போடு. ஸ்நாக்ஸ் ஏதாவது இருக்கா? எப்பவும் போல இல்லே இல்லேன்னு சொல்லாதே. ஏதுனாம் செய்" என்று கட்டளையிட்டு விட்டு அவனிடம் பேசப்போய் விட்டாள்.

ஜோதி கவலைப்பட்டாள். சமையல் ரூமில் எல்லா டப்பாக்களையும் திறந்து பார்த்து கிடைத்ததை வைத்து ஒருவித பக்கோடாவும் காபியும் தயார் செய்து கொண்டிருந்தபோது ஷிவானி வந்து, "ஆயிற்றா" என்று கேட்டு அவசரப் படுத்தினாள்.

ஜோதிக்கு மிகுந்த கோபம் வந்தது.

"ஆமாம்டீ. இங்கே எல்லா ஜாமானும் நிறைய நிறைய இருக்கு. ஏன்னா உங்கப்பா வாங்கி வாங்கி வச்சிருக்காரில்ல. செய்யத்தான் ஆளில்லை" என்றாள் தணிந்த குரலில் கோபத்துடன்.

"உஷ். சத்தம் போடாதே. அந்த மாதிரி அப்பாவெ ஏன் இங்கே வச்சிருக்கே. வெளியே போச்சொல்லு. வராதேன்னு சொல்லு" என்று சர்வ சாதாரணமாக சொல்லி விட்டு முன்னறைக்குப் போய்விட்டாள்.

ஜோதி காபியும் பக்கோடாவும் எடுத்துக்கொண்டு போய் அவர்கள் முன் வைத்துவிட்டு அவனைப்பற்றி விசாரித்தாள்.

"பிஜோய்க்கு தமிழ் தெரியாதும்மா" என்று சொல்லி விட்டு அவர்கள் எதைக் குறித்தோ ஆங்கிலத்தில் பேசிக்கொண்டிருப்பதை கண்டுவிட்டு ஒரு கணம் அங்கேயே நின்றாள். தமிழ்தானே அவனுக்குத் தெரியாது. நான் ஆங்கிலத்தில் கேட்கிறேன் என்று மனதுக்குள் நினைத்தவள் வேண்டாமென்று திரும்பி விட்டாள்.

இப்போது மணிகண்டன் வந்து விட்டால் என்ன சொல்வாரோ எப்படி நடந்து கொள்வாரோ என்று அவள் பயந்தாள். பின்னர் பின் பக்கத்து தோட்டத்தில் சென்று ரோஜா செடிகள், கீரை பாத்தி, பச்சைமிளகாய், இஞ்சி செடிகள், துளசி செடிகள் ஆகியவற்றுக்கு நீர் பாய்ச்சினாள். வெள்ளை, சிவப்பு, மஞ்சள் ரோஜா பூக்கள் அவளை பார்த்து தலை அசைத்தன. அவள் அவைகளிடம் பேசினாள். சிரித்தாள். அன்று அவன் போன பின்தான் மணிகண்டன் வந்தார். நல்ல வேளை.

இதெல்லாம் ஞாபகம் வர மணிகள் கோற்பதை நிறுத்தி விட்டு நிமிர்ந்து பார்த்தாள். வெளியே நல்ல இருட்டு. தெருவிளக்கு கொஞ்ச நாட்களாகவே எரிவதில்லை. ஷிவானியை காணவில்லை. சரத்தை காணவில்லை. மணிகண்டனையும் வரக்காணோம். ஒரு விடுமுறை நாள் இப்படி போகிறதே.

மணிகண்டன் வரும்முன் ஷிவானியும் சரத்தும் வந்து விட்டார்கள் என்றால் நல்லது. இல்லையென்றால் என்ன நடக்கும் என்று சொல்லமுடியாது. ஒன்றும் நடக்காமலிருக்கவும் சாத்தியமுண்டு. அதெல்லாம் முன்னரே எழுதப்பட்ட விஷயங்கள் ஆயிற்றே. அது நிகழும் வரை அது குறித்து நமக்கு தெரியாமலிருப்பது தான் விந்தையான விஷயம் என்று முணுமுணுத்தாள் அவள்.

மறுபடியும் வேலையை ஆரம்பித்தாள். மெரூன் கலர் மணிகள் கோர்த்து ஏறக்குறைய முடித்து வைத்த ஒரு மேட்டின் ஓரத்தில் இளம்

மஞ்சள் நிறத்திலுள்ள மணிகளை இணைக்க துவங்கினாள். இடையில் ஒரு தரம் வெளியே உள்ள இருட்டை பார்த்தபோது அவளுக்கு பயம் வந்தது. அவள் எழுந்து போய் திறந்து கிடந்த கதவை சாத்தி தாழிட்டு விட்டு ஜன்னலை திறந்து வைத்து திரையை ஓரமாக தள்ளி வைத்தாள். இளம் காற்று இதமாக வீசுகிறது. பக்கத்தில் எங்கோ ஒரு குயில் கூவுகிறது. சற்று நேரம் ஜன்னல் வழியே வெளியே பார்த்துக்கொண்டு நிற்க வேண்டும் போல் தோன்றியது. அவள் அப்படியே நின்றாள்.

ஜன்னல் படி மேல் மூடியில்லாமல் பேனா மட்டும் கிடந்தது. பக்கத்தில் கிடந்த வாரப்பத்திரிகையின் பின்பக்கம் ஜோதி என்றெழுதினாள். பின்னர் முழுப்பெயரான ஜோதி ஜயலட்சுமி என்றெழுதினாள். அவளுக்கு மறுபடியும் சிரிப்பு வந்தது.

சுடர்கின்ற ஜோதி இல்லாத ஜோதி. ஜயமில்லாத லட்சுமி. தோற்றுப்போன லட்சுமி. லட்சுமி கடாட்சமில்லாத லட்சுமி. இவளுக்கு எதற்காக இப்படி ஜோதி ஜயலட்சுமி என்ற பெயர். இது சிரிப்பைத்தான் தருகிறது என்று சொல்லி சிரிக்க ஆரம்பித்தாள்.

"இப்படித்தான் ஜோதீ, யாரும் பக்கத்தில் இல்லாத பொழுதுகளில்தான் உன்னால் சிரிக்க முடியும். அப்படியாவது நீ சிரித்துவிடு. இல்லாவிட்டால் சிரிப்பை நீ மறந்துவிடுவாய். நீ அழவும் மாட்டேன் என்கிறாய். அழுகை வந்தால் அழவேண்டும். சிரிப்பு வந்தால் சிரிக்க வேண்டும். நீ இதெல்லாம் அடக்கி வைக்கிறாய். உணர்வற்றவள் போல் இருக்கிறாய்".

அரூபியின் குரலுக்கு அவள் செவி சாய்த்தாள். தனியாக இருக்கும் பொழுதுகளில் அரூபி அவளிடம் பேசுவதுண்டு. அரூபியின் பேச்சில் அன்பு கலந்திருக்கும். பரிவோடு பேசுவது போல் தோன்றும். இதயத்தை வருடுவதாகவும் தோன்றும். அது கேட்பது அவளுக்கு மகிழ்ச்சியை தருகிறது.

அவள் ஒரு பெருமூச்சுடன் ஒருமுறை கூட ஜன்னல் வழி எட்டிப்பார்த்தாள். ஜன்னலிலிருந்து பார்த்தால் தெரியக்கூடிய தூரத்தில் இருளும் ஒளியும் கலந்து கிடந்த தெருவில் நிழல்கள் நடப்பது போல் தெரிந்தது. ஓர் உருவம் நடப்பது பார்த்தால் ஷிவானி போல் தோன்ற அவள் உற்றுப்பார்த்தாள். அது ஷிவானி இல்லை. டாப்பும் லெக்கின்சும் போட்ட வேறு ஏதோ பெண். அவள் இந்த வீட்டை கடந்து போய் விட்டாள்.

ஷிவானி இறுக்கமான கையில்லாத டாப் போடுகிறாள். காலை கவ்விப்பிடிக்கும் லெக்கின்சும் சில நாள் ஜீன்சும் போடுகிறாள். சுடிதார் எப்போதாவது. புடவை வெகு அரிதாக. மார்பை மூடிக்கொள்ளும்படியாக ஏதாவது அவள் போட்டுக்கொண்டால் நன்றாக இருக்கும் என்று ஜோதி ஆசைப்பட்டாள். உடம்பு கொழுகொழுவென்றிருக்கிறது. உடை குறித்து இப்போதெல்லாம் அவளிடம் ஒன்றும் சொல்ல முடிவதில்லை. சொன்னால் "பின்னென்ன ட்ரெஸ் போடணும்கறே. இந்த மாதிரி வயிறு தெரியும்படியா புடவெ கட்டணுமா. பாவாடை தாவணி போட்டு நீளமா தலையை பின்னி மல்லிப்பூ வச்சுக்கிட்டு நகத்தெ கடிச்சுக்கிட்டு நிக்கணுமா" என்கிறாள் பதிலுக்கு.

இப்போதெல்லாம் அந்த மாதிரி பேச்சு கூட இல்லை. வீட்டில் இருக்கும் நேரம் அறைக்கதவை உள்ளே தாழ் போட்டுக்கொண்டு இருக்கிறாள். சாப்பாட்டு மேஜையில் அம்மா அப்பா மகள் மகன் என்று எல்லோரும் ஒன்றாக உட்கார்ந்து சாப்பிட்ட காலம் எப்போதோ போயிற்று. மணிகண்டன் தேவையில்லாமல் ஏதாவது பிரச்சினை செய்யும் காலங்களில் அவள் சாப்பிடுவதேயில்லை. வெளியில் சாப்பிடு வாளாயிருக்கும். வீட்டுக்குள்ளேயும் சாப்பிட முடியாமல் வெளியேயும் சாப்பிடமுடியாமல் இருக்கும் ஜோதீ நீ என்ன செய்வாய், எப்படி இந்த வாழ்க்கையை ஓட்டப்போகிறாய் என்று அடிக்கடி அரூபி அவளிடம் கேட்பதுண்டு.

சரத்தும் இவளைப்போல் தான் இருக்கிறான். எப்போதும் செல்லிலேயே அமிழ்ந்து கிடக்கிறான். ஏதாவது நண்பர்களுடன் பேசுகிறான். அல்லது அதிலேயே என்னவோ பார்த்துக் கொண்டிருக்கிறான்.

"அம்மா நான் இந்த ஊரில இருக்கமாட்டேன்மா. அடுத்த மாசம் எக்சாம் முடிஞ்சுரும். நான் எங்காவது போயிருவேன். இன்னிக்கு சாயந்தரம் ட்யூஷன் முடிஞ்சப்புறம் ரங்கராஜ் என்கிட்டெ கணக்கிலெ ஒரு டவுட் கேட்டான். நான் சொல்லிக்குடுத்தது அவனுக்குப் புரியலே. மறுபடியும் கேட்டான். வீட்டுக்குப்போணும் லேட்டாயிருச்சு. நாளைக்கு சொல்லித்தரேன்னு சொல்லிட்டு கிளம்பிட்டேன். நான் நாலடி நடக்கறதுக்குள்ளெ அவன் சஞ்சய்கிட்ட என்ன சொன்னான் தெரியுமா "அவன் அப்பா டாஸ்மாக்கிட்டெ எங்கெயாவது விழுந்து கிடப்பாரு அவரெ கூப்பிட்டுக்கிட்டுப்போணுமில்லே. அதான்

அவன் அவசரப்பட்டான்னு". சிவகுமாரும் சஞ்சயும் ரங்கராஜும் சிரிச்சாங்க. நான் திருப்பி ஒண்ணும் சொல்லலே. அவன்கிட்டெ நான் சண்டெக்குப் போனா எல்லாம் சரியாயிருமா. அப்பாட்டெ ஒழுங்கா இருக்கச்சொல்லும்மா. இல்லன்னா இங்க வராதேன்னு சொல்லு" என்றான் ஒருநாள் கோபமாக.

அன்று இரவில் மணிகண்டன் வந்தபோது ஒன்றும் பிரச்சினை இல்லை என்று தோன்றியதால் சரத் சொன்னான்.

"அப்பா ட்ரான்ஸ்ஃபர் வாங்கிடுங்க. வேற ஏதாவது ஊருக்குப் போயிரலாம்."

மணிகண்டன் கேட்காதவர் போல் பேசாமலிருந்தார். அவள் மறுபடியும் "அப்பா" என்ற போது "போய் படிடா" என்றார் சத்தமாக.

"அவன் சொல்றதும் சரிதானே. இந்த ஊரிலே உங்க பிரண்ட்ஸ் உங்களெ ஒழுங்கா இருக்க விட மாட்டாங்க. மாற்றல் கேளுங்க" என்றாள் ஜோதி பயந்து பயந்து.

அதற்கும் அவர் பதிலளிக்கவில்லை.

"இப்படியே போனால் ஒருநாள் வேலை போயிடப்போகுது" என்றாள் முணுமுணுப்பாக.

இப்போது அவர் "எந்த ஊர் போலாம்கறே" என்று கேட்டார்.

ஜோதி தன் சித்தி சித்தப்பா எல்லாம் இருக்கும் ஒரு ஊரின் பெயர் சொன்னாள்.

"அங்கெ உனக்கு யாரிருக்கா", அமைதியாகத்தான் வார்த்தைகள் வந்தன.

"அதான் சித்தி சித்தப்பா இருக்காங்கல்லே. இங்க பேரும் கெட்டுப்போவுது. பணமும் வீணாப்போவுது, வீட்டுக்குள்ள நிம்மதி யுமில்லை. பிள்ளைங்கல்லாம் வளந்தாச்சு" சற்று தைரியமாக சொன்னாள் அவள்.

"அப்ப நீங்கல்லாம் போங்க போங்க" என்று கத்தியவாறே கையில் கிடைத்தவற்றை எடுத்து வீசினார். மேலும் என்னென்னவோ கத்தினார். அன்று இரவு யாரும் சரியாகத் தூங்கவில்லை. இடையில் ஒரு தரம் அவள் வந்து பார்த்த போது கால்களை பரப்பி தரையில் படுத்து கிடந்தார் மணிகண்டன்.

அடுத்த நாள் காலையில் டீ சாப்பிடும் போது சரத்தும் ஷிவானியும் ஜோதியின் இருபக்கங்களிலுமாக உட்கார்ந்து ஜோதிக்கு பாடம் நடத்தினார்கள்.

இப்படியே போனா சரியாவாது.

தினமும் வீட்டுக்கு வரப்ப பயமாயிருக்கு.

வெளில தல காட்ட முடியல.

இன்னிக்கு உங்கப்பா எங்கெ விழுந்து கிடக்காரோன்னு கேட்டு கிண்டலடிக்கிறாங்க.

ஆபீஸ்ல ஒரு நாளைக்கு ஸஸ்பென்ட் பண்ணப் போறாங்க.

கரன்டில வேலையும் பாக்கறாரு. அது ஆபத்தில்லயா.

குப்பு சாமி மாமா அன்னிக்கு பஸ் ஸ்டாண்டில பாத்தப்ப "இப்ப ஒங்கப்பா ஒழுங்கா இருக்கானான்னு" கேட்டார். என் ஃப்ரண்ட்ஸ் எல்லாம் நின்னாங்க. எனக்கு என்னவோ மாதிரி ஆயிருச்சி.

இந்த ஆளோட பெண்ணா நீன்னு கேட்பாங்க.

இன்றும் ஒரு மாசத்திலே எக்சாம் முடிஞ்சுடும். நாராயணமாமா கிட்டெ பேசினேன். சென்னையிலே அவரோடே பெயின்ட் கடயிலே வேல போட்டு தரேன்னார்.

அப்பா இப்படியே போனார்னா அவருக்கு உடம்புக்கு வரும். நீ எப்படி பாத்துக்குவே. எப்படி சமாளிப்பே. உங்கிட்டே பணமிருக்கா.

ஒழுங்கா இருக்கறதுன்னா இரு. இல்லேன்னா வீட்டுக்கு வராதேன்னு சொல்லு.

ஆமா.... அதான் ரரி வீட்டுக்கு வராதேன்னு சொல்லிடு.

எல்லாம் கேட்டுக்கொண்டிருந்த ஜோதி அப்ப செலவுக்கு பணம்? அப்பா இல்லாம நான் எப்படி... என்று சொல்லத்துவங்கினதை காதிலேயே வாங்காமல் அவரவர் வேலை பார்க்க அவர்கள் கிளம்பி விட்டார்கள். அவர்கள் போவதை பார்த்து விட்டு அவள் முன்னறையில் போய் பார்த்தாள்.

மணிகண்டன் இப்போது சோபாவில்தான் படுத்திருக்கிறார். ஒரு காலும் ஒரு கையும் சோபாவுக்கு வெளியே கிடக்கிறது. அவள் டீ எடுத்துக்கொண்டு வந்தாள்.

அவள் அவரையே சற்றுநேரம் பார்த்துக்கொண்டு நின்றாள். உடல் நன்றாக மெலிந்திருக்கிறது. தலையில் நிறைய நரை தெரிகிறது. என்னவோ மருந்து சாப்பிடுகிறார் போல் தெரிகிறது. யாருக்கும் தெரியாமல் சாப்பிட வேண்டும் என்று நினைக்கிறார் போல் தோன்றுகிறது. கேட்டால் ஒன்றுமில்லே என்று அலட்சியமாகச் சொல்கிறார். அவளுக்கு அவரை பார்க்க பாவமாக இருந்தது.

இவர் ஒரு நோயாளி. கெட்ட குணங்களிலிருந்து விடுபட முடியாமல் தவிக்கும் ஒரு நோயாளி. உடல்ரீதியாகவும் மனரீதியாகவும் அவஸ்தைப்படும் ஒரு நோயாளி. இந்த நோயாளியை எங்காவது போய் தொலை என்று எப்படி சொல்ல முடியும். அப்படியே விட்டுவிட முடியுமா.

"ஜோதி உன்னால் அப்படி விட்டுவிட முடியுமா. உனது அன்புக்கணவன் அல்லவா. நீ கல்லானாலும் கணவன் புல்லானாலும் புருஷன் மரபில் வந்தவளல்லவா. சகித்துக்கொள் சகித்துக்கொள் என்பது தானே உனக்கு கிடைத்துள்ள உபதேசம்". அரூபி இடையில் வந்தது.

மணிகண்டன் கண்விழித்து மின்விசிறியை பார்த்துக்கொண்டு படுத்திருக்கிறார். கீழே கிடந்த பொருட்களையெல்லாம் அவள் எடுத்து ஒரு ஓரமாக வைத்தாள். பின்னர் அவர் அருகில் தரையில் உட்கார்ந்து அவரையே பார்த்தாள்.

"என்ன நீ அப்படி பாக்கறே. இதுவரைக்கும் பாத்ததில்லையா" கடுகடுவென்று சொல்லிவிட்டு முகத்தை திருப்பி சுவரை வெறித்தார். முகம் எரிச்சலை காட்டுகிறதோ. மூளைக்குள் என்ன நடக்கிறதோ.

ஏன் நீங்கள் எப்போதும் கோபமாகவே இருக்கிறீர்கள். கோபம் உள்ள இடத்தில் குணமும் இருக்கும் என்பார்களே. இங்கே கோபம் நிறையவும் குணம் கொஞ்சமாகவும் இருக்கிறதே. ஏன் இப்படி? என்ன காரணம். எவ்வளவு அன்புடன் இருந்தவர் நீங்கள். எப்படி இப்படி மாறிவிட முடிகிறது.

எங்கேயாவது உடலில் வலிக்கிறதா. அதை என்னிடம் சொல்லுங்கள். எங்கே வலிக்கிறது. உங்களுக்கு என்ன உடல் உபாதை. என்னிடம் சொல்லுங்கள். நான் அதற்கு மருந்து போடுகிறேன்.

மெலிதான பறவை இறகால் வருடி விடுகிறேன். தொடுதல் என்பது மிகவும் அற்புதமான விஷயமில்லையா உங்களுக்கு வலி

குறித்து பயமாக இருந்தால் என் கையை பிடித்துக்கொள்ளுங்கள். என் தோள் மீது சாய்ந்து கொள்ளுங்கள் நான் மருத்துவரிடம் அழைத்துச் செல்கிறேன்.

மனதோடு பேசுவதை நிறுத்திவிட்டு அவள் மணிகண்டனிடம் சொன்னாள்.

"உடம்பு சரியில்லைனா டாக்டர்கிட்ட போலாம் வாங்க".

"சும்மா தொந்தரவு பண்ணாதே. டாக்டர்ட்ட கூட்டிட்டுப்போய் என்னை சாவடிக்கணுமா. நான் செத்துப்போனாலும் உனக்கு பென்ஷன் கிடைக்கும் போ" என்றார். பின் அவள் வைத்த டீயை சாப்பிட்டுவிட்டு சற்றுநேரம் படுத்திருந்தார்.

பின்னர் எழுந்து பல்விளக்கி முகம் கழுவி சட்டை போட்டுக் கொண்டு தெருவில் இறங்கி நடந்தார்.

டிபன் வேண்டாமா என்ற அவளது கேள்வியை புறக்கணித்து விட்டு தெருவில் நடந்து போகும் அவரைப் பார்க்க அவள் கண்ணில் நீர் வந்தது.

நீங்கள் ஏன் நல்லவராக இருக்கவில்லை. எப்படி இந்த கெட்ட பழக்கத்துக்கு அடிமையாகிவிட்டீர்கள். காலையில் ரெடியாய் ஆபீசுக்குப் போக வேண்டியது. சாயங்காலம் ஆபீஸ் விட்டால் வீட்டுக்கு வருவது இரவில். சில வருடங்கள் முன்பு வரை வீடு மனைவி குழந்தைகள் என பொறுப்பாக இருந்த காலம் போய்விட்டது. இப்போது வீடு இருட்டில் இருக்கிறது.

எனக்கு வயிற்றை வலிக்கிறது மணிகண்டன். உங்களுக்குத் தெரிகிறதா. நான் சொன்ன போது போய் டாக்டரை பாத்திட்டு வா ன்னு சொன்னீர்கள். இன்னொரு நாள் உனக்கு எப்பப் பாத்தா இது தான் என்றீர்கள். வயிறு வலிக்கிறதா வா ஆஸ்பத்திரி போலாம் என்று சொன்னால் என்னுடைய வலி பாதியும் குறைந்து விடுமல்லவா.

இன்று விடுமுறை தினமாக இருந்தும் கூட வீட்டில் யாவரும் இல்லை. அவரவருக்கு அவரவர் வேலை. என்னை காத்திருப்பது சமையலறையில் கழுவப்பட வேண்டிய பாத்திரங்கள், துவைக்க வேண்டிய துணிகள், கூட்டப்பட வேண்டிய தரை, முடிக்கப்பட வேண்டிய சமையல் வேலை ... இன்ன பிற. இனி மணிகண்டன் ஷிவானி சரத் எல்லாம் எப்போது வருவார்கள் என்று தெரியவும்

தெரியாது. நான் எங்கே போவது. நான் எங்கேயும் போக முடியாது. நான் இந்த வீட்டின் காவலாளி. வெளியே போனவர்கள் வருவதற்காக காத்திருக்க வேண்டிய காவலாளி.

சில நாட்களில் செய்து வைத்திருக்கும் சமையலை புறக்கணித்து "வேண்டாம்" என்பார்கள். சில நாட்களில் " இன்னும் சமைக்கலயா. என்ன பண்ணே இவ்வளவு நேரம்" என்பார்கள்.

"நீங்க நைட் தான் வருவீங்கன்னு நினைச்சேன் எப்ப வருவீங் கன்னு நீங்கல்லாம் சொல்றதுமில்லே. இதோ பத்து நிமிஷத்துல சமைச்சுடறேன்" எனும்போது "இதுவரைக்கும் சமைக்கல்லேன்னா நீ என்ன சாப்பிட்டே" ன்னு ஏன் யாருக்கும் கேட்கத் தோன்றவில்லை என்று தன்னிடமே கேட்டுக் கொள்வாள்.

ஷிவானியின் அறையில் சென்று பார்த்தால் கட்டில் மேலும் செயர் மேலும் எல்லாம் துணிகள் கிடக்கும். மேலும் புத்தகங்கள், பத்திரிகைகள், எழுதப்பட்ட, எழுதப்படாத தாள்கள் மேக்கப் சாமான்கள் தலையில் வைக்கும் விதவிதமான கிளிப்புகள் என்று பரந்து கிடக்கும். அவள் போனபின் சென்று பார்த்தால் மின்விசிறி அணைக்கப்படாமலே இருக்கும். சிலநாள் எல்லா துணிகளையும் வாரி வாஷிங்மெஷினில் போட்டு விட்டு "காயப்போட்டு எடுத்து வைம்மா" என்று கட்டளையிட்டு விட்டுச் செல்வாள். ஜோதி எல்லாம் காய வைத்து தேய்த்து அடுக்கி வைப்பாள். ஷிவானி கண்டு கொள்ளாமல் போவாள். "ரொம்ப தாங்கஸ்ம்மா. என் செல்ல அம்மா" என்று தன்னை கட்டியணைத்து கன்னத்தில் முத்தம் கொடுக்கும் ஒரு மகளை கற்பனை பண்ணிக்கொள்வாள் ஜோதி.

"அப்பப்போ துணிகளை தோச்சிட்டா நல்லதில்லையாடீ" என்றால் "நீயே செஞ்சிடேன். சும்மாதான் இருக்கே" என்பாள்.

சரத்தும் இப்படித்தான். அறையை குப்பையாக போட்டு வைத்திருக்கிறான். மணிகண்டன் இப்போது முன்னறையிலேயே ஜன்னலோரமாக கட்டில் போட்டு படுத்துக்கொள்கிறார். ஆக சரத் இஷ்டப்படி குப்பையாக்கி வைத்துள்ளான். எப்போதும் கைபேசியில் ஆழந்திருக்கிறான். சாப்பிடும்போதும் பார்வை டி.வி.யிலோ கைபேசியிலோ தான். "அறையை சுத்தம் பண்ணு. துணியெல்லாம் துவைச்சு வை" என்றால் "நீ சும்மாத்தானே இருக்கே" என்று தான் அவனும் சொல்கிறான்.

எந்த பொறுப்பும் எடுத்துக் கொள்ளாமல் மாசாமாசம் கொஞ்சம் காசை கொடுத்து விட்டு அப்பா விட்டேற்றியாக இருக்கும் பொழுது இந்த அம்மாவிடம் அன்பாகவும் அனுசரணையாகவும் இருக்க வேண்டுமென்று பெண்ணுக்கும் பையனுக்கும் ஏன் தோன்ற மாட்டேன் என்கிறது.

அவளுக்கு மறுபடியும் வயிற்றில் வலி தோன்றியது. வலிமாத்திரை தேடுவதற்காக பீரோ பக்கம் போனாள். பீரோ கண்ணாடியில் பார்த்தாள். சற்றுநேரம் தன்னையே உற்றுப்பார்த்தாள். லேசாக நரை படர்ந்த தலைமுடி, வீக்கம் வந்தது போல் முகம் உப்பியிருக்கிறது. சோர்ந்து போன கண்கள், உடல் பருமனாக இருக்கிறது. ஒழுங்கான ஒரு வடிவம் இல்லாதது போல் மஞ்சள் நிற இரவு உடையில் ஒரு உருவம் அவளை உற்றுப் பார்த்தது. வயிறு சற்று பருமனானது போல் தெரிகிறது.

“அம்மாவுக்கு ஸ்டமக்பெயின். சில லேடீசுக்கு இந்த நாப்பத்தாறு நாப்பத்தேழு வயசிலெ இந்த மாதிரி வரும். வலியோட சேர்ந்து ரொம்ப கோபம் வரும். எரிச்சலாவாங்க. பக்கத்துல இருக்கிறவங்க மேல் எரிஞ்சு எரிஞ்சு விழுவாங்க. கொஞ்ச நாள்லெ சரியாயிடும். சர்ஜரி ஒன்னும் தேவைப்படாம இருந்தா சரி. நம்ம தான் கவனமா பாத்துக்கணும். நீங்க மூணு பேரும் அனுசரணையா இருக்கணும். சும்மா அம்மாவெ வேல வாங்கக்கூடாது. அம்மா கோபமா பேசினா திருப்பி வாயாடக்கூடாது. எல்லா வர்கையும் எல்லாரும் ஷேர் பண்ணிக்கணும். அம்மாட்டெ அன்பா இருக்கணும். அன்பெ வெளிக்காட்டணும்”.

தன்னுடைய அம்மாவுக்கு மத்திய வயதில் வயிற்று வலி வந்த போது அப்பா அம்மாவை மருத்துவரிடம் காட்டி திரும்பி வந்தபின் தன்னையும் அண்ணனையும் தம்பியையும் பக்கத்தில் உட்காரவைத்து அப்பா சொன்னதெல்லாம் அவளுக்கு ஞாபகத்தில் வந்தது. வீட்டு வேலைகள் எல்லாம் முடித்துவிட்டு கல்லூரிக்குப் போனதும், என்ன வேணும் என்று கேட்டு செய்ததும் அவள் நினைவு கூர்ந்தாள். அது ஒரு காலம் என்று சொல்லிக் கொண்டாள்.

“இத பாருங்க. எனக்கு காதுக்குள்ள ஒரே வலி”. இடது காதை ஒரு கையால் பொத்திக்கொண்டு அப்பாவிடம் வரும் அம்மா.

“காது வலிக்குதா. இந்த சோபால படு” என்று சொல்லி பீரோ விலிருந்து மருந்துகள் வைக்கும் மரப்பெட்டியில் துழாவி சொட்டு

மருந்து எடுத்து ஒருக்களித்து படுத்திருக்கும் அம்மாவின் காதில் மூன்று துளிகள் விட்டு பஞ்சு உருண்டையால் அடைத்து,

"கொஞ்சநேரம் அசையாம படுத்துக்க" என்கிற அப்பா, அதெல்லாம் ஒரு காலம் என்று மறுபடியும் முணுமுணுத்தாள்.

வயிற்றுவலிக்கு அவளாகவே மருத்துவரிடம் போனாள். ஒரு சில மாத்திரைகள் தந்து விட்டு ஸ்கான் பண்ண வேண்டும் என்றார். அவள் போகாமலே இருக்கிறாள். மேஜை மேல் வைக்கப்பட்டிருந்த மாத்திரைகள் ஏது என்றோ யாருக்கு என்றே யாரும் கேட்கவில்லை. மணிகண்டன் ஒரு தரம் டாக்டரை பாத்தியா என்றார். அதோடு சரி. ஸ்கான் பண்ண நிறைய பணம் வேண்டியிருக்குமோ என்ற கவலையில் நாளை நாளை என்று நாள் கடத்திக் கொண்டிருக்கிறாள்.

இன்னும் யாரும் வரவில்லை. நேரம் போய்க் கொண்டே இருக்கிறது. மணிகண்டன் கைபேசி கையில் வைப்பதில்லை. இரண்டு கைபேசிகளை தொலைத்து விட்டார். அதனால் இப்போதுள்ள கைபேசி வீட்டில் தான் இருக்கிறது.

ஷிவானியும் சரத்தும் வீட்டிலிருந்து அம்மா கூப்பிடுகிறாள் என்றால் சிலநேரம் எடுப்பதில்லை.

"எதுக்கு கூப்பிடப்போறே. அப்பா இன்னும் வரலே. போயி தேடிக் கூட்டிட்டு வான்னு சொல்லத்தானே கூப்பிடுவே" என்பான் சரத்.

"அப்பா வறப்ப வரட்டும். நான் கம்ப்யூட்டர் வேலயில இருக்கும் போது அட்டென்ட் பண்ணமாட்டேன்" என்பாள் ஷிவானி.

அரூபி எல்லாம் கவனித்துக் கொண்டு எங்கோ இருக்கிறார் என்ற எண்ணத்தில் அவள் பேசினாள்.

ஷிவானியும் சர்த்தும் கோபமாக இருக்காங்க. அப்பாகிட்ட உள்ள கோபத்தை என்கிட்டெ காட்டுறாங்க. அப்பாவெ கண்ட்ரோல் பண்ண அம்மாவுக்கு திறமையில்லை அப்படின்னு சொல்றாங்க. அப்பாவெ வீட்டுக்கு வராதென்னு சொல்லச் சொல்றாங்க. அது எப்படி சாத்தியமாகும். இந்த ஐம்பத்து இரண்டு வயசிலெ அவர் எங்கே போவார்? நான் என்ன பண்ணுவேன்?

அரூபி ஏதாவது பதில் சொல்வாரோ என்று எதிர்பார்த்து சற்றுநேரம் அமைதியாக இருந்தாள். அரூபி ஆண்பாலா பெண்பாலா

என்பதில் அவளுக்கு சந்தேகம் உண்டு. குரல் ஆண் குரல் போலவும் சிலநேரம் பெண் குரல் போலவும் இருக்கிறது. ஆனால் தோழமையுடன் இருக்கிறது. அதனால் தான் அவள் அதனுடன் பேச விழைகிறாள் போலும்.

கொஞ்சம் சூடாக வென்னீர் சாப்பிட்டால் வயிற்றுவலி குறையலாம் என்றெண்ணி சமையலறை சென்று வென்னீர் போட்டு சூடாகக் குடித்தாள். நானும் ஒரு பொருட்டல்ல. என் வயிற்று வலியும் ஒரு பொருட்டல்ல என்னுடன் இருப்பவர்களுக்கு. ஆனால் வயிற்று வலிக்கு மருந்து வாங்க வேண்டும். மேற்கொண்டு டெஸ்ட்டுகள் நடத்த வேண்டும். அதற்கெல்லாம் முக்கியமாக நிறைய பணம் வேண்டும்.

கடந்த வாரம் உறவுக்காரரான நாராயண மாமா சொன்னது அவளுக்கு மனதிலே கிடந்தது. பக்கத்து டவுணில் உள்ள ஆயுர்வேத ஆஸ்பத்திரியில் உதவிக்கு ஒரு ஆள் வேண்டும் என்று சொன்னார்கள். ஜோதிக்கு விருப்பமிருந்தால் அங்கே சொல்கிறேன் என்று அவர் தெரிவித்திருந்தார்.

அதை மணிகண்டனிடமோ ஷிவானியிடமோ சரத்திடமோ அவள் சொல்லவில்லை. அவர்கள் ஒத்துக்கொள்ள மாட்டார்கள் என்று அவளுக்குத் தெரியும். எதற்கு வீணாக ஒரு சச்சரவு என்று நினைத்து மனதிற்குள்ளேயே போட்டு போகலாமா வேண்டாமா என்று குழம்பிக் கொண்டிருக்கிறாள்.

ஷிவானியும் சரத்தும் ஒரு உலகத்திலும் மணிகண்டன் வேறு ஒரு உலகத்திலும் இருக்கிறார்கள். ஷிவானியும் சரத்தும் சாப்பாடு தூக்கம் வேலை டி.வி. ஆண் பெண் நண்பர்கள் கைபேசி, முகநூல், வாட்ஸ்ஆப் அதன் அநேக உபயோகங்கள் என்று சுற்றிக் கொண்டு வருகிறார்கள்.

இந்த சமூகம் உறவுகள் எல்லாம் இரண்டாம் பட்சம். பெரிய மாமாவுக்கு உடம்பு சரியில்லையாம் போய் பாத்திட்டு வா என்றால் சரத் சரி என்பான். ஆனால் போகமாட்டான். மணிகண்டன் போகமாட்டார். அவரது அனுமதி இல்லாமல் அவளால் போக முடியாது.

ஒன்று விட்ட சித்தியின் கடைசி பெண்ணுக்கு கல்யாணம் என்றால் அம்மா மட்டும் போனால் போதும் என்கிறார்கள். ஷிவானியும் சரத்தும் நண்பர்கள் கல்யாணம் என்றால் போகிறார்கள். எங்கேயும் அவ்வளவாக போகாமலிருப்பதால் உறவுகளும் அவ்வளவாக ஒட்டாமல் தான் இருக்கிறார்கள்.

மணிகண்டனை வீட்டுக்கு வரவேண்டாம் ஒழுங்கா இருந்தா மட்டும் வான்னு சொன்னால் இந்த உறவுகள் சமூகம் எல்லாம் என்ன சொல்லும். என் நிலைமை என்னவாகும்.

“நானெல்லாம் இதுமாதிரி சகிச்சுக்கிட்டெல்லாம் இருக்க மாட்டேன்” என்கிறாள் ஷிவானி.

“நாளைக்கு நீங்க ரண்டுபேரும் உங்க வாழ்க்கையை பாத்துக்கிட்டு போயிடுவீங்க. எனக்கு சொந்தக்காலில நிக்கறதுக்கு வருமானவுமில்ல. அது மட்டுமில்ல. நான் பழைய ஆள்டீ. எனக்கு உங்க மாதிரி சிந்தனைகளெல்லாம் வராது” என்றாள் ஜோதி ஒரு நாள்.

“அப்ப இது உன் தலையெழுத்து. நீ அனுபவி” என்று அலட்சியமாக சொல்லிவிட்டாள் ஷிவானி. பின்விளைவுகள் குறித்து பேசவே அவர்கள் முற்படுவதில்லை.

மணிகண்டனின் கைபேசியை எடுத்து சும்மா பார்த்தாள். நான் உங்களுக்கு வேணும்கற பணிவிடை செய்யறேன். சமைச்சுப் போடறேன். வேல செஞ்சு களைச்சுப்போய் வர்ற உங்களுக்கு கைகால் பிடிச்சு விடறேன். பதிலுக்கு என்கிட்டெ அன்பாயிருங்க. அன்பான வார்த்தைகள் சொல்லுங்க. இந்த வீட்டில் இருக்கும் இருட்டை நாம் கலைத்து விடலாம். இப்போது நாம் எல்லோரும் இருட்டில் தடுமாறித்தான் நடந்து கொண்டிருக்கிறோம். இது சரியில்லை என்பது யாருக்கும் புரியவுமில்லை. அல்லது புரியாதது போல் இருக்கிறார்கள். யாருக்கு யார் புரிய வைப்பது.

அப்பாவை, ஒழுங்காக இருந்தால் இருக்கட்டும் அல்லது வீட்டுக்கு வராதே என்று சொல் என எனக்கு கட்டளையிடும் பெண்ணும் பையனும் அதன்பின் என்ன என்பது குறித்து ஏன் மனம் திறந்து சர்ச்சை செய்ய முயற்சி எடுக்கவில்லை. சும்மா மேலோட்டமாக நாங்க உன்னை பாத்துக்கறோம் என்று சொன்னால் சரியாகுமா. ஒன்றாக உட்கார்ந்து அதன் நிறை குறைகள், குடும்பம், சமூகம் உறவுகள் என்று அலசமாட்டேன் என்கிறார்களே. எதிர்காலம் குறித்து என்ன நினைக்கிறார்கள் என்றும் பேசுவதே இல்லையே. எப்போது பார்த்தாலும் கைபேசி கணினி என்று பொழுதை செலவழிப்பது சரியா என்றால் கோபப்படுகிறார்களே. அன்பாக ஒரு வார்த்தை எங்கிருந்து வரும் யார் பேசக்கூடும் என்று நினைக்கையில் அவளுக்கு அழுகை வந்தது.

எதையும் எதிர்பார்க்காதே ஜோதி. உனக்கு நிறைய வேலைகள் உள்ளனவே. நாளை காலையில் ரோஜாப்பூக்கள் வாங்க பூக்கடையிலிருந்து ஆள் வரக்கூடும். நீ உன் சொந்தக்காலில் நிற்கவேண்டும். மிளகைவிட சற்றே பெரிய மணிகள் கோர்த்து அழகான மேட்கள் நீ செய்ய வேண்டும். இதிலிருந்ததெல்லாம் உனக்கு வருவாய் வரும். தன்னம்பிக்கை வரும். நீ அமைதியாக இரு. இருள் விலகும். விடியல் வரும். பொறுமையாக இரு. நீ நாராயணமாமா சொன்ன ஆயுர்வேத ஆஸ்பத்திரி உதவியாளர் வேலையை ஒத்துக்கொள். உனக்கு ஒரு மாற்றம் வரும். மற்றவர்கள் என்ன சொல்வார்களோ என்றெண்ணி தயக்கம் காட்டாதே. உனக்கு தன்னம்பிக்கை வேண்டும்.

வெறுமையான அறையில் அவளது செவிகளுக்கு மட்டும் கேட்டுக் கொண்டிருந்த அந்த வார்த்தைகளை உன்னிப்பாக கவனித்து மறுபடியும் மறுபடியும் மனதில் போட்டு நிரப்பிக்கொண்டாள். அறையெங்கும் மெலிதான குழலிசை கேட்பதுபோல் அவளுக்குத் தோன்றியது. சரியாக காயாத ஈரத்துணிகளின் வாசம் வீசுவது போலிருந்த அறையில் மெலிதான ஒரு வாசனை நிறைவதாகவும் அவளுக்குத் தோன்றியது.

அவள் கண்களை துடைத்துக்கொண்டு வண்ண வண்ண மணிகள் நிறைந்த கிண்ணங்களை எடுத்து ஜன்னல் படி மேல் வைத்து பக்கத்தில் செயர்போட்டு உட்கார்ந்து கொண்டாள். அடிக்கடி ஜன்னல் வழியே மணிகண்டனும் ஷிவானியும் சரத்தும் வருகிறார்களா என்று பார்த்துக்கொண்டே மணிகள் கோர்க்க ஆரம்பித்தவள். அடுத்தநாள் நாராயணமாமாவிடம் "சரி" என்று சொல்ல வேண்டும் என்று மனதிற்குள் முடிவெடுத்தாள்.

வண்ணமிழக்குமோ சிறகுகள்

வெளியே சன்னமாக பெய்யும் மழையை பார்த்துக்கொண்டு அந்த பூட்டப்பட்ட வீட்டின் முன்பக்கத்து ஸிட் அவுட்டில் ரஞ்சினி உட்கார்ந்திருந்தாள். டியூசன் மிஸ் இன்னும் வரவில்லை. எப்போது வருவார்கள் என்று தெரியவுமில்லை. கைபேசியில் முயற்சி செய்த போதெல்லாம் நாட் ரீச்சபிள் என்றே வந்தது. அவள் பொறுமையாக உட்கார்ந்திருந்தாள். அவளுக்கு அது பிடித்திருந்தது.

அக்கம்பக்கத்தில் எல்லா வீடுகளிலும் எதிர் பக்கத்து அப்பர்ட்மென்டிலும் கதவுகள் சாத்தப்பட்டே இருக்க "ஏம்மா இங்க உட்கார்ந்திருக்க" என்று கேட்கவும் யாருமில்லை.

ஓரிருவர் அவளை கண்ட போதும் கவனிக்காமல் அவரவர் பிரச்சினைகளுடன் கடந்து சென்றனர். எனினும் அவளுக்கு அங்கே இருப்பது பிடித்திருந்தது.

அவள் அறிவியல் புத்தகத்தை பிரித்து வைத்துக் கொண்டு எதிர்பக்கத்து செண்பகமரத்தைப் பார்த்தாள். செண்பகமலர்கள் இப்போது இல்லை. காய்கள் நிறைய இருக்கின்றன. அதை கொத்திக் கொண்டு கிளிகளும் மஞ்சள் நிற குருவிகளும் காக்காய்களும் அங்கு

மிங்கும் பறந்து கொண்டிருக்கின்றன. இதையெல்லாம் பார்த்துக் கொண்டும் அவைகளின் சத்தத்தை கேட்டுக் கொண்டும் இருட்டும் வரை இங்கேயே இருக்கலாம் என்றே அவளுக்குத் தோன்றியது. வீட்டுக்குப் போய் செய்ய ஒன்றுமில்லை. தனியாக இருக்க வேண்டியிருக்கும்.

சிலநாள் ரஞ்சினி டியூசன் முடிந்து வீட்டுக்குச் சென்ற பின்னரும் டாடி வந்திருக்க மாட்டார். மம்மி கடுகடு வென்று முகத்தை வைத்துக் கொண்டு மணி எட்டரையாவது இன்னும் எங்கே சுத்தறாரு? என்று துவங்கி டாடியை திட்டிக் கொண்டே இருப்பாள். இடையே ரஞ் சினியிடம் வெடுவெடுவென்று விழுவாள்.

"இந்த ஹெயர்க்கிளிப்பில ஏன் முடி இருக்கு" "ஏன் இந்த புக் இங்க இருக்கு" என்று ஏதாவது கேட்டு திட்டிக் கொண்டே வேலை செய்து கொண்டிருப்பாள். சிலநேரம் ரஞ்சினியிடம் "வந்து ஏதாவது ஹெல்ப் பண்ணேன்டீ" என்பாள். பக்கத்தில் போனால் "போடீ போய் படி. உபகாரம் இல்லேனாலும் உபத்திரவம் இல்லாம இருந்தா சரி" என்பாள்.

மம்மியை பார்க்க அவளுக்கு பாவமாக இருக்கும். கூல் மம்மி கூல் என்று சொல்லி மம்மியை தோள்மேல் சாயத்துக் கொள்ள வேண்டும் என்று கூட அவளுக்குத் தோன்றும். ஆனால் அப்படியெல்லாம் செய்ய இயலாது புத்தகத்தை பிரித்து வைத்து பார்த்துக் கொண்டிருக்கத்தான் அவளால் முடியும்.

சில நாட்களில் இரவில் நேரம் கழித்து வரும் டாடி "ஹாய் ரஞசு" என்று அவள் கன்னத்தை கிள்ளிவிட்டு மம்மியை பார்க்காதது போல் அறைக்குச் சென்று விடுவார். அப்போதெல்லாம் மம்மி பின்னாலேயே போய் கதவைத்தட்டி திறக்கச் செய்து "ஏன் லேட்" என்றுகேட்டு சண்டையை ஆரம்பிப்பாள். டாடி சிவந்த கண்களுடன் சத்தம் போடுவார். இதற்கிடையில் பயந்து போய் நிற்கும் ரஞ்சினியை பார்த்து "கோ டூ யுவர் ரூம்" என்று கட்டளையிடுவாள் மம்மி. ரஞ்சினி ஓடிப்போய் ரூமுக்குள் அடைந்து கொள்வாள்.

அப்போதெல்லாம் அவளுக்கு அழுகையாக வரும். யதேச்சையாக வானத்தை பார்த்த போது வானவில்லை கண்டது, நிறைய தட்டாரப் பூச்சிகள் தாழ்வாக பறந்து சென்றது, ஸ்கூள் வானில் செல்லும் போது ஸடன்ப்ரேக் போட்டதில் நெற்றி முன் கம்பியில் இடித்தது, தோளில்

ஒரு சிறுமூட்டை சுமந்து நின்றிருந்த ஒருவரை பார்த்தது, அவர் "என்ன செல்லம்" என்று அன்புடன் கேட்டது, வயிற்றில் லேசாக வலி வருவது என்று எதையும் மம்மியிடமோ டாடியிடமோ சொல்ல முடிவதில்லை, பிளஸ்டூ பி டிவிஷன் சந்தீப் கைபேசியில் புகைப்படம் எடுத்ததும் அவன் மிஸ்டு கால் தருவதும் கூட சொல்ல முடியவில்லை.

ரேஷ்மா ஜார்ஜ் கூட இதையே தான் சொன்னாள்.

"எங்க வீட்ல கூட இப்படித்தான்டி ரஞ்சு. டாடி திட்டுவாங்க மம்மி அழுவாங்க. இடையிலே நான் போனா என்னை ரெண்டு பேருமே திட்டுவாங்க. அப்புறம் "போய் சாப்பிடுடீன்னு"" மம்மி சொல்வாங்க. ரெண்டு பேரும் அவங்கவங்க ரூமுக்குப் போயிடுவாங்க, எனக்கு பயமா இருக்கும். சண்டை இல்லேன்னாலும் செல்லில யார்கிட்டயாவது பேசிகிட்டிருப்பாங்க. இல்லன்னா ஃபைல் பார்ப்பாங்க. என் கிட்ட பேச யாருமே இல்லடீ. நான் பேச போனா "படிக்கிறது டென்த் ஞாபகமிருக்கட்டும்"னு. மம்மி துரத்திவிட்டுருவாங்க.

இதையெல்லாம் கேட்டுக் கொண்டிருந்த நந்திதா ப்ரியா "எங்க வீட்ல எப்படி தெரியுமா? எங்கப்பா சவுதியிலெ இருக்காரு. போனும் பண்ணமாட்டாரு. பணமும் அனுப்பமாட்டாரு அம்மா செல்லில கூப்பிட்டா எடுக்க மாட்டாரு. அம்மா பாட்டிய கூப்பிட்டு குறை சொல்லிக்கிட்டே இருப்பாங்க. நம்ம பஸ் ஸ்டான்ட் பக்கத்தில ஒரு பெரிய டெக்ஸ்டைல்ஸ் இருக்கில்லே அங்கே உள்ள மானேஜர் அங்கிள் வீட்டுக்கு வருவாரு. அப்ப அம்மா அங்கிள் கிட்ட அப்பா பத்தி சொல்வாங்க. ஃப்ளாட் நம்பர் இருபதில் இருக்கிற ரம்யா ஆன்டி கிட்ட சொல்வாங்க. பாக்கற அத்தன பேர்கிட்டயும் அப்பா பத்தி குத்தம் சொல்லிக்கிட்டே இருப்பாங்க. சில சேரம் அம்மாவை பாக்க பாவமா இருக்கும். சில நேரம் கோவமா வரும். வேலைக்கு போறது கூட அம்மாவுக்கு இஷ்டமே இல்லை. ஸ்கூல் ஃபீஸ் கட்டணும்னு சொன்னா உங்கப்பாவை போயி கேளுன்னு எரிஞ்சு விழுவாங்க" என்றாள்.

ஆனால் லக்ஷ்மி நந்தகுமார் இப்படியெல்லாம் சொல்லவில்லை.

லக்ஷ்மி நந்தகுமார் எப்பொழுதும் சிரித்த முகத்துடன் இருப்பாள். நன்றாக படிப்பாள். அவளுக்கு நிறைய கதைகள் தெரியும். பாரதியார் கவிதைகள் தெரியும். "கைத்தல நிறைகனி" தெரியும். அவள்

வீட்டின் பக்கத்தில் மூன்று வீடுகள் தள்ளி அவளது தாத்தா பாட்டி இருக்கிறார்களாம். அவளுக்கு ஒரு தம்பியும் உண்டாம். அவள் அடிக்கடி தாத்தா பாட்டி வீட்டில் போய் படுத்துக் கொள்வாளாம். அப்போது பாட்டி கதைகள், தேவாரப்பாடல் எல்லாம் சொல்லித் தருவாராம். காலை வாக் போகும் போது தாத்தா பாரதியார் கவிதைகள் குறித்து சொல்லித் தருவாராம். அவள் வீட்டில் சில நாள் அம்மா அப்பாவை சார் என்றும் அப்பா அம்மாவை மாடம் என்றும் அழைத்து பேசி சிரிப்பார்களாம்.

இதையெல்லாம் ஆவென்று கேட்டுக் கொண்டிருப்பார்கள் ரெஞ்சினியும் ரேஷ்மாவும் நந்திதாவும். ஆனால் அவள் போன பின் ரேஷ்மாவும் நந்திதாவும் "அதெல்லாம் சரிதான் டீ. பட் அவ வீட்ல ஏ.ஸி. கிடையாது கார் கிடையாது. ஸ்கூட்டர் தான். பெரிய நாயும் நாய் கூண்டும் கிடையாது" என்று சொல்லிச் சிரித்து தங்களை ஆசுவாசப்படுத்திக் கொண்டனர்.

ஆனால் ரஞ்சினிக்கு லக்ஷ்மி நந்தகுமார் வீட்டுக்குப் போய் அவர்களுடன் இருக்க வேண்டும் போல் தோன்றியது. ஒரு நாள் உங்க வீட்டுக்கு வரட்டுமா என்று கேட்கலாம். பாடத்தில் ஏதாவது சந்தேகம் என்று கேட்கப்போகலாம் என்றால் மம்மி விடமாட்டாள். "போ வேண்டாம்" என்றாள் முன்னொரு தரம். லக்ஷ்மிக்கு பர்த்டே வந்தால் அவள் அழைத்தால் போகலாம் என்று தீர்மானித்தாள்.

வலப்பக்கமிருந்த ஐந்து மாடிக் குடியிருப்பை நோக்கி கறுப்பு சுடிதார் போட்டு தலைமுடி குட்டையாக வெட்டி விட்ட ஒரு பெண் போனாள். அவள் காதில் வைத்திருந்த செல்போன் பேச்சிலே கவனமாக இருந்தாள். அவள் முகம் சிரிப்பில் மின்னிக் கொண்டிருந்தது. அவள் ரஞ்சினி இருந்த பக்கமே திரும்பவில்லை. ரஞ்சினி புத்தகத்தை புரட்டினாள்.

"என்ன கண்ணு டீச்சர் இன்னும் வரலயா? வீடு பூட்டிக் கிடக்குதே" என்ற கேள்வி கேட்டு ரஞ்சினி தலை நிமிர்ந்தாள். பக்கத்து வீட்டில் வேலை பார்க்கும் மல்லிக்காக்கா நின்றிருந்தாள். ரஞ்சினி புன்சிரிப்பை உதிர்த்து தலையாட்டினாள். "இருட்டப் போவுதம்மா, நீ வேணா வீட்டுக்குப் போயிடேன்" என்றாள் கரிசனையோடு.

"கொஞ்ச நேரம் கூட வெயிட் பண்ணிட்டு போறேன்" என்றாள் ரஞ்சினி மல்லிகா போன பின்னும் ரஞ்சினி முகத்தில்

புன்சிரிப்புடன் இருந்தாள் அவளுக்கு சந்தோஷமாக இருந்தது. என்ன கண்ணு என்று அவள் சொன்னது நினைவிலேயே நின்றது. அன்பும் கரிசனமுமாக எல்லோரும் பேசினால் எவ்வளவு நன்றாக இருக்கும் என்று நினைத்துக் கொண்டாள். சிறுமூட்டை வைத்திருந்த முதியவர் என்ன செல்லம் என்றதும் அவளுக்கு ஞாபகம் வந்தது.

நேரம் போய்க் கொண்டே இருக்க அவள் கைபேசி எடுத்து மறுபடியும் டியூசன் மிஸ்ஸை கிடைக்க முயற்சி செய்தாள். நாட் ரீச்சபிள் என்றே வந்தது. அவள் பார்த்தாள் கைபேசியில் சந்தீபின் ஒரு மெஸெஜ் கிடந்தது. யூ ஆர் மை ஸ்கை, யூ ஆர் மை ரெயின் என்று டைப் செய்யப்பட்டிருந்தது. மம்மி பார்த்தால் திட்டுவாளே என்ற பயத்தில் அவள் அதை டிலிட் செய்து விட்டாள்.

தன்னுடைய செல் நம்பர் சந்தீபுக்கு கொடுத்தது ரேஷ்மாவாகத் தானிருக்கும். கொஞ்சநாட்கள் இருவரும் ரொம்ப ஃபிரண்ட்ஸ் ஆக இருந்தார்கள். அப்போது கொடுத்திருப்பாள் என்றெல்லாம் ரஞ்சினி அனுமானித்தாள். இப்போது அவர்களிடம் நட்பில்லை. அபிலாஷ் தான் இப்போது ரேஷ்மாவின் நண்பன். சந்தீபிடம் நட்பை முறித்துக் கொண்டதற்கான காரணத்தை ரேஷ்மா சொன்னதை ரஞ்சினி நினைவு கூர்ந்தாள்.

“சந்தீப் நல்லவனில்லடீ. என்ன செய்தான் தெரியுமா? எங்க வீட்டுல ஒரு ஜன்னல் திறந்தா அவன் வீட்டு ஜன்னல் தெரியும். அவன் ஒரு நாளைக்கு அவன் வீட்டு ஜன்னல் கிட்ட நின்னுட்டு அவனோட சிஸ்டரோட பழைய ஒரு பொம்மையை எடுத்து அதன் ட்ரெஸ் எல்லாம் கழட்டிட்டு இத பாத்தியா இப்ப தான் நல்லாருக்குன்னு என்கிட்டே காட்டி சிரிச்சான். இதை கேட்டுக்கிட்டும் பாத்துக்கிட்டும் வந்த வேலைக்காரி மம்மி கிட்ட சொன்னா. மம்மி என்னெ திட்டிக்கிட்டு அந்த ஜன்னல் திறக்க முடியாத படி அடச்சுட்டாங்க. இனிமே சந்தீப் கிட்ட பேசக்கூடாதுன்னும் சொல்லிட்டாங்க. அப்பப்ப என் செல் எடுத்து சோதனை பண்ணுவாங்க மம்மி” என்றாள்.

ரஞ்சினிக்கும் இதை நினைக்க பயம் வந்தது. ஆனால் வர்ஷா மட்டும் பயமே இல்லாமல் இருக்கிறாளே என்று ஆச்சரியப்பட்டாள். மதியம் சாப்பாட்டு வேளையில் நடந்த பேச்சுக்கள் அவள் நினைவில் வந்தன. ரஞ்சினியும் லக்ஷ்மி நந்தகுமாரும் நந்திதா ப்ரியாவும் ரேஷ்மா ஜார்ஜும் சாப்பிட்டுக் கொண்டிருந்தபோது சாப்பிட்டு முடித்து கை கழுவி வந்த வர்ஷா, சந்தீப் குறித்து பேச்செடுத்தாள்.

சந்தீப் தான் இப்பொழுது அவளுடைய நண்பனாம். சந்தீப் ரொம்ப அழகாக இருக்கிறானாம். சந்தீப் அவளுக்கு நிறைய ஃபைவ் ஸ்டார் வாங்கித் தருவானாம். வீட்டில் மம்மியும் டாடியும் நேபாளியான வேலைக்காரனும் இல்லாத போது சந்தீப்பிடம் செல்லில் பேசுவாளாம். அப்போது யானை எறும்பு ஜோக்கெல்லாம் சொல்வானாம். கெட்ட கதை கூட சொல்வானாம்.

இதைச் சொன்ன உடன் ரேஷ்மாவும் நந்திதா ப்ரியாவும் "அந்த கெட்ட கதையை எங்களுக்கும் சொல்லுடீ" என்று கெஞ்ச ஆரம்பித்தனர். வர்ஷா சற்று பிகு செய்து விட்டு குரல் தாழ்த்தி சொல்லப் போனவள் ரஞ்சினியையும் லக்ஷ்மியையும் ஒருமுறை பார்த்துவிட்டு, "இதுங்கெல்லாம் பச்சா" என்றபடி ரேஷ்மாவையும் நந்திதாவையும் சற்றுத்தள்ளி சுவரோரமாக அழைத்துப் போனாள். சற்று நேரத்தில் மூவருமாக விழுந்து விழுந்து சிரித்துக் கொண்டு வந்தனர்.

ரஞ்சினி அவர்கள் உதட்டசைவிலிருந்து ஏதாவது கிடைக்குமா என்று கவனித்த வண்ணம் இருந்த போது லக்ஷ்மி அவளது கவனத்தை திருப்பி உனக்கு 'கைத்தல நிறை கனி' சொல்லித் தாரேன்டீ எழுதிக்கோ" எனறாள். ரஞ்சினியும் அவள் சொல்லச் சொல்ல எழுதினாள். "சொற்றுணை வேதியன்" இனி மேல்த்தான் படிக்கணும்" என்று லக்ஷ்மி சொன்ன போது ரஞ்சினிக்கு லக்ஷ்மி வீட்டுக்குப் போக வேண்டுமென்று தோன்றியது.

மழைக்கோட்டுடன் ஒருவர் ஸ்கூட்டரில் போகும் சத்தம் அவளை நிகழ்காலத்துக்கு கொண்டு வந்தது. எதிர்பக்கம் செண்பக மரத்திலிருந்து ஒரு கொத்துகாய் கீழே விழுந்தது. சிந்தனைகளை உதறிவிட்டு ரஞ்சினி எழுந்து போனாள். வெளியிலுள்ள ஓடு பாதி திறந்திருக்க உள்ளே கடும் பீச் நிறத்தில் விதைகள் இருந்த அந்த ஒரு காம்பில் ஏராளமான காய்கள் இருந்தன. சற்று தள்ளி கிடந்த இன்னொரு கொத்தையும் எடுத்தாள். இரண்டையும் கொண்டு வந்து ஸிட் அவுட்டின் ஒரு ஓரமாக வைத்தாள்.

மரத்தின் மேலிருந்து மைனாக்கள் அதை கண்டு கொண்டன என்று ரஞ்சினி கண்டு கொண்டாள். அவள் மெதுவாக எழுந்து அங்கே கிடந்த மேஜைக்கு பின்னால் ஒளிந்து கொண்டாள். அவள் நினைத்தது போலவே இரண்டு மைனாக்கள் பறந்து வந்து அந்த காய்கள் பக்கத்தில் வந்து நின்றன. ரஞ்சினி மகிழ்வுடன் பார்த்துக் கொண்டிருந்தாள். ஆனால் அந்த நேரம் பார்த்து பக்கத்து வீட்டிலிருந்து நடந்து வந்து

கொண்டிருந்த பூனை ஒன்று மைனாக்களைப் பார்த்ததும் நின்று விட்டது. மைனாக்கள் பறந்து போயின.

ரஞ்சினி பயந்தாள். மைனாக்களை பூனை பிடித்துவிட்டால் என்ன செய்வது என்று பதற்றமானாள்.

அவள் எழுந்து வேகமாக அந்த காய்களை தூக்கி அடுத்த வீட்டு சுற்றுச் சுவர் ஓரமாக போட்டு விட்டாள். பூனை அதன் பாட்டுக்குப் போயிற்று. மைனாக்கள் மரத்தில் உட்கார்ந்து கொண்டன.

ரஞ்சினி நிம்மதிப் பெருமூச்சு விட்டாள்.

அவளுக்கு போரடித்தது வீட்டுக்குப் போகலாமா என்று யோசித்தாள்.

நேற்றைய சண்டையின் மீதி இன்றும் இருக்குமோ என்னமோ. நேற்று மம்மியும் டாடியும் ரொம்ப நேரம் சண்டை போட்டார்கள்.

மம்மி மம்மியின் அப்பாவையும் டாடி டாடியின் அம்மாவையும் இங்கே வீட்டுக்கு கூட்டிக் கொண்டு வருவது குறித்துத்தான் நேற்றைய சண்டை.

"உங்கம்மா ஒரு டைப் ஐ காண்ட் டாலரேட் ஹெர். எங்கப்பா இருக்கிறப்ப உங்க அம்மாவும் இருந்தா சரியாவாது".

"அப்போ எங்கம்மா மட்டும் வரட்டும். உங்கப்பாவை வரவேண்டாம்னு சொல்லு".

"அதெப்படி சரியாகும்?"

"பின்னெ ரெண்டு பேரும் வரட்டும்"

"ரெண்டு பேரையும் மாறி மாறி ஹாஸ்பிட்டல் கூட்டிட்டுப் போறதுக்குத்தான் நமக்கு நேரம் சரியா இருக்கும். வேலைக்கெல்லாம் போகமுடியாது.

"அப்போ நீ வேலயை விட்டுரு"

"என்ன சொல்றீங்க?" கோபமா கேட்டாள் மம்மி.

ரஞ்சினிக்கு தாத்தாவும் பாட்டியும் வந்தால் நன்றாக இருக்கும் என்று தோன்றியது. "சொற்றுணை வேதியனும்" பாரதியார் கவிதைகளும் கேட்டு தெரிந்து கொண்டு லக்ஷ்மியிடம் பேசலாம்.

அவள் சண்டை போடும் இருவரின் நடுவே போய் நின்று,

"மம்மி டாடி, அவங்க ரெண்டு பேரும் வரட்டுமே நமக்கொரு ஆயா கூட வச்சுக்கலாம்" என்றாள்.

"உன்னை யார் கூப்பிட்டா இங்கே "கோ டூ யுவர் ரூம்" என்று இரைந்து கட்டையிட்டாள் மம்மி. மம்மி மிகவும் கோபமாக இருந்தாள். டாடியும் தான்.

ஆயாவை வைக்க முடியாதென்றும் எல்லொருக்கும் தங்க வீடுபோதாதென்றும் பெரிய வீடு வேண்டுமென்றால் நிறைய வாடகை தரவேண்டியிருக்குமென்றும் எல்லாம் சொல்லி சண்டையிட்டாள் மம்மி. டாடி டீபாயை ஓங்கி உதைத்தார். ஒரு புத்தகத்தை வீசினார். மம்மி கதவை அறைந்து சாத்தினாள். மேஜை மீது வைத்திருந்த சாப்பாடு வீணாகப்போயிற்று. இன்று மீதி சண்டை இருக்கும் என்றே தோன்றுகிறது.

இதையெல்லாம் நினைக்க நினைக்க ரஞ்சினிக்கு வீட்டுக்குப் போக பயமாக இருந்தது. நிச்சயமாக இன்று டாடி குடித்துவிட்டுத்தான் வருவார். அப்போது அவருக்கு என்ன பேசுகிறோம் என்று விவஸ்தையே இருக்காது. நானும் குடிப்பேன் என்று மம்மியும் மிரட்டுவாள். முக்கியமாக இரண்டு பேரும் சாப்பிடமாட்டார்கள். ரஞ்சினிக்கும் சாப்பிட முடியாது. நிறைய படிக்க வேண்டி உள்ளது. ஹோம்வொர்க் செய்ய வேண்டியுள்ளது.

ரஞ்சினிக்கு வர்ஷா சொன்னது ஞாபகம் வந்தது.

"அன்னிக்கொரு நாள் எங்க வீட்ல பார்டி நடந்தது. வந்திருந்த எல்லாரும் ட்ரின்க்ஸ் எடுத்துக்கிட்டாங்க எங்க மம்மி கூட எடுத்தாங்க. மம்மி க்ளாஸ டேபிள் மேல வச்சிட்டு அந்தபக்கம் போனதும் நான் எடுத்து கொஞ்சம் குடிச்சுப்பார்த்தேன். என்னமோ மாதிரி இருந்தது" என்றாள்.

வர்ஷா எந்த விஷயமானாலும் ஏதோ பெரிதாக சாதித்து விட்டதைப் போலத்தான் சொல்வாள். அவள் மேலும் சொன்னாள்.

"அது மட்டுமில்லடீ எல்லாரும் ஹால்ல இருந்தப்ப மிஸஸ் பிரகாஷும் ஷெர்வானி போட்ட அன்கிளும் ஒத்தருக்கொருத்தர் கையை பிடிச்சுக்கிட்டு வராந்தா ஓரமா போய் நின்னாங்க. மிஸஸ் பிரகாஷும் நிறைய ட்ரின்க்ஸ் எடுத்துக்கிட்டாங்க போலேருக்கு.

நான் ஜன்னல் திரை வழியா ஒளிஞ்சு நின்று பாத்தப்ப அந்த ஆன்டி தள்ளாடிக்கிட்டிருக்க அந்த அங்கிள் ஆன்டியை கட்டிப் பிடிச்சு வராந்தா சோபா மேல உக்கார வச்சாங்க. பெரிய கண்ணாடி போட்ட இன்னொரு அன்கிள் இதை காணாதது போல போய்ட்டார். எங்க மம்மி ஓடி வந்து என் தொடையில கிள்ளி ரகசியமா "போடீ இங்கிருந்து"ன்னு சொல்லிட்டு "சாப்பிடலாம் வா வர்ஷா. இட் ஈஸ் கெட்டிங் லேட்" ன்னு உரக்கச்சொல்லி என்னை உடனே கூட்டிட்டு போய்ட்டாங்க.

வர்ஷா கைகளை ஆட்டி ஆட்டி சுவாரசியமாக சொல்லிக் கொண்டே போக மற்றவர்கள் கதை கேட்பது போல் ஆவலோடு கேட்டுக் கொண்டிருந்தனர். அவள் பேசி நிறுத்தினதும்

"அப்புறம்" என்றாள் ரேஷ்மா.

"அப்புறம், என்ன ஆச்சு தெரியுமா? சாப்பிட்டுட்டு ஹான்ட் வாஷ் பண்ணப்போனபோது தான் அதைப் பார்த்தேன்" என்று சொன்ன வர்ஷா மிகப்பெரிய ரகசியம் ஒன்றை சொல்லப்போவது போல் சுற்றுமுற்றும் பார்த்துவிட்டு, குரலை குறைத்துக் கொண்டு,

"அங்கே பெரிய கண்ணாடி போட்ட அன்கிளும் இறுக்கமான சுடிதார் போட்ட ஒரு ஆன்டியும் கட்டிப்பிடிச்சுக்கிட்டு நின்னாங்க" என்றாள்.

அவரவருக்குத் தோன்றியதுபோல் ஐயோ சீ சீ என்றெல்லாம் சொல்லி கையை உதறி ரேஷ்மாவும் நந்திதாவும் சிரித்தனர். ரஞ்சனியும் சிரித்தாள். நம்பிக்கையில்லாமல் பார்த்து சும்மா பேருக்கு சிரித்து வைத்து முகத்தை திருப்பிக்கொண்டாள், லக்ஷ்மி நந்தகுமார்.

நந்திதா பிரியாவுக்கு இதுபோல் ஏதாவது சொல்ல வேண்டு மென்று தோன்றியிருக்க வேண்டும். அவள் உடனே,

"இது மாதிரி ஒரு விஷயம் நானும் பார்த்தேன் சொல்லட்டுமா?" என்று கேட்டாள்.

"சொல்லு சொல்லு" என்று ஆவலுடன் அவள் முகத்தை பார்த்தனர் ரேஷ்மாவும் வர்ஷாவும். ரஞ்சனியும் லக்ஷிமியும் சும்மா இருந்தனர்.

"அன்னிக்கொரு நாள் என் மம்மியும் டாடியும் ஒரு மாரேஜுக்கு போய்ட்டாங்க. வீட்ல நானும் வேலைக்காரி ராணியக்காவும் தான்

இருந்தோம். எனக்கு டிபன் கொடுத்திட்டு ராணியக்கா என்கிட்ட "துணி தோய்க்கப் போறேன். வாஷிங்மெஷின்ல போட்டா சரி யாவாது. நான் பின்பக்கம் இருப்பேன். நீ டி.வி பாரு" ன்னு சொல்லிட்டு போயிட்டாங்க. சாதாரணமா சிடுசிடுன்னு விழுவாங்க. நான் உப்புமா வேண்டாம் பிரட்தான் வேணும் இல்ல நூடில்ஸ் தான் வேணும்னெல்லாம் சொன்னா வெடுவெடுன்னு விழுவாங்க. அன்னிக்கு ஒன்னுமே சொல்லல. நான் சரிதான்னிட்டு டி.வி வாச் பண்ணிட்டிருந்தேன்."

அவள் சற்றுமௌனம் காத்தாள். பின், தொடர்ந்து சொன்னாள்.

"டேபிள்ல இருந்த வாட்டர் பாட்டில்ல தண்ணி தீந்திருச்சு. தண்ணியெடுக்க உள்ளே கிச்சனுக்குப் போனேன். வெளியே அந்த ராணியக்காவும் டெய்லர் செல்வராஜண்ணனும் கிட்டக்கிட்ட நின்னாங்க. ராணியக்கா சாரி சரியா போடலே. செல்வாராஜண்ணன் ஜாக்கட் அளவெடுக்கறேன் திரும்பு திரும்புன்னு சொல்றாரு. ராணி அக்கா விழுந்து விழுந்து சிரிக்குது. நீளமா டேப் ஒண்ணு வச்சுக்கிட்டு அந்த அண்ணன் நின்னுது. என்னைக் கண்டதும் செல்வராஜண்ணன் ஓடிப்போயிட்டாரு. ராணியக்கா தொவக்கிற கல் கிட்டப் போனாங்க" என்று சொல்லி செல்வராஜ் பயந்து ஓடுவது போல அவள் நடித்துக் காட்ட எல்லாரும் சிரித்தார்கள்.

மம்மி டாடி அண்ணன் கிஷோர் எல்லாரும் இரவு வீட்டுக்கு வரும் போது ரொம்ப நேரமாகிவிடும் என்று வர்ஷா சொன்னபோது ரேஷ்மா கேட்டாள்.

"அது வரைக்கும் நீ என்னடீ பண்ணுவ? படிச்சிட்டுருப்பியா?"

"நானா? நான் டி.வி. பார்ப்பேன். நெட்ல ஏதாவது ஸைட் போவேன். சந்தீப் கிட்டெ போன்ல பேசுவேன். ஃப்ரெண்ட்சுக் கெல்லாம் ஏதாவது மெஸஸஜ் அனுப்புவேன். எங்க வீட்ல சமையல்காரன் ஒரு நேபாளி. ஓரளவு தமிழ் இங்கிலீஷ் எல்லாம் பேசுவான். அவன் சில நேரம் என்னை கிச்சு கிச்சு மூட்டுவான். நான் விழுந்து விழுந்து சிரிப்பேன்". சிரித்துக் கொண்டே உற்சாகமாய் சொன்னாள் வர்ஷா.

பின் "நான் ரெண்டு வருஷம் கழிச்சு பிளஸ் டூ முடிச்சதும் மாடல் ஆவேன்" என்று அறிவித்து விட்டு எழுந்து நின்று பல விதமாக போஸ் கொடுத்தாள். "வீட்ல நான் இன்னர்வேர் மட்டும் போட்டுகிட்டு

ப்ராக்டீஸ் பண்ணிக்கிட்டிருப்பேன்" என்றவாறே ராம்பில் நடப்பது போல் பூனை நடை நடந்து காட்டினாள். ரஞ்சினி உட்பட எல்லோரும் அவளை ஆவென பார்த்துக்கொண்டிருந்தாள்.

சாப்பாட்டு நேரம் முடியப்போவதால் அவள் கிளம்பினாள். போகும் முன் ரகசியம் போல் "இன்னிக்கு ஈவனிங் சந்தீப் ஒரு விஷயம் காட்டறேன்னு சொல்லியிருக்கான். அந்த அங்கன் வாடிக்குப் பின்னாலே ஒரு ஒற்றை ரூமில்லே அங்கே என்னை வரச் சொல்லியிருக்கான்" என்றாள், குதூகலத்தோடு.

"நீ போவியா" என்று கேட்டாள் ஆச்சரியத்துடன் ரஞ்சினி.

"வை? ஏன் போகக்கூடாது? போன வாரமே போனோம். ஆனா அன்னிக்கு அந்த அங்கன்வாடி ஆயா என்னமோ எடுக்கவந்திட்டாங்க. நான் ஒரு பக்கமாவும் அவன் இன்னொரு பக்கமாவும் ஓடிப் போயிட்டோம்" வர்ஷா சிரித்துக்கொண்டே போய்விட்டாள்.

ரேஷ்மாவும் நந்திதாவும் ரஞ்சனியும் ஒருவர் முகத்தை ஒருவர் பார்த்துக்கொண்டனர். சந்தீப் என்ன விஷயம் காட்டப்போறானோ என்பது குறித்து அவர் பேச ஆரம்பிக்கும் முன் மணியடித்து விட்டது.

சற்று ஓய்ந்திருந்த மழை மறுபடியும் இரைச்சலுடன் பெய்ய ஆரம்பித்தது. சட்டென்று அடுக்குமாடிக் குடியிருப்பின் பின்னாலிருந்து சிறுமூட்டை வைத்திருக்கும் முதியவர் வேக வேகமாக வந்து ஸிட் அவுட் ஓரமாக ஒதுங்கினார். அவர் தலை நனைந்திருந்தது.

தோளில் போட்டிருந்த கறுப்பு மூட்டையிலிருந்து ஒரு துண்டு எடுத்து தலையை துடைத்துக் கொண்டே ரஞ்சனியை பார்த்து சிரித்தார். "என்ன செல்லம் இஙகே ஒக்காந்திருக்க?" என்று கேட்டார்.

ரஞ்சனி விஷயத்தை சொல்லி விட்டு அவரை ஸிட் அவுட் மேல் வருமாறு அழைத்தாள். அவர் தாங்க்ஸ் என்று சொல்லிவிட்டு அங்கேயே நின்று கொண்டார். வானத்தையும் மழையையும் செண்பகமரத்தையும் பார்த்துக் கொண்டிருந்தவரை "வாங்க தாத்தா மேலே ஏறி வாங்க" என்று அழைத்தாள் ரஞ்சனி.

அவளை என்ன செல்லம் என்று கேட்டது அவளை மகிழ்ச்சிக் குள்ளாக்கி இருந்தது. அவர் சிரித்துக் கொண்டே மூட்டைக்குள் கைவிட்டு ஒரு கைநிறைய விசில்கள் எடுத்தார். பச்சை சிவப்பு நீலம் என்று பல வண்ணங்களில் ப்ளாஸ்டிக் விசில்கள் இருந்தன. ஒரு

சிவப்பு விசில் எடுத்து நீட்டினார். அவள் தாங்ஸ் என்று சொல்லி வாங்க மறுத்தாள். விசிலை வீட்டுக்கு கொண்டு போக முடியாது என்ன ஏது என்று கேட்டு மம்மி திட்டுவாள். பள்ளிக்கும் கொண்டு போக முடியாது.

இதற்கிடையே சிவப்பு கார் ஒன்று வேகமாக வந்து சற்றே நிதானமாக ஓடி பின் வேகமெடுத்து போயிற்று. சற்று நேரத்தில் காலனி வாச்மேன் ஓடி வந்து "யார்யா உன்னை உள்ளே விட்டது" போ, போ என்று விரட்டினான். முதியவர் புன் சிரிப்பு மாறாமலேயே ரஞ்சனியை ஒரு தரம் பார்த்து விட்டு நடந்து போனார். ரஞ்சனிக்கு ஏனோ வருத்தமாக இருந்தது.

அவள் புத்தகங்களையெல்லாம் பைக்குள் எடுத்து வைத்தாள். வீட்டுக்குச் சென்றால் தனியாக இருக்க வேண்டி வரும். சாவி இருக்கிறதா என்று பார்த்துக் கொண்டாள். ட்யூஷன் மிஸ் வரவில்லை என்றால் "பொறுப்பத்தவங்க" என்று மம்மி திட்டுவாள்.

அவள் மறுபடியும் பையை திறந்து ரஃப் நோட் எடுத்து எழுத ஆரம்பித்தாள்.

கேள்வி

1. ஏன் மம்மி டாடி தினமும் சண்டை போடுகிறார்கள்?
2. என்னை ஏன் என்ன கண்ணு என்ன செல்லம் என்று சொல்வதில்லை.
3. ஏன் மைனாக்களை பார்த்த பூனை கண்கள் மின்ன நின்றுவிட்டது.
4. ஏன் சிறுமூட்டை வைத்திருந்த முதியவரை இங்கே இருக்க விடாமல் துரத்தினார்கள்.
5. ஏன் பாட்டியையும் தாத்தாவையும் இங்கே கூட்டிக் கொண்டு வருவதில் மம்மி டாடிக்கு இஷ்டமில்லை.

அப்போது ட்யூஷன் மிஸ்ஸின் குறுஞ்செய்தி வந்தது. 'வர லேட்டாகும்' என்று படித்தாள். புத்தகம் எல்லாம் உள்ளே வைத்து ஸ்கூல் பாக் எடுத்து மாட்டிக்கொண்டு தெருவில் இறங்கினாள்.

அவளுக்கு ஒரே யோசனையாக இருந்தது. நேராக வீட்டுக்குப் போவதில் அவளுக்கு விருப்பமிருக்கவில்லை. இருந்தாலும் மம்மி

டாடி வரும் வரை சுதந்திரமாக இருக்கலாமே என்று நினைத்தாள். கணக்குக்கு எப்பொழுதும் நிறைய மார்க் வாங்கும் ராகுல் பிரதீப் நம்பர் தந்துள்ளான். அவனிடம் பேசலாம் என்று அவளுக்குத் தோன்றியது.

அல்லது வீட்டுக்குச் செல்லாமல் அங்கன் வாடியின் பின்பக்கம் உள்ள ஒற்றை ரூமில் சந்தீப் வர்ஷாவுக்கு என்ன காட்டப்போகிறான் என்று தெரிவதற்காக அங்கே போகலாம்.

அல்லது பூட்டிக்கிடக்கும் இரண்டு வீடுகளுக்கு மத்தியில் உள்ள காலியான இடத்தில் உள்ள மஞ்சள் பூமரத்தின் கீழ் கிடக்கும் கல்லில் சற்று நேரம் உட்காரலாம். வேண்டுமென்றால் ராகுல் பிரதீபிடம் பேசலாம். யாரும் கவனிக்க மாட்டார்கள்.

அது தான் சரி என்று அவள் மஞ்சள் பூமரத்தின் கீழ் கிடந்த கல்லில் போய் உட்கார்ந்தாள். நிலமெங்கும் மஞ்சள் பூக்கள் நிறைந்து கிடந்தன. அவள் பையை கீழே வைத்து விட்டு கையெட்டும் தூரம் வரை உள்ள பூக்களை பறிக்கலானாள். லஞ்ச் பாக்ஸ் திறந்து அதற்குள் நிரப்பிக் கொண்டாள். அவளுக்கு என்னவோ மகிழ்ச்சியாக இருந்தது.

தெருத் திருப்பத்திலிருந்து ராஜாத்தி அக்கா வந்து கொண்டிருந்தாள். ராஜாத்தி அக்கா “என்னம்மா பூ பறிக்கிறாயா” என்று கேட்டுக் கொண்டே நடந்து போனாள். ஆமா என்று சொல்லி சிரித்தவாறே ரஞ் சனி மறுபடியும் பூ பறிக்கலானாள். சும்மா உட்கார்ந்திருந்தால் ராஜாத்தி அக்கா என்ன நினைப்பாளோ என்றெண்ணியவாறே அவள் போவதை இவள் பார்த்துக் கொண்டே நின்றாள்.

அவளுக்கு சட்டென்று நினைவு வந்தது. ராஜாத்தி அக்காவும் மாரிமுத்தண்ணனும் காலனிக்கு வெளியே உள்ள குழாயடியில் பேசிக்கொண்டு நின்றது. அவள் இது மத்தியான்னம் ஞாபகம் வந்திருந்தால் நன்றாக இருந்திருக்குமே. வர்ஷா ரேஷ்மா எல்லாம் சொன்னது போல் தானும் சொல்லியிருக்லாமே என்று நினைத்து. ஐயோ சொல்லாமல் விட்டோமே என்று வருந்தினாள்.

பின்னர் மரத்தடிக்கல் மேல் உட்கார்ந்து கண் முன்னால் வர்ஷாவும் மற்ற தோழியரும் இருக்கிறார்கள் என்று பாவித்து பேச ஆரம்டத்தாள்.

“அன்னிக்கொரு நாள் என்ன பார்த்தேன்னு சொல்லட்டுமா இந்த ராஜாத்தி அக்காவும் மாரிமுத்து அண்ணனும் வாட்டர் டாப் பக்கத்தில நின்னு தண்ணி பிடிச்சுக்கிட்டிருந்தாங்க. நான் ஒரு நோட்புக் வாங்க கடைக்குப் போயிட்டு ரோடு க்ராஸ் பண்ண நின்னிட்டிருந்தேன்.

அந்த அக்காட்டெ ஏம்மா நீ இப்படி அடி வாங்கிட்டிருக்கேன்னு கேட்டாரு அந்த அண்ணன். வேறென்ன செய்யன்னு சொன்னாள் அந்த அக்கா. எனக்கு ரொம்ப வருத்தமாயிருக்குன்னு சொல்லி அந்த அண்ணன் அந்த அக்கா கையை பிடிச்சுக்கிட்டாரு. எல்லாத்தையும் விட்டுட்டு நம்ம எங்கெயாவது போயிருவோமான்னு கேட்டாரு அந்த அண்ணன். அந்த அக்கா இதெல்லாம் சும்மா பேசலாம்ன்னு சொல்லி கண்ணை தொடச்சிக்கிட்டே குடத்தை எடுத்துக்கிட்டு போயிட்டாங்க அந்த அண்ணனும் கண்ணெ தொடச்சிக்கிட்டு இன்னொரு பக்கமா போயிடுச்சி. எனக்கு பாவமா இருந்தது".

ரஞ்சனி சற்று யோசித்தாள். பின்னர் கல்மேல் திரும்பி உட்கார்ந்து வர்ஷாவானாள்" "எங்கயாவது போலாம்னு சொன்னா என்ன தெரியுமா. எங்கனாம் ஓடிப்போலாமா அப்படீன்னு தான்"

மறுபடியும் சரியாக உட்கார்ந்தாள். பின்னர் ஓடிப்போவது என்றால் என்ன. போனால் என்ன ஆகும் போன்ற விஷயங்கள் குறித்து மனசுக்குள்ளேயே விவாதம் பண்ணிக் கொண்டாள். அவளுக்கு சரியாக ஒன்றும் புரியவுமில்லை. ஒரே குழப்பமாக இருந்தது. அவள் எழுந்து பாக் எடுத்து மாட்டிக்கொண்டு நடக்க ஆரம்பித்தாள். ராகுல் பிரதீபிடம் பேச வேண்டுமென்பதை மறந்து விட்டாள்.

எல்லா வீடுகளிலும் மின்விளக்கு போட்டு விட்டார்கள். அடுத்த தெரு கோயிலிருந்து பாட்டு கேட்டது.

அவளுக்கு கோயிலுக்கு போகலாம் என்றும் தோன்றியது. அங்கே தீபாராதனை நடக்கும் முன் பஜனை பாடுவார்கள். நிறைய பெண்கள் சின்னதாக புத்தகம் கையில் வைத்து பார்த்து பாடுவார்கள். கேட்க நன்றாக இருக்கும். கூடவே சேர்ந்து பாடலாம் போல் அவளுக்குத் தோன்றும்.

மம்மி எப்போதாவது தான் வீட்டில் விளக்கேற்றுவாள். மம்மி, வரும்போதே எட்டுமணியாகி விடுமே. லட்சுமி நந்தகுமார் வீட்டில் சந்தியா நேரத்தில் அவளது அம்மா விளக்கேற்றி தீபத்தின் முன் சற்று நேரம் உட்கார்ந்து சுலோகம் சொல்வார்களாம். அவளது பாட்டி வீட்டில் அரைமணி நேரம் பாட்டி சின்ன சுலோகப்புத்தகம் பார்த்து படிப்பார்களாம்.

ஏன் தன்னுடைய வீட்டில் அதுபோல் எல்லாம் இல்லை என்று அவள் யோசித்தாள். மம்மி விளக்கேற்றுவது மம்மிக்கு தோன்றும்

போதுதான். தனி பூஜையறையும் கிடையாது வீட்டில். சின்ன ஒரு முக்காலி மேல் ஒரு படமும் ஒரு சிறு விளக்கும் வைத்துள்ளாள். “ ஓ இன்னிக்கு வெள்ளிக்கிழமையா” என்ற நினைத்தார்போல் சொல்லி விட்டு விளக்கேற்றுவாள். அம்மா ஏதோ முணுமுணுப்பாக சொல்வது போல் தோன்றும். “கஜானனம் பூதகணாதி சேவிதம்” சொல்லுவாள் போல் தெரிகிறது. மற்றப்படி சுலோகமெல்லாம் தெரியுமாவென்று அம்மா நல்ல மூடில் இருக்கும் போது கேட்க வேண்டும் என்று நினைத்துக் கொண்டாள். மற்றபடி மம்மி திரைப்பாடல்களை மெல்லிய குரலில் பாடுவதுண்டு, அப்போ பக்திப் பாடல்கள் சுலோகங்கள் எல்லாம் தெரியுமாயிருக்கும் என்றும் நினைத்துக் கொண்டாள்.

கோயிலுக்கு திரும்பும் இடம் வந்ததும் கோயிலுக்குப் போக வேண்டாம் என்று அவளுக்குத் தோன்றியது. மம்மி என்ன சொல்வாள் என்று தெரியாது.

“இந்த யூனி ஃபாமோட ஏன்டீ போனே? குளிக்க எல்லாம் வேண்டியதில்லையோ” என்று கத்தினாலும் கத்துவாள். மேலும் பசிக்கவும் செய்கிறது. மத்தியானம் வர்ஷாவும் ரேஷ்மாவுமெல்லாம் பேசிக்கொண்டிருந்ததை கேட்டுக் கொண்டிருந்தனால் சரியாக சாப்பிடவுமில்லை. அதுமட்டுமல்ல தயிர் சாதத்தில் உப்பே இல்லாமல் இருந்தது. சண்டையை நினைத்துக் கொண்டே மம்மி சமைத்திருப்பாள் போலும்.

டியூசன் மிஸ்ஸின் அம்மா ஒரு கப் தேனீர் தருவார்கள். மம்மி அதற்கும் சேர்த்துத்தான் பணம் தருகிறாள். இன்று அதுவுமில்லை. ரஞ் சனி கோயில் பக்கம் திரும்பாமல் நேராக நடந்தாள்.

அவள் அங்கன் வாடி பக்கம் ஒரு கணம் நின்று பின்னர் என்னவோ பயம் தோன்ற நடக்க ஆரம்பித்தாள்.

வீட்டினருகே வந்து விட்டாள். வீடு இருட்டாக இருக்கிறது. எதிர்பக்கம் இரண்டு வீடு தள்ளி உள்ள மனையில் கட்டிடவேலை நடக்கிறது. அங்கே நின்ற மூன்று பேர் அவளையே பார்த்துக் கொண்டு நின்றனர். அவள் அவசரம் அவசரமாக சாவி எடுத்து கேட்டு பூட்டை திறந்தாள். உள்ளே நுழைந்து வேகமாக நடந்து வாசல் பூட்டை திறக்க முயன்றாள். இருட்டில் சரியாக ஒன்றம் தெரியவில்லை.

ஸ்கூல் பாகில் கைவிட்டு கைபேசி எடுத்து டார்ச் ஒளி பரப்பினாள். ஒரு கையால் பூட்டை திறக்க முயற்சிக்கும் போது கேட் பக்கம்

சும்மா பார்த்தாள். அந்த மூன்று பேரும் கேட்டருகே நிற்பது போல் அவளுக்குத் தோன்றியது. அவள் பயத்துடனே ஒரு வழியாக வாசல் பூட்டை திறந்து உள்ளே நுழைந்த உடனேயே வாசல்கதவை சாத்தி உள்ளிருந்து தாழ் போட்டு விட்டாள். மின் விளக்குகளைப் போட்டாள். அவள் மிகவும் பயந்திருந்தாள்.

வெளி விளக்குகளையும் போட்டு விட்டு ஜன்னல் கதவை லேசாக திறந்து வெளியே பார்த்தாள். அந்த மூவரும் இப்போது சுற்று மதிலுக்கு வெளியே நின்று புகை பிடித்துக்கொண்டு நின்றனர். அவர்கள் அடிக்கடி வீட்டை பார்ப்பது போல் அவளுக்கு தோன்றியது.

மம்மியும் டாடியும் உடனே வந்து விட்டால் நல்லது என்று கடவுளை வேண்டிக் கொண்டாள். ஸ்கூல்பாகை ஒரு பக்கமாக வைத்தாள். ஷுவை கழற்றினாள். அவளுக்கு அழுகை வந்தது.

சீருடையுடன் அவள் வெறும் தரையில் உட்கார்ந்து அழ ஆரம்பித்தாள்.

பாட்டாவின் கடுக்கனும் அவனும்

இரைச்சலுடன் பெய்ய ஆரம்பித்த மழை உடம்பை நனைக்கும் முன், பக்கத்தில் காணப்பட்ட பூட்டப்பட்ட கடையின் திண்ணையில் ஏறிக் கொண்டார் பிச்சைப்பாட்டா. மேல் துண்டால் தலையையும் முகத்தையும் துடைத்தவர் உட்கார இடம் தேடினார். அந்தச் சிறு திண்ணையில் ஏற்கனவே ஒரு தவிட்டு நிற நாயும் ஒரு பிச்சைக்காரனும் இடம் பிடித்திருந்தனர். பாட்டாவைக் கண்டதும் தவிட்டு நிற நாய் ஒரு தடவை நிமிர்ந்து, தன்னோட இடத்தை பறித்துக் கொள்வாரோ என்று சந்தேகத்துடன் பார்த்து விட்டு தலையை சாய்த்துக் கொண்டு கண்ணை மூடிக் கொண்டது. பிச்சைக்காரன் எதையும் கண்டு கொள்ளாமல் மழையை பார்த்துக் கொண்டிருந்தான்.

திண்ணையின் மறு ஓரத்துக்குச் சென்று பாட்டா உட்கார்ந்தார். கையில் வைத்திருந்த மஞ்சள் நிறப் பையை கீழே வைத்துக் கொண்டார். ஒருபக்கம் மழைநீர் மண்ணில் விழுந்து தெறித்தது. இடையே பலமாக வீசிய காற்று கொஞ்சம் மழைநீரை அவர் மேலும் தெளித்தது. வேட்டியை கொஞ்சம் மேலே தூக்கிய படி சற்று நகர்ந்து உட்காரலாமா என்று பார்த்தார். நாய்க்கும் பிச்சைக்காரனுக்கும் இடையே கொஞ்சம் இடம் இருந்தது. ஆனால் அங்கே போய் உட்காருவதற்கு அவருக்கு

மனம் வரவில்லை. இந்த நாய் கொஞ்சம் நகர்ந்து படுத்தாலும் நன்றாக இருக்குமே என்ற எண்ணத்தில் பாட்டா பயந்த படியே கையை ஆட்டி சூ... சூ... என்றார், நாயை நோக்கி. சத்தம் கேட்டு தலையை லேசாக உயர்த்தி அரைக்கண்ணால் பாட்டாவை "இது என்ன தொந்தரவு" என்கிற மாதிரி பார்த்து விட்டு சற்றும் பொருட்படுத்தாது தலையை உடலோடு சேர்த்து வைத்துக் கொண்டு கண்மூடி மறுபடியும் தூங்க ஆரம்பித்தது, நாய்.

பாட்டாவுக்கு மழை, நாய், பிச்சைக்காரன் எல்லாம் பார்க்க மனசுக்கு சங்கடமாக இருந்தது. வீடும் தோப்பும் கொஞ்சம் நிலவும் சொந்தமாக இருக்க குட்டியம்மையை கல்யாணம் செய்து கொண்டு நாலு ஆண் பிள்ளைகளையும் பெற்று படிக்க வைத்து கல்யாணம் பண்ணவைத்து வாழ்ந்த வாழ்வென்ன, இப்ப இந்த நாயும் பிச்சைக்காரனும் இருக்கக்கூடிய கடைத் திண்ணையில் ஒண்டிக் கொண்டு இருக்கும் இந்த இருப்பென்ன என்று நினைத்துக் கொண்டார். அவருக்கு லேசாக அழுகை வந்தது. அதை அவர் இருமலாக மாற்றிக் கொண்டார். "எல்லாம் தலையெழுத்துத்தான். வேறென்னத்த" என்று சற்றுஉரக்கவே முணுமுணுத்தார்.

பாட்டாவின் குரல் கேட்டோ என்னவோ நாய் எழுந்து உட்கார்ந்து கொண்டது. பாட்டா நாயை பார்த்தார். தவிட்டு நிறத்தில் நாய் பார்க்க நன்றாகத்தான் இருக்கிறதே என்று நினைத்துக் கொண்டு "கொஞ்சம் தள்ளித்தான் படேன் தவிட்டுக்குட்டீ" என்றார்.

நாய் புரிந்து கொண்டது போல் சற்று நகர்ந்து படுத்தது. பாட்டா திண்ணையில் உட்கார்நது கொண்டு சும்மா மழையை பார்த்துக் கொண்டிருந்தார்.

அப்போது தான் அவன் ஓடி வந்தான். என்றோ வெள்ளையாக இருந்த ஒரு சட்டையும் வேஷ்ட்டியும் அணிந்திருந்தான். அவன் சட்டைப்பையிலிருந்து ஒரு கைக்குட்டை எடுத்து நனைந்த தலையையும் முகத்தையும் துடைத்துக் கொண்டான். கலைந்து போன தலைமுடியை கையால் கோதி சரி செய்து கொண்டான். அவன் சற்று பதற்றத்தில் இருப்பது போல் பட்டது.

பாட்டா அவனை நிமிர்ந்து பார்த்தார். அவன் எவ்வளவு நேரம் தான் நிற்பான் எங்கே உட்காருவான் இந்த மழையில் போக முடியாதே என்றெல்லாம் சிந்தித்தார். அவன் பாட்டாவைப் பார்த்து நட்போடு

சிரித்தான். பாட்டாவும் சிரித்தார். பாட்டாவுக்கு அவனது நட்பு கலந்த சிரிப்பு ஆறுதலாக இருந்தது போலும்.

“என்ன பாட்டா, மழையில மாட்டிக்கிட்டீங்களா?” என்று பரிவோடு கேட்டான். அவன். பாட்டாவுக்கு அவன் கேட்டது பிடித்தது. அவர் “ஆமாப்பா”, என்றார்.

“எங்கே போணும்” என்று கேட்டான் அவன், அக்கறையோடு. “கோயில் பக்கத்திலே வீடிருக்கு” என்று பதிலளித்தார். “எங்கே போயிட்டு போறீங்க” என்று கேட்டான். பாட்டாவுக்கும் யாரிடமாவது பேச வேண்டும் போல்தான் இருந்தது.

“அதை ஏன் கேக்கே. கடேசி மகன் வீட்லதான் நான் இருக்கேன். மகன் அங்கே இல்லே, அவன் வெளி நாட்ல இருக்கான். அவன் பொஞ்சாதியும் பிள்ளையும் இங்கே இருக்கா. என் வீட்ல ஒரு பக்கமா தடுப்புச்சுவரு வச்சு நான் வேற அதுங்க வேறயா இருக்கோம். மருமவ காலேல ஒரு கட்டன் காப்பியை குடுத்துட்டு, போயி மீதி பணம் கொண்டுவான்னிட்டா. ‘அவ’ அப்பிடித்தான். எப்ப அவளுக்கு கோவம் கோவமில்லை வெறி வரும்னு சொல்ல முடியாது. அவ முன்னூறு ரூவா கேட்டிருந்தா. நான் எருநூறு தான் கொடுத்தேன். அதுக்குத்தான் சண்டே. நான் என்னத்தெ செய்ய? ஏங்கிட்டெ அவளவு தான் இருந்துது. அவளுக்கு கொட வாங்கணுமாம். அவ கொடய நான் கொண்டு போய் களஞ்சிட்டேனாம். நான் ஒன்னும் கொடயெ எடுத்துக்கிட்டு போகவுமில்லெ களயவுமில்லே. அவ மவன் தான் ஸ்கூலுக்கு கொண்டு போய்ட்டு மறந்து வந்திட்டான். அவன் என்கிட்டெ சொல்லிப் போட்டான். இதெ அவட்ட சொன்னா அவ அந்தப்பயலெப்போட்டு அடிப்பா. அதனால, சரி நாந்தான் களஞ்சேன் வாங்கித்தாரேன்று சொல்லிப்போட்டேன். அவ கொட வேண்டாம் காசெக்கொடுன்னா. அதான் காசெ கொடுத்தேன். நூறு ரூவா கொறவா இருக்குன்னிட்டு என்ன வரத்து வந்தா தெரியுமா, தலையையும் விரிசசு போட்டுக்கிட்டு பேய் மாரி,” என்றார் பாட்டா. அவ்வளவு பேசினதில் அவருக்கு மூச்சு வாங்கிற்று.

“உங்க மகன் லீவில வரப்ப ஒன்றும் சொல்லமாட்டாரா?”

“அவனுக்கு இதொன்னும் தெரியாது. அவன் ரண்டு வருசத்துக் கொருக்கா வந்து ரண்டு மாசம் நிப்பான். அப்ப அவ எனக்கு ஒளுங்ல சாப்பாடெல்லாம் கொடுத்திருவா. மரியாதையாக இருக்கற மாதிரி

இருப்பா. நானும் ஒண்ணும் சொல்லமாட்டேன். அவனுக்கு நிம்மதி கொடுக்காண்டாமா". பாட்டாவின் பக்கத்தில் திண்ணையில் அவன் உட்கார போன போனது நாய் கொஞ்சம் கூட நகர்ந்து படுத்தது. அவன் உட்கார்ந்து கொண்டான்.

"உங்களுக்கு எத்தனை பிள்ளைங்க பாட்டா?"

"அது மக்கா, எனக்கு நாலு பயக்கோ, கடைசில தூக்கதுக்கு நாலு பேரு வேணும்லா. அதான்" என்று சொல்லி சிரித்தார்.

"பிள்ளைகள் எல்லாம் உங்களை கவனிக்க மாட்டாங்களா"

"எல்லாம் கவனிச்சுக்குவாங்க மக்கா. பயக்களை எல்லாம் முடிஞ்ச மாரி படிக்க வெச்சேன். ரொம்ப பெரிய படிப்பெல்லாம் ஒன்னுமில்லே. ஏதோ பனிரெண்டு கிளாஸ். ஆனா நெலம் தோப்பு எல்லாம் கொஞ்சங் கொஞ்சமா விக்க வேண்டியதாப்போச்சு. நாலு பேருக்கு படிப்பு சாப்பாடு ட்ரெஸ்னு வேண்டாமா. அப்புறம் ஒவ்வொருத்தன் சின்னச்சின்ன வேலைக்கு போக ஆரம்பிச்சான். பிள்ளேகல்லாம் நல்லதுக தான். ஆனா வந்தவளுக தான் சரியில்லே. வந்து கொஞ்ச நாள்லயே கைக்குள் போட்டுக் கிட்டுதுக. மூத்த மூணு பிள்ளேகளும் ஆங்காங்கயா இருக்காங்க குடியும் குடித்தனவுமா. கடசி மவன் வெளிநாட்ல இருக்கான். வீட்ல பாதியெ கடசீ மவன் வாங்கிட்டான். மீதி பாதில நான் இருக்கேன். வீடுன்னா பெரிய வீடில்ல. ஒரு திண்ணையும் ரூமும் தான் எனக்கு. திண்ணேல பாதியும் ஒரு ரூமும் அடுக்களையும் தான் மவனுக்கு. அப்பப்ப மருமவ கேப்பா, உங்களுக்கு ஒரே மகன் தான் உண்டா, மீதியெல்லாம் எங்கேன்னு. நான் என்னத்த சொல்ல மத்த பிள்ளேளும் சோறெல்லாம் போடுவா. ஆனால் அந்த வந்தவளுக முகத்தை சொணங்கிக்கிட்டே தான் போடும். நமக்கெனனத்துக்கு அந்தச் சோறு".

சற்று மூச்சு விட்டு விட்டு மறுபடியும் தொடர்ந்தார். "இங்கேயும் சும்மா ஒன்னும் நான் தின்னுக்கிட்டு கெடக்கலே. மாசம் கொஞ்சம் பணம் கொடுத்திருவேன்" ஆமா" என்றார்.

"அப்படியா? பணத்துக்கு வழி,"

"என்ன மக்கா. நான் சும்மா வெட்டியா இருக்கேன்னு நெனச்சியா? வெட்டியா இருந்தா சோறு கெடய்க்குமா?. கொஞ்சம் தள்ளிப்போனா பெரிய பெரிய பணக்காரங்க இருக்கக்கூடிய காலனி இருக்கு. அங்கே ரண்டு வீட்ல மாடுக உண்டு. நான் காலேல காலேல

மாட்டுத் தொழுவம் கழுவி சுத்தம் பண்ணுவேன். ஒரு வீட்ல காலேல காப்பி தருவாங்க. ரண்டு வீட்லயும், மாச சம்பளம் தருவாங்க. பின்னெ அங்கே ஒரு வீட்ல வாச்சரு ஒம்பது மணிக்குப் போயிட்டு ரண்டு மணிக்குத் தான் வருவாரு. நான் அங்கே போய் இருப்பேன். அந்த வீட்ல நெறய பேரு வருவா போவா. நான் கேட்டு கிட்டயே இருப்பேன். கேட்டு திறந்து கிடக்கும்லா. நாய் உள்ள வந்துரும். அதெ வெரட்டுகது தான் என் வேல. ரெண்டு மணிக்கு அவன் வந்ததும் நான் எந்திச்சிருவேன்" பாட்டா சொல்லி முடித்தார்.

"அப்போ சாப்பாடு" கேட்டான் அவன்.

"சாப்பாடெல்லாம் அதே வீட்ல தான். பொறவாசல் சாய்பிலெ ஒரு தட்டில சோறு போட்டு ஒரு பக்கம் கொளம்பு ஊத்தி ஒரு பக்கம் மோரு ஊத்தி. அவியலோ பொரியலோ என்னத்யாம் வெச்சு அந்த வீட்ல வேலக்கு நிக்கிற வெளியூர்க்காரி முத்துமாரி கொண்டு வந்து வப்பா. ஒரு லோட்டால தண்ணியும். நான் சாப்பிட்டுட்டு தட்டையும் லோட்டாவையும் களுவி சாய்பில வச்சிட்டு தோட்டத்துக்குப் போயிருவேன்" என்றார் பாட்டா.

"அப்புறம் தூங்கிருவீங்களா" அவன் வேறு ஏதோ யோசனையிலிருப்பவன் போல் தோன்றினாலும் அடிக்கடி கைப்பேசியை எடுத்து பார்த்துக் கொண்டிருந்தாலும் அவரை பேச தூண்டிவிட்டான்.

"தூங்கல்லாம் மாட்டேன். தோட்டத்துல நிறைய தென்ன ஓல எடுத்து வச்சிருப்பேன். தேங்கா வெட்டினப்புறம் ஓலயெல்லாம் அங்கெ தான் கெடக்கும். நான் அதை எடுத்து ஈக்கிலு கீறி வாரியலு செய்வேன். அந்த வீட்லயும் கொடுப்பேன். வேற அந்த காலனில உள்ளவங்க கேட்டா கொடுப்பேன். காசு தருவாங்க.

பின்னெ, சாணங்கியும், வக்கோலும் சேத்து கொழப்பி றாட்டி தட்டுவேன். இந்த ஊரில அவ்வளவா யாரும் உபயோகப்படுத்த மாட்டா. ஆனா அந்த வெளியூர்க்காரி முத்துமாரி பொறவாசலில் வென்னி அடுப்பெ பத்த வெக்க றாட்டி எடுப்பா. அந்த வீட்டு பெரிய அம்மா கொஞ்சம் கஞ்சம். கஞ்சம்னு அல்ல. மட்ட ஓல எல்லாம் வீணாப்போவுமேன்னிட்டு வென்னியெ அடுப்பில போடச் சொல்லுவா? அவனுக்கு கைபேசியில் அழைப்பு வந்தது. அதை எடுத்து.

“அதுக்குத்தான் அலஞ்சிக்கிட்டிருக்கேன். என் ஃபிரன்ட் ஒத்தன் வரேன்னிருக்கான். அதான் பாத்துக்கிட்டிருக்கேன். பணம் கெடச்ச உடனே வந்துருவேன்” என்றான்.

அவனுக்கென்ன கஷ்டமோ என்று எண்ணியவாறே மழையை பார்த்தார் பாட்டா.

அவன் கவலை படர்ந்த முகத்துடன் பாட்டாவைப் பார்த்தான். எழுபத்தைந்து வயதிருக்கும் போல் தோற்றம். ஒட்டி உலர்ந்து கூன் விழுந்த உடல். தலையில் ஒரு ரோமம் கூட இல்லை. காதுகளில் சின்னதாக இரு கடுக்கன்கள். நல்ல வெள்ளைக்கல் பதித்த சிறு கடுக்கன். கல்லில் எண்ணெய் இறங்கியது போல் ஒளி மங்கியிருந்தது.

இருந்தாலும் பாட்டாவின் தலை அசையும்போது கடுக்கன் மின்னிற்று. இந்தக்காலத்தில் யார் இப்படி கடுக்கன் போடுகிறார்கள்.

“அப்புறம்” என்றான் அவன்.

“என்னத்தெ மக்கா அப்பறம்” என்று சொல்லி சிரித்தார் பாட்டா.

“அதில்லே, சாயங்காலம் என்ன செய்வீங்கன்னு கேட்டேன்” என்றான்.

“தோட்டத்தில வேப்பமரம் வரிசையா நிக்கும். மா, புளி எல்லாம் உண்டு. வேப்ப மரத்தடில சிமெண்ட் பெஞ்சி உண்டு. சில நாளு வேல ஒன்னும் இல்லன்னா அந்த சிமென்ட் பெஞ்சில படுத்து கெடப்பேன். நல்லா காத்து வரும். பின்னெ நாலு நாலர போல எந்திச்சு மூணு வீட்டுக்குப்பால் கொண்டு போயி கொடுப்பேன். அந்தாலெ நேரா என் வீட்டுக்குப்போயி அவசர அவசரமா குளிச்சிட்டு கிருஷ்ணன்கோயில் நந்தாவனத்துக்குப்போயி துளசி பறிப்பேன். கூட நெறஞ்சதும் எடுத்துட்டு பூக்கட்டறவன்ட்டெ தந்துக்கிட்டு அங்கேயே கொஞ்சநேரம் இருப்பேன். துளசி எலயெ கிள்ளிப்போடுவேன். நாரு கீறிக்கொடுப்பேன்”. பாட்டாவுக்கு பேச ஆள் கிடைத்ததால் மிகவும் உற்சாகமாக பேசிக்கொண்டிருந்தார்.

“காலேல என்ன சாப்டீங்க பாட்டா?”, அவனுக்கும் யாரிடமாவது பேச வேண்டும் என்று தோன்றியிருக்கக்கூடும்.

“காலேல என்னத்தெ சாப்பிட? நேத்திக்கு டாக்டரு வீட்டு மக வெளியூரிலிருந்து வந்திருந்தா. எனக்கு சாயங்காலம் ஒரு பிஸ்கட் பாக்கட்டும் ரெண்டு பழமும் கொடுத்தா. அதையும்

கொண்டுக்கிட்டுத்தான் நான் வீட்டுக்குப் போனேன். ஆனா ராத்திரி கொடப்பிரச்சினையிலே மருமவ என்ன என்னவோ சொன்னா. ஒம்போது மணியானதும் கொஞ்சம் ஆறின கஞ்சியும் மாங்கா ஊறுகாயும் கொண்டு வந்து ணங்குன்னு வெச்சிக்கிட்டு போனா. எனக்கு குட்டியம்மயெத்தான் அப்ப ஞாபகம் வந்தது. எவ்வளவு மரியாதையா அன்பா சோறு போடுவா தெரியுமா. என்ன கலகம் இருந்தாலும் என்ன பிரச்சினை இருந்தாலும் சோறு போடுக போது சிரிச்சுக்கிட்டே தான் போடுவா. சாப்பிட்டு முடிச்சப்புறம் தான் பிரச்சினை என்னன்னு சொல்லுவா. எனக்கு அது ஞாபகமாகவே இருந்தது. எனக்கு அந்த ஆறின கஞ்சி குடிக்கத்தோணலே. நான் அந்த பழத்தெ சாப்பிட்டு கொடத்துலருந்து கொஞ்சம் தண்ணிமொண்டு குடிச்சுக்கிட்டு படுத்துக்கிட்டேன். ராத்திரி மழைக்கு இரைச்சலையும் தாண்டி அவ என்னவோ சொல்லுகது எனக்கு அரைகுறையா காதில விழுந்தது. நான் பின்னெ காலேல எந்திச்சு வந்திட்டேன். காலனிக்கு போணும். இந்த மழ இப்படி இருக்கா இங்கயெ இருந்துக்கிட்டேன்". அவர் பேசி முடித்தார்.

அவனுக்கு மறுபடியும் கைபேசியில் அழைப்பு வர அவன் எழுந்து திண்ணையின் ஒரு ஓரமாகப்போய் நின்று பேசினான்.

பாட்டா மஞ்சப்பைக்குள் கையை விட்டு பிஸ்கட் பாக்கட் எடுத்தார். நாய் எழுந்து கொண்டது. அவர் நாய்க்கு ஒரு பிஸ்கட் கொடுத்தார். ஒரு பிஸ்கட்டை உடைத்து வாயில் போட்டு மெல்லத்துவங்கினார். ஓரிரண்டு பற்கள் மட்டுமே மீதியிருந்த வாயில் பிஸ்கட் கரைந்து கொண்டிருந்தது. அவர் தனது கவலைகளில் கரைந்து கொண்டிருந்தார். நாய் வாலை ஆட்டிக்கொண்டு மறுபடியும் அவரை பார்த்தது. அவர் ஒரு பிஸ்கட் கூட நாய்க்கு கொடுத்தார்.

அவன் பேசி முடித்து விட்டு வந்தான். அவனுக்கு பாட்டா பிஸ்கட் நீட்டினார். அவன் வேண்டாமென்று மறுத்துவிட்டு பக்கத்தில் உட்கார்ந்து கொண்டான். அவன் முகம் வாடியிருந்தது.

"என்ன மக்கா உனக்கேதாவது பிரச்சினையா" என்று கேட்டார் பாட்டா.

"பிரச்சினைன்னு இல்ல. பொஞ்சாதி ஆசுபத்திரில இருக்கா. மருந்து வாங்க கொஞ்சம் பணம் வேணும். என் ஃப்ரண்டு ஒத்தன் பணம் தரேன்னு இங்க வரச்சொன்னான். அதான் இங்க வந்து நிக்கேன்" என்றான் அவன்.

மழை சற்றே குறைந்திருந்தது. ஆனாலும் நடந்தால் நிச்சயம் குளித்தது போல் நனைந்து விடும். பாட்டாவும் அவனும் அவரவர் யோசனைகளில் இருந்தார்கள். நாய் இருவரையும் மாறி மாறிப் பார்த்துக்கொண்டிருந்தது. பிச்சைக்காரன் இதற்குள் தூங்கி விட்டிருந்தான்.

அவன் தான் மறுபடியும் பேச்சை ஆரம்பித்தான்.

"ஏன் பாட்டா கிருஷ்ணன்கோயிலுக்கு போயிட்டு நேரே வீட்டுக்குப் போயிருவீங்களா" என்று கேட்டான்.

"கிருஷ்ணன்கோயில்லே தீவாரானை முடிஞ்சு போனா நான் மெதுவா நடந்து வீட்டுக்கு எதித்தாப்பில என் சித்தப்பா மவன் தம்பி ராமன் இருக்கான். அவன் வீட்ல திண்ணை உண்டு. எல்லாரும் திண்ணையை இடிச்சுக்கிட்டு கேட்டு போட்ட மாதிரி இவன் போடலே. வீடு பழங்காலத்து வீடு. அவன்ட்ட பணவுமில்லே. அதுக்கு பக்கத்து வீட்ல உள்ள செம்பராம்பிள்ளையும் வருவான். நாங்க மூணுபேரும் நாட்டுநடப்பு பத்தி பேசிக்கிட்டிருப்போம். எங்க மூணு பேருக்குமே கஷ்டம் கிட்டத்தட்ட ஒரே போலத்தானே. என்னெப் போலத்தான் அவாளு ரண்டு பேரும் தனி தான். பொஞ்சாதி இல்லெ. வயசு காலத்திலே பொஞ்சாதி இல்லன்னா என்ன கஷ்டம்னு....." சொல்லிக் கொண்டு வந்தவர் பேச்சை மாத்திவிட்டார்.

"அந்தத் திண்ணையில இருக்கப்ப ராமன் வீட்டுக்குள்ளேருந்து பழைய சுவர்கெடியாரம் ஒம்போது மணியடிக்க சத்தம் கேக்கும். சரிதான்னு எந்திச்சு என் வீட்டுக்குப் போவேன். லேட்டானா மருமவ மூஞ்சியை கரிப்பானை மாரி வப்பா. கஞ்சியோ சோறோ என்னத்தயும் கொஞ்சம் போல தின்னுக்கிட்டு அந்தாலே படுத்திருவேன். தூக்கமெல்லாம் உடனே வராது. சும்மா என்னத்தயாம் நெனச்சிக்கிட்டு பொரண்டு பொரண்டு கெடப்பேன். முந்தின்னா பகலெல்லாம் சிரமமான வேல செய்வேன். வயலும் தோப்புமெல்லாம் கைவிட்டு போனப்பொறவு சில வீடுகள்ல போயி தேங்கா தொலிச்சு கொடுப்பேன். கறிவேப்பிலை கொழ அரக்கி சந்தயிலே கொண்டு போடுவேன். அப்படீ இப்படீன்னு முடிஞ்ச போல எல்லாம் செய்வேன். ராத்திரில வீட்டுக்கு வந்தா கட்டி, அதான் குட்டியம்மயெ வீட்ல கட்டின்னு தான் கூப்பிடுவா. அவ போட்டு வெக்கக்கூடிய வென்னில குளிச்சிட்டு சாப்பிட்டுக்கிட்டு அவட்டெ என்னத்தெயாம் பாடு பேசிக்கிட்டு படுத்தா தூக்கமான தூக்கம்

வரும்". அவர் அந்த ராத்தூக்கம் நிறைந்த காலத்துக்குள் அமிழ்ந்து கிடந்தார். அவன் பேசாமல் அவரைப் பார்த்துக்கொண்டே இருந்தான். அவரது தலையின் அசைவுக்கு தகுந்த மாதிரி வெள்ளைக்கடுக்கன் மின்னிக்கொண்டிருந்தது.

"பாட்டா உங்களுக்கு முதியோர் பென்ஷன் கெடக்குதா" என்று கேட்டான் அவன்.

"இல்லப்பா. எளுதிப்போட்டேன். கெடய்க்கலே" அவர் குரலில் வெறுமை இருந்தது.

"அப்ப மறுபடியும் எழுதிக்கொடுங்க. நான் வாங்கித்தாரேன்" என்றான் அவன். சொல்லி முடித்ததும் அவனுக்கு அழைப்பு வந்தது. அவன் எழுந்து கைபேசியைஎடுத்து பேசி விட்டு இன்னும் கொஞ்ச நேரத்தில் மருந்து வாங்கிட்டு வந்துருவேன் என்று சொல்லி விட்டு வேறு யாரையோ அழைத்து எப்படியாவது மறிச்சு கொடுப்பா என்று சொல்வதும் பாட்டாவின் காதில் விழுந்தது.

பார்க்க தன்னுடைய கடைசி மகனைப்போல் இருக்கிறான். அவன் வயது தான் வரும் இவனுக்கும். அவன் ஆனால் நல்ல உயரம். இவன் குள்ளம் என்றெல்லாம் நினைத்துக்கொண்டார் பாட்டா. "இந்த மழ எப்ப விட்டு நான் எப்ப காலனிக்குப்போவேன். அந்த டாக்டரு வீட்லயும் வக்கீலு வீட்டிலயும் கறவக்காரனே இன்னேரம் தொழுவத்தெ கழுவி வேலெய முடிச்சிருப்பான். ஒரு வேலெயும் செய்யாம காபியும் பலாரவும் தான்னு கேக்க முடியுமா" என்று மெதுவா முணுமுணுத்தார் பாட்டா.

அவன் மறுபடியும் பக்கத்தில் வந்து உட்கார்ந்தான். நாய் அவனுக்கு நிறைய இடம் கொடுத்திருந்தது.

"என்ன பாட்டா மறுபடியும் எழுதிக்கொடுக்கிறீங்களா" என்று கேட்டான்.

"எளுதிக்கொடுக்கலாம் இப்ப என்ன போச்சு. கெடச்சா நல்லது தானே" என்றார்.

"அப்ப சரி நான் போய் வெள்ளப்பேப்பர் வாங்கிட்டு வாறேன்" என்றபடி அவன் எழுந்து லேசாக தூறிக்கொண்டிருந்த மழையில் நனைந்த வாறே எதிர்பக்கம் இரண்டு கடைகள் தாண்டி ஒரு நகைக்கடை பக்கத்து கடையிலிருந்து வெள்ளைத்தாள் வாங்கி வந்தான்.

சட்டைப்பையிலிருந்து பேனா எடுத்து பாட்டாவின் முகவரி கேட்டு விண்ணப்பம் எழுதி கையெழுத்து போடச்சொன்னான். "படிச்சு பார்த்து கையெழுத்து போடுங்க" என்றான். பாட்டா சிரித்தார். "எனக்கென்ன தெரியும். எளுத்தெல்லாம் கூட மறந்து போச்சு" என்றார். அவன் சிரித்துக்கொண்டே படித்துக்காட்டினான். மஞ் சள்பைக்குள் கையெவிட்டு கண்ணாடி எடுத்து மாட்டிக் கொண்டு அவன் சுட்டிக்காட்டிய இடத்தில் அவனிடமிருந்து பேனாவை வாங்கி கண்ணை சுருக்கிக்கொண்டு கோணல்மாணலாக பிச்சை என்று எழுதினார்.

அவருக்கு சந்தோஷமாக இருந்தது. தான் தினமும் கும்பிடும் கிருஷ்ணன்கோயில் கிருஷ்ணன்தான் இப்படியெல்லாம் செய்வது என்று எண்ணிக் கொண்டார்.

"எனக்கு கலக்டரேற்றிலெ ஒத்தரைத் தெரியும். நான் இதெ கொண்டு கொடுத்திட்டு வந்து உங்களெ கூட்டிக்கிட்டுப்போறேன். அங்கெ பெரிய அதிகாரி ஒத்தர் உங்களெ பாக்கணும்னு சொல்லுவார். உங்க காதில உள்ள கடுக்கன் தங்கமா? நல்ல கல்லா?" என்று வினவினான்.

பாட்டா பெருமிதத்துடன், "கடுக்கன் தங்கத்தில் வெள்ளக்கல்லு கட்டுனது. அது என் கட்டி எனக்கு வாங்கிக் கொடுத்தா. அதுக்குன்னு அவ எத்தனை நூலு நூத்திருப்பா எத்தனை சிட்டம் சுத்தியிருப்பா, எத்தனைப் பப்படம் பரத்தியிருப்பா. கடவுளே... கடவுளே.. அவ கட்டி என் கட்டித்தங்கம்லா" என்று சொல்லும்போதே அவர் கண்களில் நீர் பெருக்கெடுத்தது.

"நான் அவளுக்கு ரெண்டு பூக்கம்மல் வாங்கிக் கொடுத்தேன். நடுல சேப்புக்கல்லு வச்சு சின்னப்பூக்கம்மலு. அதுக்காச்சுட்டிதான் அவ எனக்கு வெள்ளக்கல்லு கடுக்கன் வாங்கிக்கொடுத்தா போலேருக்கு. கடைசிவரைக்கும் அந்த கம்மலெ அவ களட்டவே இல்ல". சொல்லிவிட்டு பாட்டா கண்ணைத் துடைத்துக் கொண்டார்.

கண்டுகொண்டிருந்த அவனுக்கு சங்கடமாக இருந்தது. அவன் எழுந்தான். "பென்ஷன் கிடைக்க வாய்பிருக்கான்னெல்லாம் எனக்குத் தெரியாது. இருந்தாலும் நான் இந்த பேப்பரையெல்லாம் கொண்டு கொடுத்துட்டு வாறேன். அப்பறம் நான் வந்து ஒங்களெ கூட்டிக்கிட்டு போறேன்" என்றான்.

“ஐயே... குளிக்காம கொள்ளாம நல்ல வேட்டி கூட இல்லாமயா ஒரு ஆபீசுக்குள்ள போறது. நான் வரமாட்டேன்” என்று மறுத்தார் பாட்டா.

“அதெல்லாம் பரவால்லெ பாட்டா. ஆனா இந்த தங்கம் கட்டின கல்லுக்கடுக்கன் எல்லாம் போட்டுக்கிட்டு போ வேண்டாம். அதெ கழற்றி வெச்சிருங்க” என்று உபதேசித்தான்.

அதுவும் சரிதான் எனறு தலையாட்டினாலும் பாட்டாவுக்கு கடுக்கனை கழற்ற மனது வரவில்லை. அது வெறும் கடுக்கன் இல்லை. அது கட்டி. கட்டியின் அன்பு, கட்டியின் ஆதரவு, அரவணைப்பு, காதில் போட்டபின் இதுவரை கழற்றவேயில்லை. அவனையும் மழையையும் நாயையும் தூங்கும் பிச்சைக்காரனையும் சுற்றுப்புறத்தையும் பார்த்துக் கொண்டே பேசாமல் இருந்தார் பாட்டா. அவ்வப்போது வாகனங்கள் அங்குமிங்கும் போய்க்கொண்டிருந்தது.

“சீக்கிரம் பாட்டா. அதிகாரிங்க வர நேரமாவுது. மணி பத்தாவப்போவுது” என்று அவசரப்படுத்தினான் அவன்.

பாட்டா அதை கேட்காதது போல்,

“இன்னக்கு ரண்டாவது பய முடிஞ்சா வாறேன்னு சொன்னான்னு மருமவ சொன்னா. அவளுக்கு ஃபோன் பண்ணி யிருப்பான். அவன் இந்த கிருஷ்ணன் கோயிலுக்கு அடிக்கடி வருவான். அப்ப இந்தா வச்சுக்கோன்னு சொல்லி கொஞ்சம் காசு தருவான். எனக்கென்னத்துக்குலே காசு, வேண்டாம்னிருவேன். நான் ஒழச்சுதான் தின்னுக்கிட்டிருக்கேன். பொஞ்சாதி பேச்சை கேட்டுக் கிட்டு அவனவன் அப்பனும் அம்மயும் வேண்டாம்னுட்டு திரியுகான். இவனுக்க காசெல்லாம் எனக்கென்னதுக்கு. ஆனா அந்தப் பய காசை என் மடியில் போட்டுக்கிட்டு சிரிச்சுக்கிட்டெ போயிருவான். ஆனா அவ கூட வந்தான்னா நல்லா சிரிக்கமாட்டான். எப்பவாம் நான் அவன் வீட்டுக்குப் போவேன். பக்கத்திலெ பரமசிவம் மவன் சந்தைக்குப் போறப்ப ஆட்டோல கொண்டு போவான். மவன் பொண்டாட்டி திண்ணைலே ஒக்காரவச்சு காப்பித்தண்ணி தருவா. எனக்கென்னத்துக்கு அவ காபி. முந்தி ஒருக்கா என் கால்ல ஒரு புண்ணு வந்து ரொம்ப நாளு பொறுக்காம துணியாலெ கட்டி வச்சிருந்தேன். அதெ பாத்ததிலருந்து அவளுக்கு என்னெப்பிடிக்காது”. இவ்வளவும் ஒரு சேரப்பேசினதில் அவருக்கு மூச்சு வாங்கியது. ஒரு பெருமூச்சுடன், “அப்பறம் என்ன

சொன்னேன். ஆமா. ஒரு நாளெக்கு வெத்திலக்காரரு வீட்டு முக்கில ரண்டாவது மருமவ வழியெ மறிச்சு நின்னுக்கிட்டு நீங்க பாங்கில பணம் போட்டு வச்சிருக்கீங்களா. அதெல்லாம் அவரு கொடுத்த பணம் தானே. எனக்கு கொஞ்சம் பணம் வேணும். அவரு பத்து நாளா வேலக்கே போவலே. பணத்தை எடுத்துக்கொடுன்னு சண்டெக்கு வந்திட்டா பாத்துக்கோ. நான் போடீ போன்னு வந்திட்டேன்".என்றார்

சுற்று முற்றும் பார்த்து விட்டு ஒரு ரகசியம் சொல்வது போல்.

"உனக்கு மட்டும் சொல்லுகேன் மக்கா கேட்டுக்கோ. வீட்டை வித்த பணத்துலயும் மக்கம்மாருகளுக்கு கொஞ்சம் கொஞ்சம் கொடுத்தது போக உள்ள பணத்தெ பேங்கில போட்டு வச்சிருக்கேன். கடசீக்காலத்துல எடுத்துக்கிட்டுப்போக காசு வேண்டாமா மக்கா. இல்லாட்டா தெருவில தான போட்டு வைப்பா" என்றார் பாட்டா லேசாக சிரித்தவாறே.

"சரி பாட்டா கடுக்கனெ கழட்டி வச்சுருங்க" என்று அவன் சொன்னதும் மனமில்லா மனமுடன் அவர் கழற்ற ஆரம்பித்தார். ஒரு காதில் கழற்றும் போது அவருக்கு வலியெடுத்தது.

பக்கத்தில் வைத்திருந்த மஞ்சள் பைக்குள் கைவிட்டு ஜிப் இல்லாத நகைக்கடை பர்ஸ் ஒன்று எடுத்தார். அவன் அவரது வலக்கையில் வைத்திருந்த கடுக்கனை வாங்கி வேஷ்டியின் நுனியால் துடைத்தான். வெள்ளைக்கல் பளிச்சென்னு மின்னிற்று. அவனது கண்களிலும் மெலிதாக ஒரு மின்மினி வெளிச்சம் போல் கண்டது. அவன் இரண்டு கடுக்கன்களையும் நன்றாகத்துடைத்துவிட்டு இந்தாங்க என்று சொல்லி அந்த ஜிப் இல்லாத பர்சுக்குள் போட கைவிட்டான். அப்போது அவன் கையில் வைத்திருந்த விண்ணப்பவும் கவறும் எல்லாம் கீழே விழுந்தது. பதற்றத்தில் பர்சையும் கீழே போட்டான். அவன் நன்றாக குனிந்து அதெயெல்லாம் எடுக்கப்போன போது அவன் சட்டைப்பையிலிருந்து சில்லறை நாணயங்கள் கீழே விழுந்தன. ஜிப் இல்லாத பர்சை திண்ணையில் வைத்து விட்டு பாட்டா அந்த சில்லறை நாணயங்களை பொறுக்க அவனுக்கு உதவினார். அவன் தரையிலிருந்து பொறுக்கினதையெல்லாம் சட்டைப் பைக்குள் போட்டான். பாட்டா பர்ஸ் எடுத்து மஞ்சப்பைக்குள் வைத்தார். மூக்குக் கண்ணாடியையும் கழற்றி பைக்குள் வைத்தார். "இதோ இப்ப வந்துருவேன்" என்று சொல்லி அவன் கிளம்ப ஆயத்தமானான். கவர் விண்ணப்பம் எல்லாம் எடுத்துக் கொண்டு கிளம்பினான்.

மழையில் நனைந்துகொண்டே அவன் நடந்து மறைவதை பாட்டா பார்த்துக்கொண்டே இருந்தார். அங்குமிங்குமாக செல்லும் வாகனங்களையும் குடை பிடித்தவாறே நடந்து போகும் ஜனங்களையும் பார்த்தபடி நன்றாக சாய்ந்து உட்கார்ந்து கொண்டார். அவருக்கு மிகவும் களைப்பாக இருந்தது.

அவர் பிஸ்கட் பாக்கட் எடுத்து ஒன்று சாப்பிட்டு நாய்க்கும் ஒன்று போட்டார். ஒரு தேனீர் கிடைத்தால் நன்றாக இருக்கும் என்று அவருக்கு தோன்றியது. ஆனால் எழுந்து போகவும் அவருக்கு மனசு வரவில்லை. அவருக்கு தூக்கமாக வந்தது.

சற்று நேரம் கண்ணை மூடி இருந்த போது நன்றாக தூங்கி விடுவோம் போல் தோன்றியதால் அவர் வலுக்கட்டாயமாக கண்களை திறந்து வைத்துக் கொண்டு போவோர் வருவோரையும் மழையெயும் பார்த்துக்கொண்டிருந்தார்.

நேரம் போய்க்கொண்டே இருந்தது. அவன் போய் ரொம்ப நேரமாயிற்று என்று தோன்ற பாட்டா கண்களை சுருக்கிக் கொண்டு ரோட்டை பார்த்தார். அவன் வருவது போல் ஒன்றும் தெரியவில்லை. மழை லேசாக தூறல் போட்டுக்கொண்டிருந்தது. வேண்டுமானால் ரோட்டில் இறங்கி நடக்கலாம் போல.

அப்போது தான் பாட்டாவுக்கு உறைத்தது. அவன் பேரு கூட என்னன்னு கேக்கலையே என்று தனக்குத்தானே சொல்லிக்கொண்டார்.

"அவன் எப்போ வந்து எப்போ காலனிக்குப் போகது. ஆனாலும் ஆரும் ஒண்ணும் சொல்லப்போறதில்லெத்தான். ஆனாலும் நமக்கொரு மரியாத வேண்டாமா" என்றெண்ணிக்கொண்டே பஸ்சில் போவதற்கு காசிருக்கா என்று பர்சை எடுத்து பார்த்தார்.

பாட்டாவுக்கு திக்கென்றது. வெள்ளைக்கல் கடுக்கனை காணவில்லை. மூன்று பத்து ரூபாய் நோட்டுக்களும் கொஞ்சம் சில்லறை நாணயங்களும் இருந்தன. அவர் பர்சை தலைகீழாக மடியில் தட்டி தேடினார். கடுக்கன் இல்லவே இல்லை.

அடப்பாவி, என்னை ஏமாத்திட்டானே. இந்த வயசான கெளவனை இப்படி ஏமாத்தலாமா. அவன் நல்லாருப்பானா என்று உரக்கவே சொன்னார். பிச்சைக்காரன் தூக்கம் கலைந்து எழுந்து உட்கார்ந்தான். நாய் பக்கத்தில் வந்து நின்று என்ன என்பது போல் பாட்டாவை பார்த்துக்கொண்டு நின்றது. பிச்சைக்காரன் லேசாக

நகைத்து விட்டு எழுந்து ரோட்டில் இறங்கி மழையில் நனைந்து கொண்டே நடந்தான்.

பாட்டாவுக்கு ரொம்ப வருத்தமாக இருந்தது. நான் என்னத்தெ செய்வேன். எங்கன போய் தேடுவேன். யாரு கிட்டெ சொல்லுவேன். அவன் பேரு கூட தெரியாதே ஒரு விபரமும் தெரியாதே. நான் இந்த மாதிரி ஒரு ஏமாளி ஆயிட்டேனே கடவுளே, அவருக்கு கண்ணில் நீர் நிறைந்தது. இருந்த இடத்திலும் கீழே மண்ணிலும் எல்லாம் பார்த்தார். மஞ்சப்பைக்குள் கைவிட்டு மூக்குகண்ணாடியை எடுத்து மாட்டிக்கொண்டு மறுபடியும் கீழே எல்லாம் தேடினார். கடுக்கன் கிடைக்கவில்லை.

மழை நூல்களின் இடைவெளி வழியாக, போகிற வருகிற வாகனங்களின் இடைவெளி வழியாக உற்று உற்றுப்பார்த்தார் பாட்டா.

வலப்பக்கத்திருப்பம் வழி போனால் அந்த ஆபீஸ் தெரியும். இடப்பக்கத் திருப்பம் வழி போனால் பேருந்து நிலையம். இந்த இரண்டு இடங்களுக்கும் போயிட்டு வரலாம். அவன் நிக்கிறானா என்று பார்த்து விட்டு வரலாம் என்றெண்ணி எழுந்தார். நாம் போகும் நேரம் அவன் இங்கே தேடிக்கிட்டு வந்தால் என்ன செய்ய? என்னெ காணலேன்னு அவன் திரும்பி போயிட்டன்னா மறுபடி நான் எங்க போய் தேடுவேன் கடவுளே என்று தனக்குள் பேசிய படி கண்ணை துடைத்துக்கொண்டு அங்கேயே தூண் சாய்ந்து நின்றார். அவன் கடுக்கன் எடுத்திருந்தால் திரும்பவும் இங்கெ ஏன் வரப்போகிறான் என்று நினைக்கையில் அவருக்கு வருத்தமாக இருந்தது.

என்ன என்பது போல் நாய் அந்த முதியவரை பார்த்துக்கொண்டே நின்றது. ரோட்டில் போவோர் வருவோர் யாரும் முதியவரை கவனிக்கவில்லை. பாட்டாவுக்கு யாராவது “என்ன பாட்டா ஆச்சு” என்று கேட்க வேண்டும் என்றும் கடுக்கனை காணவில்லை ஒருவன் எடுத்துக்கொண்டு போய்விட்டான் என்றும் சொல்லவேண்டும் என்றும் தோன்றியது. அவர் நாயிடம் சொல்ல ஆரம்பித்தார்.

“நீயாவது போய் பாரேன் தவிட்டுக்குட்டீ. நான் ஒனக்கு பிஸ்கட் தந்தேம்லா. தோப்பு, நிலம் எல்லாத்தையும் தொலச்சநான் இப்ப இந்த வெள்ளக்கல்லு கடுக்கனையும் தொலச்சிட்டனே. எம்புட்டு ஆசையா என் கட்டி, கட்டித்தங்கம் எவ்வளவு கஷ்டப்பட்டு வாங்கித்தந்தது எனக்கு. அதுக்காவ அவ எவ்வளவு நூல் நூத்திருப்பா, எவ்வளவு

சிட்டம் சுத்தியிருப்பா, எம்புட்டு புல்லறுத்திருப்பா. கடுக்கன் காதில கெடக்கப்ப அவ கூட இருக்க மாதிரி இருக்குமே. ராவில தூங்கதுக்கு முந்தி என்னெ சீக்கிரம் கூப்பிட்டிரு கட்டீன்னு சொல்லி இந்த கடுக்கனெ தடவிக்கிட்டு தானே படுத்து கெடப்பேன் நான். இப்படி ஏமாந்து போனேனே. அவனுக்கு பணப்பிரச்சினைன்னா அதுக்கு நானா அகப்பட்டேன். என்னமாப்பேசினான் என்று சொல்லி பெருகி வந்த கண்ணீரை துடைத்து விட்டு சற்றுநேரம் பேசாமல் இருந்தார்.

நாய் பாட்டாவை பார்த்துக்கொண்டேயிருந்தது. பாட்டா நாயிடம், "நீ போயி பாத்துட்டு வா. எங்கனாம் நிக்கானான்னு தேடிப்பாரு. கண்டேன்னா அவன் வேட்டில கடிச்சு இழுத்துக்கொண்டு வா இங்கெ. எனக்கு கேக்கணும் அவன்ட்டெ" என்றார்.

நாய் அங்குமிங்கும் பார்த்துக்கொண்டு நின்றது. இந்த மாரி கடுக்கனை ஒத்தன் கொண்டு போயிட்டான்னு சொன்னா மருமவ நம்பமாட்டாளே. "அதெக்களற்றி என்கிட்டே குடுத்திருங்க, இல்லன்னா அண்ணன் பொண்டாட்டி வந்து பிடுங்கிற்று போயிருவா" ன்னு அவ அடிக்கடி சொல்லுவா. இப்ப நான் பொய் சொல்றேன்னு சொல்லுவாளே. நான் என்ன செய்வேன் என்று பாட்டா பிரலாபித்த வண்ணமே இருந்தார்.

நாய் திடீரென ரோட்டில் இறங்கி நடக்க ஆரம்பித்தது.

பாட்டாவுக்கு லேசாக ஒரு நப்பாசை தோன்றியது. ஒருவேளை விண்ணப்பம் கவர் பர்சு எல்லாம் கீழே விழுந்தபோது ஞாபகமறதியாகவோ அல்லது கவனிக்காமலோ விண்ணப்பம் போட்ட கவருக்குள் கடுக்கனையும் போட்டுவிட்டானோ. இல்லே சட்டை பையிலெ சில்லரையோட போட்டுவிட்டானோ? பாட்டா, கவருக்குள்ளே கடுக்கன் கிடந்துது என்று சொல்லி கொண்டு வருவானோ. பாட்டா சட்டைப்பையில கிடந்துது என்று சொல்லிக் கொண்டு வருவானோ அல்லது நான் பார்க்கவேயில்லையே என்று சொல்லி விடுவானோ. வரத்தான் வருவானா. யாருக்கு தெரியும்? பொஞ்சாதிக்கு மருந்து வாங்கிக்குடுக்க போய் விட்டானோ. வராமலே போயிருவானோ என்னவோ என்றெல்லாம் எண்ணி கலங்கினார் அவர்.

அவருக்கு மருமகளை நினைக்க பயமாக இருந்தது. குடைக்காக நூறு ரூபாய் குறைவாக தந்தேன் என்பதற்காக என்னென்னவோ

சொன்னாளே. இனி கடுக்கனை வேறு ஏதோ மருமகளுக்கு கொடுத்துவிட்டேன் என்று தான் சொல்வாள். சொல்வது மட்டுமல்ல அக்கம்பக்கமெல்லாம் பரப்பி விட்டுவிடுவாள். முக்குவீட்டு பங்கஜம் வேப்பமரத்து வீடு நாகம் என்று சில பேர் இவளிடம் பாடு பேச வருவார்கள். தொலைகாட்சியில் நாடகமில்லாத நாட்களில் தான் பாடு பேச வருவார்கள். அவர்களிடம் எல்லாம் சொல்லி விடுவாளே என்று நினைக்க அவருக்கு கவலையாக இருந்தது. இவ்வளவு ஏமாளியா இந்த மனுஷன் என்பார்களா? முதியோர் உதவித்தொகைக்கு ஆசப்பட்டு உள்ளதும் போச்சுடா என்று சொல்லி சிரிப்பார்களா. எல்லாம் பொய். ரண்டாவது மருமகட்டெயோ வேறெந்த மருமவ கிட்டெயோ குடுத்திருப்பாரு என்று அவர்களாகவே ஒரு முடிவுக்கு வந்துவிடுவார்களோ. "இங்கன தான இருக்காரு. இவளுக்குத்தான் குடுக்கணும்" என்று ஒவ்வொருத்தரும் ஒவ்வொன்னு சொல்வார்களோ.

மகனிடம் போன் பண்ணி சொல்லுவாளோ. அவன் யாருக்கப்பா குடுத்தீங்க என்று கேட்பானோ. நான் சொல்வதை யாரும் நம்ப மாட்டார்களோ. அவருக்கு ஒரே தவிப்பாக இருந்தது.

தூண் சாய்ந்து நின்ற பாட்டாவுக்கு தள்ளாடுவது போல் தோன்றியது. பாட்டா மெதுவாக நகர்ந்து முன்பு போல் திண்ணையில் உட்கார்ந்து கொண்டார். இப்போது திண்ணை காலியாக கிடந்தது. அவர் கண்களை சுருக்கி ரோட்டை முடிந்த மட்டும் பார்த்தார். இடப்பக்கத்திருப்பத்தையும் வலப் பக்கத்திருப்பத்தையும் பார்த்தார். ஒன்றும் சரியாக தெரியவில்லை. மஞ்சப் பையில் கைவிட்டு மூக்குக் கண்ணாடியை எடுத்து பொருத்திக்கொண்டு உற்றுப் பார்த்தார். இப்போது மழை நின்று விட்டது.

தூரத்தில் அவனும் நாயும் வருவதுபோல் அவருக்குத் தோன்றியது. அவர் காத்திருந்தார்.

❖

கேள்வி பதில்

வீட்டுக்குள் இருந்தபோதும் சுட்டெரிக்கும் வெயிலில் நடுத்தெருவில் நிற்பது போலிருந்தது ஜானகிக்கு. அவ்வப்போது சூடான காற்று புழுதியை வாரி இறைத்துக்கொண்டு சுழற்றியடித்து வீசிவிட்டு போவது போலவும் இருந்தது. அவள் வெளியே தெருவை பார்த்துக்கொண்டு வாசல்கதவில் சாய்ந்து நின்றாள்.

தெரு வெறிச்சென்று கிடக்கிறது. வெயிலடிக்கிறது தான். ஆனால் மனதுக்குள் தான் சுட்டெரிக்கும் வெயில். நேற்றே துவங்கிய தலைவலியும் சற்றுமுன் துவங்கி, விட்டு விட்டு வருகின்ற நெஞ்சு வலியும் உள்ளே உள்ள வெயிலின் கடுமையை அதிகரித்துக் காட்டுகிறது.

பக்கத்து காம்பவுண்டில் சிரிப்பொலி கேட்க அவள் முகத்தை திருப்பி பார்த்தாள். அங்கே செண்பக மரத்தடியில் அந்த வீட்டு தோட்டக்காரனும் அந்த வீட்டு முதியவரை கவனித்துக்கொள்ள நிற்கும் வள்ளியும் ஏதோ பேசி சிரித்துக் கொண்டிருக்கிறார்கள். அவன் அவள் காதருகே என்னவோ சொல்கிறான். அவள் விழுந்து விழுந்து சிரிக்கிறாள். முதியவர் தூங்கும் நேரம் போலிருக்கிறது. வள்ளி உடைகளில் கவனம் செலுத்துவதேயில்லை போல் தெரிகிறது. வயிறு

தெரிய புடவை கட்டிக்கொண்டிருக்கிறாள். தோட்டக்காரன் அவள் காதோரம் கூந்தலில் செண்பகப்பூ ஒன்றை செருகி வைக்கிறான்.

சாயங்காலம் வீட்டுக்குச் செல்லும் தோட்டக்காரன் மனைவியிடம் பெரிதாக சண்டை போடுவான் என்றும் வள்ளியை அவள் கணவன் அடிப்பான் என்றும் ட்ரைவர் முத்து ஒரு நாள் சொன்னான். அது போன்ற வலிகளை குறைப்பதற்காகத்தான் இப்படி சிரித்துக்கொண்டிருக்கிறார்களோ என்னவோ என்று ஜானகி நினைத்துக் கொண்டாள். தோட்டக்காரன் வள்ளியிடம் அன்பை குழைத்து பேசுவானாயிருக்கும் என்றும் நினைத்துக்கொண்டாள்.

எல்லோருக்கும் மிக அத்தியாவசியத் தேவை அன்பு தான் என்றெண்ணியவாறே கையில் வைத்திருந்த கைபேசியை திருப்பித் திருப்பி பார்த்தாள். இதில் அழைப்பு வந்த பின் இரண்டு நாட்களாகிறது.

வெளிநாட்டிலிருக்கும் இரண்டு பையன்களும் பத்து பதினைந்து நாட்களுக்கொரு தரம்தான் பேசுவார்கள். சில நாள் வேலைக்காரி வரமுடியாது என்று சொல்வதற்காக கூப்பிடுவாள். இன்று அவள் கூப்பிடவுமில்லை. வரவுமில்லை.

சொந்த பந்தங்கள் எப்போதாவது. சில நாட்கள் ஒரு ராங் நம்பர் கால் ஆவது வரவேண்டும் என்றும் அவளுக்கு ஆசையாக இருக்கும். பகலிலும் அணிந்து கொள்ளும் இரவு உடையில் ஒரு பாக்கெட் தைத்துக் கொண்டு கைபேசியை அதில் வைத்துள்ளாள்.

பேச வேண்டும். யாரிடமாவது பேச வேண்டும். இன்று காலை எழுந்ததிலிருந்து யாரிடமும் பேசவில்லை. பால்காரன் ஏனோ அவசரமாக போய்விட்டான். பொதுவாகவே பேச்சு குறைவுதான் என்றால் கூட பேசவே பேசாமல் இருப்பது இப்போது கஷ்டமாக இருக்கிறது. அதுமட்டுமல்ல இப்போதெல்லாம் நிறைய பேச வேண்டும் என்று தோன்றிக் கொண்டும் இருக்கிறது.

வேலைக்கு வரும் சங்கரி நிறைய பேசுவாள். அவள் பேசுவதெல்லாம் அவள் வேலைக்குச் செல்லும் வீடுகளில் உள்ள விஷயங்கள்தான். முன்பு அதில் எல்லாம் அக்கறையில்லாமலிருந்த அவளுக்கு இப்போது எதுவானாலும் கேட்டுக்கொண்டிருக்கவும் பேசவும் தோன்றுகிறது. சுவரை பார்த்துக்கொண்டு பேசும் போது சில நேரம் அதிகமான வெறுமையை உணரமுடிகிறது.

அடுப்பில் கொதிக்கும் குழம்புடன் பேசுவதிலும் சுவாரஸ்ய மில்லை. பேசும் போது திருப்பி பேச்சை கேட்க வேண்டும். சிரிக்க வேண்டும் சிரிப்பு கேட்க வேண்டும் என்றெல்லாம் தோன்றுகிறது. இந்த வீட்டின் வலப்பக்கத்தில் ஒரு பள்ளியின் விளையாட்டுத்திடல் உள்ளது. இடப்பக்கம் ஒரு ஸிமென்ட் கோடவுனும் அதை தாண்டி வீடுகளும் உள்ளது. இந்த வீடு தனியாக இருப்பது போல் உள்ளது.

அவள் சுவர் மேல் கை வைத்தாள். சற்றே திரும்பி சுவர்மேல் கன்னத்தை வைத்தாள். சில்லென்றிருக்கவில்லை. வெளியே உள்ள சூடில்லை. அவ்வளவு தான். கம்பிக்கதவின் வழியே யாராவது பார்க்கிறார்களோ என்று தோன்ற அவள் கதவுப்பக்கம் வந்தாள்.

வெறிச்சென்றிருந்த தெருவில் திடீரென்று முளைத்தார் போல் இரண்டு பேர் நடந்து வந்து கொண்டிருந்தார்கள். அவர்கள் இங்கே வந்து ஏதாவது முகவரி கேட்டுக்கொண்டு நின்றால் கூட இந்த சுட்டெரிக்கும் வெயில் நினைவு குறையலாம். தலைவலியையும் நெஞ் சில் தோன்றும் வலியையும் மறக்கலாம் என்றும் நினைத்தாள்.

ஆனால் அந்த இரண்டு வாலிபர்களும் அவளை நோக்கி வருவது கண்டு அவள் பயப்பட்டாள். கம்பிக் கதவை திறந்து வெளியே படிக்கட்டில் இறங்கி நின்றாள். பக்கத்து காம்பவுண்டில் தோட்டக்காரனும் வள்ளியும் நிற்கிறார்களா என்று கவனித்துக் கொண்டாள்.

வாலிபர்களில் ஒருவன் வணக்கம் சொல்லி ஒரு பெரிய நிறுவனம் ஸர்வே ஒன்று நடத்துவதாகவும் ஐம்பது வயதை தாண்டிய, தனியாக வாழ்க்கை நடத்தும் பெண்மணிகளிடம் சில கேள்விகள் தந்து பதில் கேட்கிறார்கள் என்றும் அவர்களின் எண்ணங்கள், சிந்தனைகள், மனநிலை ஆகியவை குறித்து தெரிவதற்காக என்றும் கூறி கேள்வித்தாள் போன்ற ஒன்றை கொடுத்தான். அடுத்த நாள் வருவதாக கூறி விடை பெற்றுச்சென்றார்கள்.

செய்வதற்கு ஒன்று கிடைத்து விட்டது போல் தோன்ற ஜானகி அந்த கேள்வித்தாளை படித்துப்பார்த்தாள்.

பெயர் முகவரி வயது போன்ற பல கேள்விகளுக்குப் பின் வேறு சில கேள்விகள் இருந்தன.

முன் வாசல் கம்பிக்கதவை உள்பக்கம் பூட்டி விட்டு நாற்காலியில் உட்கார்ந்து டீபாய் மேல் கேள்வித்தாளை வைத்தாள். அறைக்குச்

சென்று பையன்களின் பழைய புத்தகங்கள் வைத்திருக்கும் ஷெல்ஃபிலிருந்து கிடைத்த வெள்ளைத்தாள்களை எடுத்துக்கொண்டு வந்து எழுத ஆரம்பித்தாள்.

சில பல சாதாரண கேள்விகளுக்குப்பின் ஒரு கேள்வி அவள் மறுபடியும் மறுபடியும் படித்தாள்.

மந்திரித்து கயிறு கட்டுதல் சம்பந்தப்பட்ட ஒரு குறிப்பு என்றிருந்தது.

அவள் யோசித்தாள். பல வருடங்களுக்கு முன் தனது தாவணிக் காலத்தில் நடந்த ஒரு விஷயம் அவளுக்கு ஞாபகத்தில் வர அவள் எழுத ஆரம்பித்தாள்.

“அப்போது நான் தாவணி போட்டிருந்த பருவம். என் தங்கை ஜமுனா இரவில் தூக்கத்தில் கத்துகிறாள். தானும் தூங்காது மற்றவர்களை, அதாவது என்னையும் அம்மாவையும் தூங்கவிடாது பண்ணிக்கொண்டிருந்த சமயம். கிருஷ்ணன் கோயில் பக்கம் பூசாரி ஒருவர் இருக்கிறார் என்றும் அவர் மந்திரித்து தாயத்து கட்டினால் எல்லாம் சரியாகும்” என்றும் எதிர் வீட்டு நாராயணமாமா சொன்னார் என்று சொல்லி அம்மாவிற்கு விறகு கொண்டு வந்து போடும் தாணுவிடம் பூசாரியை வரச்சொல்லி, சொல்லி விட்டாள், அம்மா.

அப்பா திடீரென இறந்து போய்விட்டதால் தன் எதிர்காலம் குறித்த பயமும் பாதுகாப்பின்மையும் ஜமுனாவின் அடிமனதில் பதிந்து கிடப்பதால் அவள் தூக்கத்தில் கத்துகிறாள் என்று நான் அம்மாவிடம் சொன்னபோது அம்மா அழுதாளே தவிர பூசாரியை வரவேண்டாம் என்று சொல்லவில்லை.

அன்று ஒரு வெள்ளிக்கிழமையாக இருந்தது. சிவப்பு துணி உடுத்தி தாடி வைத்து ஒரு மஞ்சள் பையுடன் வந்த பூசாரி தான் கொண்டு வந்த சாமான்களை பரப்பி வைத்து விளக்கேற்றி உட்கார்ந்தார். அவரைக் காண எனக்கு ஏனோ சிரிப்பாக இருந்தது. அவர் என்னை அடிக்கடி திருட்டுத்தனமாக பார்த்ததாக எனக்கு பட்டது.

அம்மாவும் நானும் ஜமுனாவும் வரிசையாக உட்கார்ந்து கொண்டோம். பூசாரி ஒரு கட்டம் வரைந்து வெள்ளைச் சோழிகளை வைத்து எண்ணிக் கொண்டிருந்தார். சோழிகள் பார்க்க அழகாக இருந்தன. அந்த சோழிகள் கிடைத்தால் ஒரு சின்னக்கிண்ணம் எடுத்து வெளிப்பக்கம் முழுவதும் சோழிகளை ஒட்டி வைத்தால்

கிண்ணம் அழகாக இருக்கும் என்று நான் எண்ணிக்கொண்டிருந்தேன். பூசாரி கண்களை மூடியும் திறந்தும் என்னென்னவோ சொல்லிக் கொண்டிருந்ததை அம்மா சிரத்தையுடன் தலையை ஆட்டி ஆட்டி கேட்டுக்கொண்டிருந்தாள். ஜமுனா தட்டிலிருக்கும் பூ பழம் கற்கண்டு எல்லாம் பார்த்துக்கொண்டிருந்தாள்.

பின்னர் ஜமுனாவுக்கும் எனக்கும் தாயத்து கட்டவேண்டும் என்று பரிகாரம் சொன்னார் பூசாரி. முதலில் எனக்கு கட்டலாமென்றும் அப்போது யாரும் இந்த அறையிலிருக்க வேண்டாம் என்றும் சொல்ல அம்மா தயக்கத்துடனே ஜமுனாவை கூட்டிக்கொண்டு வெளியே போனாள். ஆனால் அம்மாவின் புடவை தலைப்பின் ஓரம் ஜன்னல் பக்கம் தெரிய நான் நிம்மதியாக இருந்தேன்.

தேவியை நல்லா நினைச்சுக்கோ. மனசுக்குள்ளே வேறெ எதுவும் இருக்கக்கூடாது என்றார் என்னிடம். பின்னர் கண்களை மூடி தியானத்தில் ஆழ்ந்து விட்டார். எனக்கு மனசுக்குள் தேவியோ பக்தியோ வரவில்லை. விளக்கு வைக்கும் நேரம் மேலத்தெரு சுரேஷ் வீட்டை கடந்து போகும் நேரம். நூலகத்திலிருந்து புத்தகம் எடுத்திருந்தால் ஒன்றை தந்துவிட்டு போகும் நேரம்.

"உடம்புல இரும்பு ஏதாவது இருக்கா. அதாவது ஊசியோ ஊக்கோ போல ஏதோ சுவர் போல் மறைக்கிறதே" என்றார் பூசாரி கண் திறந்து.

நான் தாவணியை ஜாக்கெட்டுடன் பின் பண்ணியிருந்தேன். அதை கவனித்து விட்டு கழட்டி விடு என்று சொல்லி கண்ணை மூடினார். என் மெல்லிய தாவணி என் ஒல்லியான தோளில் நிற்க முடியாமல் நழுவி விடும் போல் இருந்தது.

"இரண்டு கையும் சேர்த்து வைத்து விளக்கை பார்த்து கும்பிட்டு விட்டு என் நெஞ்சைப்பார். ஏதாவது உருவம் தெரிகிறதா அம்மன் உருவம் போல" என்று கேட்டார்.

சிறு சிறு வெள்ளை கறுப்பு ரோமங்கள் இருந்த நெஞ்சில் ஒரு கணம் பார்த்தேன். ஒன்றும் தெரியாதது மட்டுமல்ல எனக்கு பார்க்க என்னவோ போல் இருந்தது.

அது மட்டுமல்ல நழுவி விழுந்து விடும் போல் இருந்த தாவணி மேலேயே என்கவனம் முழுவதுமாக இருக்க எனக்கு எழுந்து போக வேண்டும் போல் தோன்றியது.

“கிட்ட வா. கொஞ்சம் முன்னாலெ நகர்ந்து உட்காரு,” கண்ணை மூடிக்கொண்டே பூசாரி சொல்ல நான் சற்றே அசைந்து உட்கார்ந்தேன்.

“உனக்கு பக்தியே இல்ல, அதான்” என்று சற்று கோபமாக முணுமுணுத்து விட்டு அவர் சற்றே முன்னோக்கி நகர்ந்து உட்கார்ந்தார். அவர் என்னவோ மந்திரம் சொல்லிக்கொண்டிருந்தார். திறந்திருந்த ஜன்னல் வழியாக காற்று வீசியது. தாவணி நழுவும் போலிருக்க நான் சரி செய்தேன்.

“கையை அசைக்காதேன்னு சொன்னன்லெ” என்று பூசாரி கடிந்து கொண்டார்.

நான் மீண்டும் கைகளை சேர்த்து வைத்து சாமி கும்பிடுவது போல் இருந்தேன்.

எனக்கும் பூசாரிக்கும் இடையே இருந்த தட்டில் நிறைய பழம் இருந்தது. ஒரு பழம் எடுத்து சாப்பிட வேண்டும் என்று எனக்கு தோன்றியது. பழத்திலிருந்து பார்வையை திருப்பியபோது பூசாரி சட்டென்று கண்களை மூடியது கண்டேன்.

கொஞ்சம் எட்டி அவரது இரு தொடைகளிலுமோ கைகளிலுமோ இருகை விரல் நகங்களையும் அழுத்தமாக பதித்து விட்டு எழுந்து விடலாமென்று எனக்கு தோன்றியது. ஆனால் அப்படிச்செய்யாமல் நான் கீழே வைத்திருந்த பின்னை எடுத்து தாவணியை சரியாக ஜாக்கட்டில் குத்திக் கொண்டு எழுந்து விட்டேன்.

பூசாரி கண் திறந்தார்.

“தாயத்தை குடுங்க நாங்களே கட்டிக்கறோம்” என்றேன் சத்தமாக.

பூசாரி என்னை கோபமாகப் பார்த்தார்.

அதெல்லாம் தரமுடியாது என்று தலையை அசைத்தார்.

நான் என் பெரிய கண்களை உருட்டி விழித்து அவரை பார்த்தேன். அவர் என் பார்வையை தவிர்த்தார்.

“உன் தங்கையை கூப்பிடு” என்றார்.

ஜமுனாவிடம் ஜாக்கட்டை கழற்று என்றால் கழற்றிவிடுவாள். நீள ஜாக்கட்டும் நீள பாவாடையும் தான் அவளது உடை அப்போது. அவளுக்கு வயது பதினான்கு.

"வேண்டாம் நாங்களே கட்டிக்கறோம். தாயத்துக்களை குடுத்திருங்க" என்றேன் அழுத்தமாக.

"நீங்களே கட்டினா பலன் இருக்காது."

"இருக்கிற பலன் போதும். குடுங்க."

"என்னமோ செய்யுங்க போங்க", என்றவாறே சாமான்களை பையில் எடுத்துப்போட்டு நிரப்பிக்கொண்டார். பின்னர் ஒரு வெற்றிலை மேல் இரண்டு வெள்ளி தாயத்துக்களை வைத்து என்னிடம் தந்தார்.

"உனக்கு கொஞ்சம் கூட பக்தியே இல்லை. நீயும் உன் தங்கையை மாதிரி நடுராத்திரியிலே கத்தப்போறே" என்று கூறிய படி என்னை உறுத்துப் பார்த்தவாறே கதவுப்பக்கம் நகர்ந்தார். நான் ஓடிப்போய் கதவை திறந்தேன்.

"இரண்டு தாயத்தையும் ஜானகி கிட்டெ கொடுத்திருக்கேன். கட்டிக்க சொல்லுங்க" என்று அம்மாவிடம் சொல்லி காசு கணக்கு சொல்லி வாங்கிக் கொண்டு அவர் கிளம்பிய போது எனக்கு சிரிப்பாக இருந்தது.

ஜானகி எழுதி முடித்த பின் ஒரு தரம் படித்துப்பார்த்தாள். பின்னர் அடுத்த கேள்வியை படித்தாள்.

சிறு வயது நினைவுக்குறிப்பு உடல் ரீதியாக.

அது அவளுக்கு சரியாக புரியவில்லை. என்றாலும் சற்று நேரம் யோசித்து எழுத ஆரம்பித்தாள்.

அப்போது நான் ஐந்தாவது வகுப்பில் படித்துக்கொண்டிருந்தேன். வெள்ளை சட்டையும் நீல அரைப்பாவாடையும்தான் சீருடை. மற்ற கலர்பாவாடைகளும் கூட குட்டையாகத்தான் இருந்தன. கால் முட்டிக்கு சற்றே கீழே வரைதான் இருக்கும். நான் மிகவும் ஒல்லியாக உயரமும் இல்லாமல் நோஞ்சானாக இரண்டாம் வகுப்பு சிறுமி போல் இருந்தேன்.

என்னுடைய முகத்தில் கண்களே பிரதானம். இரண்டு பெரிய கண்கள். அந்த கண்களை உருட்டி விழித்து மற்ற மாணவ மாணவியரை நான் மிரட்டிக் கொண்டிருந்தேன். என்னை முரளி என்ற பையன் குண்டு பல்பு என்று சொல்லிக்கொண்டு திரிந்ததை நான் கண்டு கொள்ளாமல்

கணக்கு பரீட்சையில் அவனை விட கூடுதல் மதிப்பெண் எடுக்க முயற்சித்துக்கொண்டிருந்தேன். இருந்தாலும் நான் அவனிடம் சண்டை போடாமல் இருந்தேன். காரணம் அவன் நன்றாகப்பாடுவான். அவன் நிறைய சினிமா பார்ப்பான். என் வீட்டில் சினிமா பார்ப்பது எல்லாம் எப்போதாவது தான். அவன் எனக்கு சினிமா கதை சொல்லித்தருவான்.

ஊரில் இருந்த கணேஷ் என்ற ஓலைக்கொட்டகை சினிமா தியேட்டரில் வரும் படங்கள் பார்த்துவிட்டு பாட்டு புத்தகம் வாங்கி வருவான். அதை எனக்கு காட்டி விட்டு என் கணக்கு நோட்டு வாங்கிப்போவான். பாட்டுப்புத்தகம் எனக்கு தரவில்லையென்றால் நான் கணக்கு நோட்டு தரமாட்டேன்.

ஒருநாள் ஒரு பாடல் ரஃப் புக்கில் எழுதிக்கொண்டிருக்கும் போது வந்து பாட்டு புத்தகத்தை பிடுங்கிக்கொண்டு ஓடிவிட்டான். அதனால் நான் கணக்கு நோட்டு தராதிருக்க, அவன் வீட்டுப்பாடம் தப்பாக போட்டுக் கொண்டு வந்து காட்ட, கணக்கு வாத்தியார் அவனை திட்டினார். அதனால் அவன் என்னிடம் பேசுவதாக இல்லை என்று கூறினான். நான் அதை கண்டு கொள்ளவில்லை.

எங்கள் வகுப்பின் முன்னால் நிறைய மணல் போடப்பட்டிருந்தது. மதிய உணவு இடைவேளையின்போது நானும் ரத்னாவும் மீனாட்சியும் அதில் விளையாடிக்கொண்டிருந்தோம். சற்றுத்தள்ளி முரளியும் சிவகுமாரும் நின்று கொண்டிருந்தனர்.

வேகமாக வட்டமாக சுழன்று தரையில் உட்காரும் போது பாவாடை குடை போல் விரிவது கண்டு சிரிப்பது தான் அன்றைய விளையாட்டு. எனக்கு அரைப்பாவாடை. ரத்னாவுக்கும் அப்படித்தான். மீனாட்சிக்கு நீளபாவாடை. அப்படி விளையாடும் போது நானும் ரத்னாவும் மீனாட்சியும் மோதிக்கொண்டு கீழே விழுந்து விட்டோம்.

அடுத்த நாள் முதல் முரளி என்னைக் காணும்போது கறுப்பு நட்சத்திரம் என்று சொல்வது வழக்கமாயிற்று. அடிக்கடி அப்படி சொன்னதைக்கேட்டு ஏன் எதற்கு அப்படி சொல்கிறான் என்று கேட்ட போது அவன் சிரித்து மழுப்பிக் கொண்டிருந்தான். பின்னர் கணக்கு நோட்டும் தர மாட்டேன் கணக்கு வாத்தியாரிடம் சொல்லியும் கொடுப்பேன் என்று மிரட்டிய போது அவன் அங்குமிங்கும் திருட்டு முழி முழித்து மென்று முழுங்கி சொன்னது என்னவென்றால் விளையாட்டின் இடையே நாங்கள் முட்டி மோதி விழுந்த போது என்

கால்முட்டிக்கு சற்று மேலே கறுப்பாக ஒரு மச்சம் இருப்பது அவன் கண்டானாம். அதனால் என்ன என்று நான் கேட்ட போது அவன் சிரித்துக் கொண்டு போய் விட்டான்.

எனக்கு மிகவும் குழப்பமாக இருந்தது கால் முட்டிக்குச் சற்று மேல் உள்ள கருப்பு மச்சம் காண்பது ஒரு பெரிய விஷயமா அதில் என்ன உள்ளது என்றெல்லாம் நான் யோசித்தேன். அவன் அடிக்கடி என்னைப் பார்த்து சிரிக்க எனக்கு என்னவோ போல் இருந்தது.

என்னை விட இரண்டு வயது கூடுதலான, என்னை விட உயரமும் நல்ல பருமனும் உள்ள மீனாட்சியிடம் இதைக்குறித்து கேட்டேன். அவள் சற்று நேரம் யோசித்தாள். குழாயடியில் தண்ணீருக்காக காத்திருக்கும் பெரிய பெண்மணிகளின் அரட்டையை உற்றுக்கவனிக்கும் அவளால் இதற்கு பதில் சொல்ல முடியும் என்ற எதிர்பார்ப்புடன் நான் காத்திருந்தேன்.

“பொம்பளைப்பிள்ளைங்கெல்லாம்” உடம்பெ நல்லா மூடி வச்சுக்கணும். நம்ம உடம்பிலெ இருக்கற மச்சமெல்லாம் யாரும் பாக்கக்கூடாது. மச்சம்ங்கறது அதிர்ஷ்டம். மத்தவங்க பாத்தா அதிர்ஷ்டம் போயிடும். உன் கால்முட்டில உள்ள மச்சத்தை யாருக்கும் காட்டாதெ. அதிர்ஷ்டம் போயிடும்” என்று சொல்லி நீளப்பாவாடை கட்ட வேண்டும் என்று உபதேசிக்கவும் செய்தாள்.

நான் மிகவும் பயந்தேன். என் கால்முட்டியிலுள்ள மச்சம் முரளி கண்டதால் என்னுடைய அதிர்ஷ்டம் போய்விடுமோ என்று நினைத்து எனக்கு பயமாகவும் கவலையாகவும் இருந்தது. வீட்டில் எதுவும் சொல்ல முடியாது, அம்மா திட்டுவாள் என்பதால் நான் அம்மாவிடம் எனக்கு பாதம் வரை நீளமுள்ள பாவாடை வேண்டும் என்ற அடம்பிடித்தேன்.

“போடீ, தடுக்கி விழுவே நீ. நல்லா சாப்பிடு. உடம்பு வளரட்டும். அப்புறம் நீளப்பாவாடை போட்டுக்கலாம்” என்று சொல்லி சத்தம் போட்டாள் அம்மா.

நான் முரளியிடம் போய் என்னை கறுப்பு நட்சத்திரம் என்று சொன்னால் கணக்கு வாத்தியாரிடம் சொல்லி விடுவேன் என்று அந்தவருடம் பூராவும் அவனை மிரட்டி அவனிடமிருந்து சினிமாப் பாட்டு புத்தகங்கள் வாங்கிக் கொண்டு திருப்பித் தராமலிருந்தேன். ஆனால் நான் கணக்கு வாத்தியாரிடம் சொல்லவேயில்லை.

அடுத்த வருடம் நாங்கள் வேறு ஊருக்குப் போய் விட்டோம். முரளியை மிரட்டி வாங்கின பாட்டுப்புத்தகங்கள் எல்லாம் எப்போதோ தொலைந்து போய்விட்டன.

எழுதி முடித்த பின்னரும் அவள் அந்த காலத்தில் சற்று நேரம் நின்றாள். அவளுக்கு சிரிப்பு வந்தது. பின்னர் எழுந்து போய் தண்ணீர் குடித்துவிட்டு மறுபடியும் எழுத உட்கார்ந்தாள்.

முதல் காதல் கடிதம் குறித்து ஒரு குறிப்பு.

அவள் யோசித்துப் பார்த்தாள். காதல் என்று ஒன்றுமேயில்லை. அது காலம் வேறு. நிலம் பார்த்து நடந்தனால் யார் முகமும் கண்ணில் படவுமில்லை. அவள் யோசித்து யோசித்துப் பார்த்தாள். பின்னர் ஏதோ ஞாபகம் வந்தது போல் எழுத ஆரம்பித்தாள்.

"அப்பொழுது நான் கல்லூரியில் இறுதியாண்டு படித்துக் கொண்டிருந்தேன். அன்று தமிழ்பேரவை கூட்டம் முடிந்து வெளியில் வந்தபோது நேரமாகி விட்டது. நான் வழக்கமாக ஏறும் பஸ்சும் போய்விட்ட படியால் நான் பேருந்து நிலையத்தில் அடுத்த பஸ்சுக்காக வெகுநேரம் காத்து நிற்க வேண்டியதாயிற்று. அப்பொழுதுதான் நான் அவனை கண்டேன். சாதாரண உயரத்தை விட அதிக உயரமாய் யாரிடமும் பேசாமல் நூலகத்தின் வாசலின் தூண் சாய்ந்து நிற்கும் மாணவன் ஒருவன். பெயர் கூட என்னவோ விஜயகுமார் என்று நினைக்கிறேன். ஃப்ரீ அவர் வந்தால் அவன் நூலகத்துள் நுழைவதைத்தான் நாங்கள் கண்டிருக்கிறோம். மற்றபடி கான்டீன் மரத்தடி இங்கெல்லாம் அவனை பார்க்கவே முடியாது. முகம் எப்பொழுதும் இறுக்கமாகவே இருக்கும். மிக அரிதாகத்தான் அவன் சிரிப்பான் போலிருக்கிறது என்றும் சிரித்தால் அவன் மிகவும் அழகாக இருப்பான் போலும் என்று என் தோழி கங்கா சிலபொழுது சொல்லுவாள். அவன் சிரிக்காமல் இருக்க ஏதோ காதல் தோல்வி தான் காரணமாக இருக்கும் என்றும் அவள் சொல்லுவாள்.

அவன் தான் இப்போது பேருந்து நிலையத்தில் என் பின்னால் நிற்கிறான். அது ஒரு ஜனவரி மாத முதல் வாரம் என்று ஞாபகம். பனிக்காலமாக இருந்தது. என் பக்கத்தில் ஒரு தாடிக்காரன் வந்து நின்று எங்கெ போணும் என்று கேட்டான். நான் பதிலளிக்காமல் பெண்கள் பக்கமாக போய் நின்றேன். தாடிக்காரன் என்னையே பார்த்துக்கொண்டு

நின்றான். பக்கத்தில் நின்ற பெண்களும் என்னையும் தாடிக்காரனையும் பார்க்க ஆரம்பித்தனர். எனக்கு பயமாக இருந்தது. தாடிக்காரன் மிகவும் நெருங்கி வந்து விட்டான். என்னவோ என் கூடவே வந்த ஒருவர் போல் எனக்கு வெகு அருகில் வந்து நின்று கொண்டு என்னை அடிக்கடி பார்த்துக்கொண்டிருந்தான். நான் விஜயகுமாரின் அருகே போய் நின்றுகொண்டேன்.

எனக்கு பயம் கூடிற்று. பேருந்து வரக்காணோம். லேட்டாக வீட்டுக்குச் சென்றால் அங்கே வேறே திட்டு வாங்க வேண்டும். அப்பா காலமான பின் அம்மா என்னையும் என் தங்கை ஜமுனாவையும் கூட்டிக்கொண்டு தாத்தா வீட்டுக்குப் வந்துவிட்டார்கள்.

அங்கே தாத்தா பாட்டி அத்தை மாமா கல்யாணமான ஒரு சித்தி, கல்யாணமாகாத ஒரு சித்தி, நிறைய குழந்தைகள், தூரத்து சொந்தத்தில் ஒரு பெரியம்மா, வீட்டு வேலைக்கென்று வீட்டோடு நிற்கும் ஒரு பெண்மணி, வெளிவேலைக்கென்று ஒருவர் என்று நிறைய பேர் இருந்தனர். தாத்தா வயலுக்கு தோப்புக்கு என்று போகும்போது வீட்டில் யாவரும் சத்தம் போட்டு பேசி சிரித்துக் கொண்டிருப்பார்கள். தாத்தா வீட்டில் உண்டென்றால் வீடு அமைதியாக இருக்கும். குழந்தைகள் கிணற்றடி யிலோ, கொல்லையிலோ சத்தம் குறைத்து விளையாடுவார்கள்.

கல்லூரி விட்டு வீட்டுக்குச் செல்ல நேரமாகிவிட்டால் மாமாவும் அத்தையும் கேள்வி கேட்பார்கள். அவர்களுக்கு திருப்தியாகவில்லை என்றால் விஷயம் தாத்தாவுக்குப்போகிற மாதிரி இருக்கும். அந்த தருணங்களில் பாட்டி குறுக்கிடுவாள். எல்லோருக்கும் இது தான். ஜமுனா அடிக்கடி அம்மாவிடமும் என்னிடமும் நம்ம பழைய வீட்டுக்கே போயிடலாமே என்பாள். அம்மா பேசாமலிருப்பாள்.

அந்த விட்டை விற்று வந்த பணத்தை வங்கியில் போட்டு அதன் வட்டியை எடுத்து செலவு செய்வதால் தான் இந்த வீட்டிலேயே இருக்க முடிகிறது என்பதையும் இரண்டு பெண்குழந்தைகளுடன் அம்மா வெளியே தங்கமுடியாது தங்க விட மாட்டார்கள் என்பதெல்லாம் ஜமுனாவுக்கு புரியாது.

சற்று நேரத்தில் பேருந்து வந்ததும் முண்டியடித்து ஏறி என்னுடைய ஸ்டாப்பில் இறங்கியபோது பின்னால் விஜயகுமார் நிற்பதை கண்டேன். தாடிக்காரன் இறங்க வேண்டுமா வேண்டாமா

என்று யோசித்து பின்னர் பஸ்ஸிலேயே நின்று விட்டான்.

நான் வேகமாக நடக்க ஆரம்பித்தேன். குளம் தாண்டி தெருத் திருப்பத்தில் வந்ததும் விஜயகுமார் என்னருகே வந்தான்.

“அடுத்த ஸ்டாப்பில் இருக்கிற கோயிலுக்குப் போகலாம்னு தான் வந்தேன். அந்த தாடிக்காரன் சரியில்லைன்னு தோணிச்சு. அதான் இங்க இறங்கினேன்” என்றான்.

எனக்கு ஒரு பக்கம் பயமாகவும், ஒரு பக்கம் மகிழ்ச்சியாகவும் இருந்தது. என்ன ஒரு கரிசனம். என்ன ஒரு உதவும் மென்றாலிட்டி என்றெல்லாம் நினைத்துக் கொண்டு நாலுபக்கவும் பார்த்துக்கொண்டு நின்றேன். யாராவது பார்த்து விடுவார்களோ என்று பயமாக இருந்தது.

தோளில் கிடந்த நீள தோள்பையிலிருந்து ஒரு டயரி எடுத்து நீட்டினான். புதுவருட வாழ்த்துக்கள் என்றான். தன்னிச்சையாக நான் வாங்கினேன். திறந்தேன். முதல் பக்கத்தில் கீழே விஜய் என்று எழுதி இருந்தது.

நான் டயரியை பார்த்துக்கொண்டிருந்தேன்.

“இது யார் தந்தது?”

“ஏண்டீ வாங்கினே?”

“அறிவிருக்கா உனக்கு?”

தாத்தாவுக்குத் தெரிஞ்சா வீட்லயே ஏத்தமாட்டார்.

“எத்தன நாளா பழக்கம்?”

“வேற என்னன்ன குடுத்திருக்கான்?”

“நீ படிக்கத்தானே போறே?”

“நம்ம குடும்பத்திலே இத மாதிரியெல்லாம் சரியாவாது.”

“என்னடீ சத்தியவதீ ஒன் பொண்ணு இப்படி இருக்கா?”

கேள்விகள் என்னை சுற்றிக் கொண்டிருந்தது. இன்னும் நிறைய கேள்விகள் முட்டி மோதி என் மேலே விழுந்து பிராண்டிக் கொண்டிருந்தது.

நிறைய அறைகளுள்ள அந்த வீட்டில் எப்பொழுதும் இருட்டாக இருந்த ஒரு அறை தான் படிப்பறை நீளமாகப் போடப்பட்டிருந்த

ஒரு மேஜைமேல் படிக்கின்ற குழந்தைகள், சித்தி நான் எல்லோரும் புத்தகங்களையும் நோட்டுபுக்குகளையும் பரப்பி வைத்திருப்போம். குழந்தைகளின் புத்தகங்களுக்கிடையே இருந்து ஒவ்வொன்றையும் தேடவேண்டும். எல்லாரும் தேடுவார்கள். டயரியை அதன் மேல் வைக்கமுடியாது. பீரோவில் எல்லார் துணிகளும் கலந்து கிடக்கும். பூட்டும் கிடையாது. ராமாயணம் மஹாபாரதம் போன்ற ஒரு சில புத்தகங்கள் இருக்கும் ரேக்கில் வைக்கமுடியாது. எங்கேயும் வைக்க முடியாது. அப்புறம் இதை என்ன செய்வது.

நான் பயத்துடனும் பதற்றத்துடனும் செய்வதறியாது நின்றேன். எனக்கு இதுகாலம் யாரும் ஒரு டயரி தந்தது கிடையாது. முதன் முதலில் ஒருவர் தரும் போது நான் வாங்க இயலாத சூழ்நிலையில் இருக்கிறேனே என்று எனக்கு வருத்தமாக இருந்தது.

நான் விஜயகுமாரை நிமிர்ந்து பார்த்தேன். என் கண்ணில் நீர் துளிர்த்து வந்தது. சாரி என்றவாறே நான் டயரியை திரும்ப நீட்டினேன். அவன் கண்ணில் கேள்விக்குறி இருந்தது.

“என்னெ வீட்ல ஏத்த மாட்டாங்க” என்றேன் மெதுவாக.

அவன் மென்சிரிப்புடன் லேசாக தலையசைத்தான். அது பரவாயில்லை என்று சொல்து போல் எனக்குத் தோன்றியது. டயரியை திரும்ப பெற்றுக் கொண்டு அவன் திரும்பி நடந்தான்.

“ஏன் பாப்பா லேட்டு? வீட்ல எல்லாம் தேடறாங்க. தாத்தா வர நேரமாச்சே. பாட்டி சத்தம் போடறாங்க” என்று உரக்கக்கூறியபடி வெளிவேலைக்கு நிற்கும் மாணிக்கண்ணன் சந்திலிருந்து வந்து கொண்டிருந்தான். விளக்கு வைக்கும் நேரம் வந்துவிட்டது.

“மீட்டிங் இருந்தது” என்று சொல்லியவாறே நான் மாணிக்கண்ண னுடன் நடந்தேன்.

இவ்வளவுதான். இதில் எங்கே காதல் வருகிறது என்று எனக்கும் தெரியவில்லை. அதன் பின் ஓரிரண்டு தடவை கல்லூரியில் நான் அவனை பார்த்ததுண்டு. அப்போதெல்லாம் அவன் மிக லேசாக முறுவலித்தானோ என்று சந்தேகப்பட்டேன்.

கடைசி பரீட்சைக்குப்பின் சில மாதங்களில் கல்யாணமாகி மும்பைக்குப்போன நான் எல்லாவற்றையும் மறந்தேன். காதல் இதில் இல்லை என்றாலும் காதல் குறித்து வேறு ஒன்றும் எழுத என்னிடம் விஷயமும் இல்லை.”

அவள் எழுதி முடித்தாள். வெறுமையாக உணர்ந்தாள்.

அடுத்த வந்த கேள்விகளில் அவளுக்கு மனது செல்லவில்லை. விஜயகுமாரின் முகம் மனதில் கொண்டு வர முயற்சி செய்தாள். சரியாக அவளுக்கு ஞாபகமே வரவில்லை. உயரம் மட்டும் ஞாபகத்தில் இருந்தது.

குரு, தலைவர் சார்ந்த கேள்விகளுக்கு அவர்களது பேச்சுக்கள் ஒன்றும் புரியாததால் அது பற்றி அக்கறை கொள்ளவில்லை என்று எழுதினாள். மேலும் முன்பு எனது கணவர் குரு, தலைவர் குறித்தெல்லாம் உனக்கென்ன கவலை என்று கடிந்து கொண்டதால் நான் எனது சிந்தனைகளை ஓரமாக வைத்து விட்டேன் என்றும் எழுதி முடித்தாள்.

மேலும் சில கேள்விகளை அப்புறம் எழுதலாம் என்று விட்டு விட்டு நிகழ்கால சிந்தனைகள் என்ற கேள்விக்கு வந்தாள்.

அவள் நீண்ட நேரம் யோசித்தாள். என்ன எழுதுவது நிகழ்காலம் சிந்தனைகளிலேயே முடிந்து விடுகிறது. கடந்த காலம் வருத்திக்கொண்டும் வரும்காலம் பயமுறுத்திக்கொண்டும் இருக்க சிந்தனைகள் அவைகளை சார்ந்தே இருக்கின்றன. எழுதினால் படிப்பவர்களுக்கு போரடிக்கும். நிறைய பக்கங்கள் வேறு ஆகிவிடும். யாரும் படிக்கவும் மாட்டார்கள். சுருக்கமாக எழுதுவோம் என்றெண்ணி அவள் எழுத ஆரம்பித்தாள்.

"என்னுடைய வாழ்க்கை குறித்து மற்றவர்களுக்கு எந்த அக்கறையும் இருக்க வாய்ப்பில்லை. நான் இப்பொழுது தனியாக இருக்கின்றேன். இப்போது இருபத்துநான்கு மணி நேரமும் சொந்தமாக இருக்க, முன்பு நேரத்தை மற்றவர்களுக்காக பிரித்துக் கொடுத்து விட்டு நேரமேயில்லை என்று சொல்லிக்கொண்டிருந்த காலத்தினுள் சென்று அலைந்து திரிந்து கொண்டிருக்கிறேன். அடிக்கடி தோன்றும் ஹாலூசினேஷன்ஸ் என்னை பயமுறுத்துவதில்லை. நான் இமாஜினரி வேல்டில் சுற்றித்திரிகிறேன். அது எனக்கு பிடித்துள்ளது.

அங்கே நிறைய ஆட்கள் உண்டு. நான் எல்லோரிடமும் பேசிக் கொண்டிருப்பேன். அவர்களுக்கு வேண்டிய, என்னால் முடிந்த, உதவிகள் செய்து கொண்டிருப்பேன். அங்கே இருக்கும் பெரிய பெரிய அறைகளில் மெலிதான சங்கீதம் வழிந்து கொண்டிருக்கும். அங்கே குழந்தைகளின் சிரிப்பும் அழுகையும் கலந்து கலகலப்பான

ஒரு சூழ்நிலை இருக்கும். நான் வண்ணப்பூக்களின் ப்ரின்ட் உள்ள உடைகள் அணிந்து அங்குமிங்குமாக உலவிக் கொண்டிருப்பேன். அன்பும் மகிழ்ச்சியும் ஆதரவும் நிறைந்த உலகம் அது. அதற்குள் நான் இருப்பதாக கற்பனை பண்ணிக்கொள்வேன். அந்த கற்பனையின் இழைகள் அறுந்து காற்றில் பறந்து தரையெங்கும் பரவும் போது நான் விழித்தெழுவேன்.

எனக்கு மிகவும் பயமாக இருக்கிறது. வரும் காலம் குறித்து சிந்திக்கும் போது பயமும் கவலையுமாக இருக்கிறது. அதை தவிர சிந்தனைகள் ஒன்றும் வருவதுமில்லை. சென்றவருடம் வரை சிறு பெண்கள் இங்கே பாட்டு சொல்லிக் கொள்ள வந்து கொண்டிருந்தனர். இப்போதும் யாரும் வருவதில்லை. அந்த பெண்களெல்லாம் வெளியூரில் படிக்கப் போய்விட்டனர்.

இங்கே பக்கத்தில் கோயில் எதுவும் இல்லை. கோயில் போகவேண்டுமென்றால் ஆட்டோ பிடித்துப் போக வேண்டும். எனக்கு சற்று தூரம் நடந்து போய் சாமி கும்பிட்டு விட்டு நடந்து வருவதில் தான் விருப்பம். ஆட்டோவில் போனாலும் திரும்பி வருவதற்கு ஆட்டோ கிடைப்பது சிலநாள் கஷ்டம்.

வீட்டில் வேலை செய்யும் சங்கரியை ஒருவாரம் எப்போதும் கூடவே இருக்கச் சொன்னேன். பணம் அதிகமாக தருகிறேன் என்றதும் சரி என்று ஒரு வாரம் இருந்தாள். பத்து வயது பேரனையும் கூட்டி வந்தாள். அவன் பாட்டியை விட்டு இருக்கமாட்டானாம். என்னுடைய சுதந்திரம் முதலில் பறி போயிற்று.

அவளுக்கு கைபேசியில் அழைப்பு வந்துகொண்டே இருந்தது. அவள் சமையல் கட்டில் தோசை சுடும் போது அவள் மகள் கூப்பிட்டு கணவர் குடித்து விட்டு தொல்லை கொடுக்கிறார் என்று அழுவாள். சங்கரி அடுப்பை அணைத்து விட்டு பின் வராந்தாவில் உட்கார்ந்து பேச ஆரம்பிப்பாள். பேசி முடித்து மீண்டும் ஏதாவது வேலை துவங்குமுன் மகன் அழைப்பாள். ஏதோ பணம் வேண்டும் என்று கேட்பான் போல் இருக்கிறது. சற்றுநேரம் அவனை திட்டிப்பேசி கட் பண்ணி விடுவாள். அவன் மறுபடியும் கூப்பிடுவான்.

பேரப்பையன் முதல் இரண்டு நாட்கள் சற்று அமைதியாக இருந்து விட்டு பின்னர் சேட்டைகள் ஆரம்பித்து விட்டான். ஷோகேஸில் இருந்த சாமான்கள் வேண்டும் என்று அடம்பிடித்தான்.

நான் ஓரிரண்டு எடுத்து தந்தேன். அவன் கேட்ட ஒரு பெரிய பீங்கான் பொம்மை எடுத்துத்தர நான் தயங்கிய போது சங்கரி முகத்தை தூக்கி வைத்துக்கொண்டாள். பேரன் டி.வி.யின் ரிமோட் தன் கையிலேயே வைத்துக் கொண்டான். தின்பண்டங்கள் எல்லாம் வரிசையாக தின்று தீர்த்துவிட்டு இன்னும் வேண்டும் என்று அழுதான். சங்கரி ஆனந்தமாக பார்த்துக் கொண்டிருந்தாள்.

ஒருவாரமானதும் பணத்தை கொடுத்து அனுப்பிவிட்டேன்.

நான் ஒரு முதியோர் இல்லம் துவங்கினால் என்ன என்று யோசித்துக் கொண்டிருக்கிறேன். இந்த வீட்டில் மேலேயும் கீழேயும் ஆறு அறைகள் உள்ளன. மேலே ஹாலும் சேர்த்து மூன்று அறைகள் உள்ளன. ஆறு பேர் தாராளமாக தங்கலாம். சமைப்பதற்கும் உதவிக்குமாக ஒரு பெண்ணை வைத்துக்கொள்ளலாம். இப்போது வேலை செய்யும் சங்கரி வேண்டாம். வேறு ஆள் பார்க்க வேண்டும். தனியாக இருக்கும் முதிய பெண்களை சேர்த்துக் கொள்ளலாம். தேவையான அளவு காசு மட்டும் தான் வாங்க வேண்டும். வீடு கலகலப்பாக இருக்கும்.

இந்த எண்ணத்தை சொன்னபோது என் பையன்கள் ஒத்துக் கொள்ளவில்லை. மருமகள்கள் கொஞ்சம் கூட ஒத்துக் கொள்ளவில்லை. இதெல்லாம் ரிஸ்க். வந்து தங்கறவங்களுக்கு உடம்புக்கு வரும். ஆஸ்பத்திரிக்குப் போணும். பணம் செலவழியும். சொந்தக்காரர்கள் விட்டுச்சென்ற பின் திரும்பி பார்ப்பார்கள் என்பது என்ன நிச்சயம் என்கிற மாதிரியாக பேசினார்கள்.

அதுவும் சரிதான் என்று தோன்றுகிறது. எனக்கே தலைவலியும் நெஞ்சுவலியும் அடிக்கடி வருகிறது.

இவ்வளவும் எழுதி முடித்ததும் அவளுக்கு மிகுந்த சோர்வு தோன்றியது. அவள் உட்கார்ந்த படியே கண்களை மூடினாள். மூடிய கண்களுக்குள்ளே நிறைய பேர் அங்குமிங்குமாக நடந்து கொண்டிருந்தனர்.

ஏதோ ஒரு வாகனம் ஒலியெழுப்பிச் சென்றது. அவள் கண் விழித்தாள்.

வாஷ்பேஸின் குழாய் திறந்து தண்ணீர் பிடித்து முகம் கழுவினாள். தண்ணீர் இளம் சூடாக இருந்தது.

துண்டால் துடைத்தபின் கண்ணாடியில் பார்த்தாள். நிறைய வெள்ளை முடிகள் கொண்ட தலை. கண்ணின் கிழ் கறுப்பான திட்டுக்கள், சோர்ந்து போன முகம். அவள் முகத்தை திருப்பிக்கொண்டாள்.

முன்னறைக்கு வந்து டீபாய் மேலிருந்த பேப்பர்களை எடுத்தாள். கேள்வித்தாள் எங்கே என்று தேடினாள். அங்கே அப்படி ஒரு தாள் தென்படவேயில்லை. காற்றில் கீழே விழுந்து விட்டதோ என்று அவள் குனிந்து நாற்காலி, மேஜை கீழெல்லாம் பார்த்தாள். கம்பிக்கதவை திறந்து வெளியே பார்த்தாள். எங்கேயும் ஒன்று, இரண்டு, மூன்று என்று எண்கள் போட்ட கேள்வித்தாள் காணவேயில்லை.

அந்த இரண்டு வாலிபர்கள் வந்ததும் கேள்வித்தாள் தந்ததும் எல்லாம் நினைத்துப் பார்த்தாள்.

அவளுக்கு ஒன்றும் புரியவேயில்லை. எல்லாம் கற்பனையா நிஜமா என்று தெரியாமல் குழம்பினாள்.

அவளுக்கு மிகுந்த பயம் தோன்றியது. இரண்டு வாலிபர்கள் வந்தது உண்மையா கற்பனையா என ஒரு சந்தேகம் தோன்ற அவளுக்கு பயம் மேலும் கூடிற்று. கதவு சரியாக தாழிடப்பட்டுள்ளதா என்று பார்த்தாள். ஜன்னல் கதவுகளில் கண்ணாடி எங்காவது கழற்றப்பட்டுள்ளதா என்று ஆராய்ந்தாள். கனமான திரைச்சீலைகளுக்குப்பின் பக்கம் யாராவது ஒளிந்து கொண்டு நிற்கிறார்களா என்று பயந்தபடியே தேடினாள்.

சோபாவுக்கடியிலும் பீரோவின் பின்னாலும் பார்த்தாள். பின்னர் படுக்கையறைக்குச் சென்று கட்டிலின் அடியில் குனிந்து பார்த்தாள். மின்விளக்கு போட்ட பின்னரும் கட்டிலின் அடிப்பக்கம் சற்று இருட்டாக இருக்கவே மூக்குக்கண்ணாடியை எடுத்து போட்டுக்கொண்டு ஒரு டார்ச்சையும் தேடி எடுத்து கட்டிலின் அடியில் பார்த்தாள்.

பின்னர் மற்ற அறைகளிலும் சமையலறையிலும் போய் பார்த்து விட்டு வந்தாள். சமையலறைக்கதவு நன்றாக தாழ்போட்டிருப்பதை உறுதி செய்து கொண்டாள்.

மாடிப்படிக்கட்டு வரை போனவளுக்கு ஆயாசமாக இருந்தது. படிகள் ஏறி மேலே செல்ல அவளுக்கு கஷ்டமாக இருந்தது. இருந்தாலும் அங்கேயும் பார்க்கவில்லை என்றால் அவளுக்கு மனசுக்கு நிம்மதி இருக்காது என்று தோன்ற மெதுவாக ஒவ்வொரு

படியிலும் கால்களை வைத்து ஏறினாள். மாடிக்கைப்பிடியை பலமாக பிடித்துக்கொண்டாள்.

மூச்சுவாங்க மாடிக்குச்சென்று பூட்டப்பட்ட கதவுகளை திறந்தாள். அங்கே யாரும் இல்லை என்பதை உறுதி படுத்திக்கொண்டிருக்கும் போது கீழே யாரோ வந்து அழைப்பது போல் தோன்ற படிகளில் இறங்கலானாள். கடைசிப்படியில் நின்று பார்த்தாள். யாருமில்லை.

எங்கும் அமைதியாக இருக்க அவளது இரு காதுகளிலும் பெரும் இரைச்சல் கேட்டது. இதயம் படபடவென்று அடித்துக்கொண்டிருந்தது. அவள் சற்று நேரம் படிக்கட்டுப்பக்கத்து சுவர் மேல் சாய்ந்து நின்றாள்.

அம்மா, ஜானகி அம்மா என்ற குரல் கேட்டு திரும்பினாள். கிரில் கதவுக்கு வெளியே வள்ளி நின்று கொண்டிருந்தாள். ஜானகிக்கு சற்று ஆறுதலை தந்தது அவள் வருகை. உறை குத்த கொஞ்சம் மோர் வேணும் என்றாள் வள்ளி. உள்ளே போய் ஒரு சிறு கிண்ணத்தில் மோர் எடுத்து கொடுத்த பின் வள்ளியிடம் பேச்சு கொடுத்தாள். ஆனால் அவள் பேசுவதில் விருப்பம் காட்டவில்லை. அவசரமாக வீட்டுக்குப் போகவேண்டும் என்றும் கணவன் காத்துக்கொண்டிருப்பான் என்றும் நேரமாகிவிட்டால் திட்டுவான் என்றும் சொல்லிவிட்டு வேகவேகமாக சென்று விட்டாள்.

ஜானகி நாற்காலியில் உட்கார்ந்து கொண்டாள். தனிமையும் வெறுமையும் சூழ்ந்து நிற்க டீபாய் மேலிருந்த பேப்பர்களை பார்த்தவாறே இருந்தாள்.

பிற்பகல் காட்சி

நான்கு பக்கங்களிலும் உள்ள வெள்ளைச்சுவர்களை பார்த்து பார்த்து மிகவும் அலுப்பாக இருந்தது ராகவனுக்கு. அவர் மிகவும் சோர்ந்து போயிருந்தார். அறையின் ஓரமாக போட்டிருந்த கட்டில் மேல் ஜெயந்தி சுவர் பார்த்து திரும்பி படுத்திருக்கிறாள். அவளை இனி பனிரண்டு மணியாகும் போது எழுப்பி மாத்திரை தர வேண்டும். பின்னர் தான் படுக்கவோ தூங்கவோ முடியும் என்பதால் ராகவன் உட்கார்ந்தும் அறைக்குள்ளேயே நடந்தும் பொழுதை போக்கிக் கொண்டிருந்தார். இரவு பத்துமணி வரை ஆஸ்பத்திரியில் பலபேர் வந்து போய் கொண்டிருந்தனர். இப்போது அநேகமாக நிசப்தமாக ஆகிவிட்டது. இரவு வரும் டாக்டரும் வந்து நோயாளிகளை பார்த்து விட்டு போய்விட்டார்.

ராகவன் மெதுவாக எழுந்து அறைக் கதவைத் திறந்து வெளியே வந்தார். அந்த வரிசையில் எல்லா அறைக் கதவுகளும் சாத்தப்பட்டிருக்க கோரிடாரின் கடைசியில் மேஜை போட்டு ஒரு நர்சு செயறில் உட்கார்ந்து ஏதோ யோசித்துக் கொண்டிருந்தாள். அவள் இவரை நிமிர்ந்து பார்த்து விட்டு ஒன்றும் கேட்காமல் விட்டுப் போன யோசனைக்குள் புகுந்து கொண்டாள். அவர் மெதுவாக நடந்து முன் பக்கம் வந்தார். ரிஸப்ஷனில் ஒரு பெண் இருந்தாள். சற்றுத் தள்ளி கணினி முன் ஒருவர் ஏதோ வேலையாக இருந்தார். ராகவன் சுற்று முற்றும் பார்த்து எல்லாம் மனதிற்குள் பதிவு செய்து கொண்டார்.

அவருக்கு பயமாக இருந்தது. ஆஸ்பத்திரியின் பெயர் உள்ள பில் சட்டைப்பையில் இருக்கிறதா என்று தொட்டுப்பார்த்து உறுதி செய்து கொண்டு ரோட்டில் இறங்கி நடந்தார்.

அந்த நேரத்திலும் இரு திசைகளையும் நோக்கி விரையும் வாகனங்கள் கண்டு அவர் மேலும் பயந்தார். பக்கத்தில் தெரியும் ஹோட்டலில் தேனீர் விலை அதிகம் என்பதால் அவர் சற்று தூரம் நடந்து ஒரு சிறு டீக்கடை பக்கம் போனார். அங்கே போட்டிருந்த பெஞ்சி மேல் உட்கார்ந்து கொண்டார்.

அவருக்கு கொஞ்சம் பதற்றம் இருந்தது. ஏன் என்றால் ஜெயந்தி தூக்கத்திலிருந்து விழித்த உடன் யாராவது வந்தார்களா என்று தான் கேட்பாள். ராகவன் பதில் சொல்லாமல் கேட்காதது போல் இருந்து விடுவார். ஆஸ்பத்திரிக்கு வந்த முதல் நாட்களில் உறவுகள் சில பேர் வந்து பார்த்து விட்டுச் சென்றனர். இன்றோடு பதினைந்து நாட்களாகி விட்டன. ஜெயந்திக்கு கடுமையான ஜீரம் விட்டு விட்டு வருகிறது. என்னென்வோ டெஸ்டுகள் எல்லாம் எடுக்கிறார்கள். என்னென்வோ மருந்துகள் எல்லாம் கொடுக்கிறார்கள். இப்போது மூச்சு விடுவதிலும் சிலநேரம் பிரச்சினையாக உள்ளது.

நிறைய பணத்துடன் ஆஸ்பத்திரிக்கு உள்ளே இருக்கும் ஃபார்மஸியில் மருந்து வாங்கப் போக வேண்டும். அடிக்கடி பக்கத்தில் உள்ள ஏ.டி. எம்மில் போய் பணம் எடுத்து வர வேண்டும். தேவைப்படும் போது நர்சை அழைத்து வர வேண்டும். சில நேரம் அந்த குறிப்பிட்ட நர்சு அங்கே இருப்பதில்லை. இரண்டு மூன்று தரம் போக வேண்டியிருக்கும். இதெல்லாம் ராகவன் தான் செய்ய வேண்டியுள்ளது. அவர் இந்த பதினைந்து நாட்களில் மிகவும் சோர்ந்து விட்டார். சில நேரம் டாக்டர் குறித்து தரும் மருந்து அந்த ஆஸ்பத்திரி பார்மஸியில் கிடைக்கவில்லையன்றால் வெளியே போய் வாங்க வேண்டும். அதற்காக போய் விட்டு திரும்பி வரும் வரையில் அவருக்கு ஜெயந்தி தனியாக இருப்பாளே என்று பதற்றமாக இருக்கும்.

அவ்வளவாக பழக்கமில்லாத இந்த ஊரில் ஆட்டோ பிடித்து மருந்துக்கடை தேடி கண்டுபிடித்து மருந்து வாங்கி வரும்போது ஜெயந்தி சத்தம் போடுவாள், "ஏன் இவ்வளவு நேரம்? ஒரு மருந்து வாங்கிட்டு வர இவ்வளவு நேரமா?" என்பாள் கடுகடுவென்று முகத்தை வைத்துக் கொண்டு. ராகவன் வரும் கடும் கோபத்தை அடக்கிக் கொண்டு பேசாமல் இருப்பார். அதனாலேயே அவருக்கு

ஓயாத தலைவலி வருகிறது. பலகாலத்து வலிதான் பழகிவிட்டது தான் என்றால் கூட சில நேரம் தாங்க முடியாமல்தான் இருக்கிறது அவருக்கு. டீக்கடைக்காரரர் கொடுத்த டீயை கையை நீட்டி வாங்கியபோது அவருக்கு தோள்பட்டை வலித்தது. காலையில் அறை ஜன்னல் திறக்க முயன்றதின் விளைவு. அது அடைத்தால் திறக்க முடியாததும் திறந்தால் அடைக்க முடியாததும் ஆக இருந்தது.

அந்த ஜன்னல் திறந்தால் ஒரு விதமான சப்தம் கேட்கும். அது ஜெயந்திக்கு தொந்தரவாக இருக்குமென்று நினைத்து அவர் ஜன்னலை திறக்கவோ அடைக்கவோ செய்வதில்லை. ஆனால் காலையில் தலைவலியும் அலைச்சலும் டென்ஷனும் எல்லாம் சேர்ந்து அவருக்கு மூச்சு முட்டுவது போல் தோன்ற அவர் ஜன்னலை பலமாக இழுத்து திறந்த போது தோள்பட்டையில் தோன்றிய வலி இப்போதும் இருக்கிறது.

தோள்பட்டை மட்டுமல்ல உடம்பு முழுவதுமே வலியெடுக்கிறது போல இருந்தது அவருக்கு. காலையில் நர்சு அழைத்து ரத்தம் வேண்டுமென்று சொல்ல அவர் வெளியே உள்ள ரத்த வங்கி சென்று ரத்தம் வாங்கி வந்த போது மத்தியான்னமாகிவிட்டது. வந்த உடன் நர்ஸ் சத்தம் போட்டாள்.

"நீங்க வெளியே போற போது இங்க யாரையாவது பைஸ்டான்டர் ஆக நிக்க ஏற்பாடு பண்ணுங்க. ஏதேனும் தேவப்பட்டா யார் கிட்ட சொல்றது?"

"அவ்வப்போது அது வாங்கி வா இது வாங்கி வா" என்று சொல்லும்போது செய்ய வேண்டும். இதற்கிடையே கான்டீன் போய் பழச்சாறு, வேவாட்டர், உணவு எல்லாம் வாங்கி வர வேண்டும். நடந்து நடந்து கால் முட்டியிலும் பாதங்களிலும் வீக்கம் வந்துள்ளது.

மேலும் கான்டீன் வரை சென்று நிற்கும்போதுதான் வே வாட்டரா அல்லது ஜூஸா வாங்கச் சொன்னார்கள் என்று சந்தேகம் வருகிறது. மறந்து போகிறது. மறுபடியும் மூன்றாவது மாடிக்குச் சென்று நர்ஸிடம் கேட்டு விட்டு திரும்பவும் கீழே இருக்கும் கான்டீன் செல்ல வேண்டும். மறுபடி மூன்றாம் மாடி, இப்படியே நடந்து நடந்து கால் வலிக்கிறது என்று டாக்டரிடம் சொன்னால் அவர் எல்லா வித டெஸ்ட்க்களும் செய்து இன்னொரு படுக்கையில் போட்டு விடுவார் என்று பயந்து அவர் ஏதோ வலி மாத்திரைகள் வாங்கி சாப்பிட்டுக் கொண்டிருக்கிறார்.

அவர் தேனீர் குடித்து முடித்து விட்டார். எதற்காக இங்கே வந்து உட்கார்ந்து கொண்டிருக்கிறோம் என்று யோசித்தார். இது பழக்கமில்லாத இடமாக இருக்கிறதே அதுவும் இரவில் பத்து மணிக்கு மேல் இந்த ரோட்டில் ஓரத்தில் உள்ள டீக்கடையில் எதற்காக வந்தோம் என்று கண்ணை மூடி யோசித்தார். வேலை விஷயமாக வந்திருந்தால் வேலை முடிந்து விட்டதா. முடிந்து விட்டதென்றால் ஊருக்கு கிளம்பாமல் அறையை காலி செய்து பஸ்ஸடாண்டுக்கோ ரயில் நிலையத்துக்கோ செல்லாமல் இங்கே இருப்பானேன். அது மட்டுமல்ல இது போன்ற ரோட்டோர டீக்கடைக்கெல்லாம் வருவது தனக்கு பழக்கமில்லையே. அவர் குழம்பினார்.

அவருக்கு மிகவும் பயமாக இருந்தது. அவர் டீக்கடைக்காரரைப் பார்த்தார். அந்த இளைஞன் நட்புடன் சிரித்தான். அவருக்கு அந்தச்சிரிப்பு சற்று பயத்தை தெளிய வைத்தது. தேனீருக்கான காசு தரவில்லை என்பது உறுத்த அவர் அவசரமாக சட்டைப்பையிலிருந்து பணம் எடுத்தார். அப்போது மருந்துச்சீட்டு ஒன்றும் கூடவே வந்தது. அவருக்கு எல்லாம் ஞாபகம் வந்தது. அவர் அவசரமாக பணத்தை தந்து விட்டு ஆஸ்பத்திரி நோக்கி நடக்க ஆரம்பித்தார்.

படுக்கையிலிருக்கும் நோயாளி எப்படி இருக்கிறார்கள் என்று விசாரிப்பவர்கள், நோயாளிக்கு வேளாவேளைக்கு மருந்து கொடுத்து உணவு கொடுத்து தூங்காமல் ஓய்வில்லாமல் கூடவே இருக்கும் ஆளைக் குறித்து ஒன்றும் கேட்பதில்லையே என்று நினைத்துக் கொண்டார்.

“நல்லா கவனிச்சுக்கோங்க ராகவண்ணா. இப்பல்லாம் என்ன ஜுரம்னு கண்டே பிடிக்க முடியறதில்லை”

“டாக்டர் சொல்ற மாதிரி டெஸ்டெல்லாம் செய்ங்க இங்கே குணமாவலேன்னு வேற ஏதாவது பெரிய ஆஸ்பத்திரிக்கு எடுத்துப் போங்க” என்றெல்லாம் சொல்கிறவர்கள் யாருமே,

“ராகவா நீ நேத்து ராத்திரி பூரா கண்ணு முழிச்சிருப்பியே. நான் கொஞ்ச நேரம் பக்கத்திலே இருக்கேன். நீ வேணா கொஞ்ச நேரம் படுத்துதூங்கேன்” என்று சொல்லவில்லை. “நீங்க ஏதாவது சாப்பிட்டீங்களா. நான் வாங்கிட்டு வரேன். என்ன வேணும் சொல்லுங்க” என்று சொல்லவில்லை. மதிய நேரம் ஒரு பொட்டலம் சாப்பாடு வாங்கிக் கொண்டு வந்து “இந்தாங்க சாப்பிடுங்க” என்று

சொல்லவில்லை. பார்க்க வந்தவர்கள் எண்பது கிலோமீட்டர் தூரத்தில் இருந்து பயணம் செய்து கஷ்டப்பட்டது, ட்ரெயின் கிடைக்காதது, டாக்ஸிக்காக செலவு பண்ணினது குறித்து, பேசினார்கள். ஊரிலேன்னா ஏதாவது உதவி பண்ணலாம். இந்த தெரியாத தூரத்து ஊரிலே என்ன பண்ண முடியும் என்கிற மாதிரியெல்லாம் பேசினார்கள். ஊரில் உள்ள டாக்டர் பாத்துட்டு பெரிய ஆஸ்பத்திரிக்கு கொண்டு போன்னு சொன்னதால் தான் இங்கே வந்திருப்பது என்பதை மறந்து விட்டு என்னவோ ஊரிலேயே வைத்தியம் பாத்திருக்கலாமே என்றார்கள். ஏதேதோ உதாரணங்கள் எல்லாம் கூட சொன்னார்கள்.

"போட்டது போட்டபடி வந்தாயே ராகவா. உன் வீடு இப்போது எப்படி இருக்கிறதோ. தோசைமாவு வெளியே வைத்திருந்தாயே. ஸிங்கில் கிடந்த பாத்திரங்கள், பக்கட்டு நீரில் போட்ட துணிகள் எல்லாம் என்ன வாயிற்றோ வீட்டுச் சாவி கொடு நான் எல்லாம் சுத்தம் பண்ணி விட்டு அடுத்த தரம் வரப்போது சாவி கொண்டு வரேன்" என்று யாரும் உதவ முன்வரவில்லை. இடையில் ஒரு தரம் அவரே டாக்ஸி பிடித்து ஊருக்குப் போய் வீட்டில் முடிந்த வரையில் சுத்தம் செய்துவிட்டு வந்தார்.

உன்னிடம் தேவையான அளவு பணம் இருக்கிறதா என்று மறந்து போய்க்கூட யாரும் கேட்கவில்லை. இப்போது ஒரு வாரமாக யாரும் வருவதுமில்லை. இரண்டு பெண்களும் பையனும் இன்று இன்னேரம் வரை போன் பண்ணவேயில்லை.

பெரியவள் நமிதா, சென்னையிலிருந்து, "ஜுரம் தானேப்பா, வேறே ஒன்றுமில்லையே. எனக்கிப்ப இங்கேருந்து நகர முடியாது. பெரியவளுக்கு எக்சாம் நடக்குது. சின்னவளுக்கு கொஞ்சம் வீசிங் இருக்கு. ரஞ்சித்தைத்தான் உங்களுக்குத் தெரியுமே. ஆபிசே கதின்னு கெடக்கிறாரு. நான் வர முடியுமான்னு பார்க்றேன். முடிஞ்சா நான் மட்டும் வரேன். அம்மாவை நல்லா கவனிச்சுக்கோங்க" என்றாள் முதல் நாள். பின்னர் ஒரு வாரம் வரை தினமும் காலையிலும் மாலையிலும் கூப்பிட்டு விசாரித்தாள். இப்போது இரண்டு நாளைக்கொரு தரம் கூப்பிடுவாள். நேற்று கூப்பிட்டபோது, "நான் சபிதாவை வரச் சொல்லி சொல்லியிருக்கேன்பா" என்றாள்.

ஐதராபாத்திலிருந்து இரண்டாமவள் சபிதா பதறியபடி "என்னப்பா ஜுரமா அம்மாவுக்கு. பெரிய ஆஸ்பத்திரிதான் நல்லது நல்லா பாத்துக்குவாங்க. கறக்டா டயக்னோஸ் பண்ணிடுவாங்க. எனக்கு

உடனே வர முடியும்னு தோணலே. இங்கே ப்ரசாந்த் ஆபீஸ் டூர்ல இருக்காரு. நான் இந்த குழந்தைகளோட மல்லுக்கட்டிக்கிட்டிருக்கேன். நம்ம நாணு மாமாவோட பொண்ணு சரசக்காவை கூப்பிட்டு பாருங்களேன். நம்ம பத்து அத்தையை கூப்பிட்டு கூட நிக்கச் சொல்லுங்களேன்" என்றெல்லாம் உபதேசங்கள் தந்து விட்டு போனை வைத்தாள்.

"அப்பா இப்ப நான் லீவு போட்டு வந்தேன்னா எனக்கு வேல போயிரும். நானும் வந்தனாவும் டேயும் நைட்டுமா மாறி மாறி ஷிப்டு டூட்டி பார்த்து கஷ்டப் பட்டிட்டிருக்கோம். லீவு கெடச்சா வறேன்" என்று சொல்லி மேலும் பேச்சை வளர்க்காமல் வைத்து விட்டான் ச்யாம். அவன் பங்களூருவிலிருக்கிறான்.

ராகவனுக்கு கவலையாக இருந்தது. அவர் ஜெயந்தியிடம், "இன்னும் ரண்டு நாளிலே எல்லாரும் வந்துருவாங்க" என்று சொல்லி வைத்தார். அது தான் "எப்போது வருவார்கள்? யாராவது வந்தார்களா" என்றெல்லாம் கேட்டுக் கொண்டிருக்கிறாள் அவள்.

நடந்து கொண்டிருந்த ராகவன் சட்டென்று நின்றார். எங்கே போகிறோம். இரவு இவ்வளவு நேரத்துக்குப்பின் ஏன் ரோட்டில் நடக்கிறோம். வீட்டுக்குப் போலாம் என்றெண்ணி திரும்பி நடந்தார். வீடிருக்கும் தெரு இப்போதெல்லாம் வேறு மாதிரி இருக்கிறது. முன்பு ஒரு சில வீடுகளே இருந்தன. இப்போது நிறைய பெரிய பெரிய வீடுகளும் கடைகளுமாக இருக்கின்றனவே என்று அவர் ஆச்சரியப்பட்டார். மின் விளக்கின் பளீரென்ற ஒளியில் மின்னிக் கொண்டிருந்த போர்டுகளை வாசித்துக் கொண்டே நடந்தார். சட்டென்று ஆஸ்பத்திரி பெயர் கண்டதும் அவருக்கு எல்லாம் ஞாபகம் வந்தது.

"ஐயோ ஜெயந்தி என்ன செய்றாளோ" என்று வாய் விட்டு சொல்லியபடியே உள்ளே நுழைந்தார். ரிசப்ஷனில் சுவர் கடிகாரத்தில் மணி பார்த்தார். பதினொன்றாகி விட்டது. அறை எண் நூற்றி பன்னிரண்டா நூற்றி இருபத்திரண்டா என சந்தேகம் வர சற்று தடுமாறினார். மூன்றாவது மாடியில் சென்ற உடன் நர்ஸ் சுகந்தி எதிர்பட்டாள். "உங்க வைப் தேடினாங்க" என்று சொல்லி நூற்றிப் பன்னிரண்டாம் அறையை பார்த்தாள். அவர் "ஒரு டீ குடிக்கலாம்னு போனேன்" என்று முனகுவது போல் கூறிக்கொண்டே அந்த அறைக்குள் நுழைந்தார். அங்கே ஜெயந்தி விழித்துக் கிடந்தாள்.

“எங்கே இன்னேரத்தில வெளிலே” கோபமாக கேட்டாள் அவள்.

“மருந்து வாங்கப் போனேன்” என்றார்.

ராகவன் தொடர்ந்து, “உனக்கு பனிரண்டு மணிக்கு ஒரு மாத்திரை தரணுமே. அதான் முழிச்சுக்கிட்டிருக்கேன்” என்றார். அதற்கு அவள் என்னவோ சொன்னாள். அவருக்கு காதில் விழவில்லை. காதில் விழாதது தான் நல்லது என்றெண்ணிக் கொண்டே பெஞ்சி மேல் உட்கார்ந்து காலை தடவ ஆரம்பித்தார். ஜெயந்தி மறுபடியும் சுவரைப் பார்த்து படுத்துக் கொண்டாள்.

ராகவனுக்கு தூக்கம் வந்தது. இமைகளை அழுத்தும் தூக்கத்தை விரட்டியடித்தபடி ஏதோ யோசனைகளில் அமிழ்ந்து கிடந்தார். சற்று நேரம் ஜெயந்தியை பார்த்தார். அது ஜெயந்தி போல் தெரியவில்லை. மறுபடியும் உற்றுப் பார்த்தார். அது ஜெயந்தி அல்ல அம்மா. அம்மா படுத்திருக்கிறார். வெள்ளையாக நரைத்த முடி தலையில் உச்சி மேல் கட்டி வைக்கப்ட்டு கழுத்து வரை ஒரு போர்வையால் போர்த்திக் கொண்டு மெலிந்த கை கால்களுடன் சோர்ந்த முகவும் பார்வையுமாக வயதான அம்மா படுத்துக்கிடக்கிறார்.

ராகவன் பான்ட் சட்டை போட்டு கட்டில் பக்கத்தில் நிற்கிறார். ஜெயந்தி வாசல் பக்கமாக யாருக்கோ என்னவோ என்கிற மாதிரி நிற்கிறாள். சற்றுத்தள்ளி தம்பி கணபதியும் அவள் மனைவியும் நிற்கிறார்கள். தங்கை பத்மினி அம்மாவுக்கு ஹார்லிக்ஸ் கலந்து கொண்டிருக்கிறாள்.

“அம்மா நான் டாக்டர்ட்ட பேசிட்டேன். ஒண்ணும் பிரச்சினையில்லேன்னு சொன்னார். ரண்டு நாள்ல சரியாயிடும்னும் சொன்னாரு. எனக்கு நாளைக்கு இன்ஸ்பெக்ஷன் இருக்கு. நாங்க கிளம்பறோம். ரண்டு நாள் கழிச்சு வறேன்” என்று சொல்லிக் கொண்டே பர்சிலிருந்து கொஞ்சம் பணம் எடுத்து தம்பிக்கு நீட்டுகிறார்.

தம்பி வாங்க வேண்டுமா வேண்டாமா என்று யோசித்துக் கொண்டு நிற்க தம்பி மனைவி “ஆளுக்கு ஆளும் வேணும் பணத்துக்குப் பணவும் வேணும்” என்கிறாள். தம்பி பணத்தை வாங்கிக் கொள்கிறான்.

ராகவன் அங்கிருந்து கிளம்ப மனமில்லாது நிற்கிறார். ஜெயந்தி உர்ரென்று முகத்தை வைத்துக் கொண்டு “குழந்தைங்க ஸ்கூல் விட்டு வந்து எத்தனை நேரம் தான் பக்கத்து வீட்ல இருப்பாங்க” என்று முணு முணுக்கிறாள். ராகவன் வருத்தத்தோடு அம்மாவைப் பார்க்க அம்மா

சோர்ந்த கண்களுடன் "போய்ட்டு வாப்பா" என்கிறாள் முனகுவது போல.

எத்தனையோ வருடங்கள் முன்னர் நடந்ததெல்லாம் கண்முன்னால் கண்டு கொண்டிருந்த ராகவனுக்கு அழுகை வந்தது. நான் என்ன கொடுத்தேன் அம்மாவுக்கு. அப்பப்ப ஏதோ கொஞ்சம் பணம் கொடுத்திருப்பேன். ஆனால் அம்மா எதிர்பார்த்திருந்த அளவு அன்பு கொடுத்தேனா, முடியாமல் படுக்கையிலிருந்தபோது நான் கவனித்துக் கொண்டேனா?. நான் என்ன செய்தேன்? அம்மா அப்பாவை, உடன் பிறப்புக்களை புறக்கணிக்கச் சொல்லும் மனைவி இருந்தால் அந்த மகன் படும் அவஸ்தை அவனுக்குத் தான் தெரியும். மனசுக்குள் பேசிக் கொண்டே அவர் நிறைந்து வழியும் கண்களை துடைத்துக் கொண்டார்.

யாரிடமும் அன்பு காட்டாத யாருக்கும் உதவி செய்யாத இந்த ஜெயந்தி இப்போது "யாருமே பார்க்க வரலியா" என்று வருத்தப்படுவதில் என்ன அர்த்தமுள்ளது, என்று நினைத்துக் கொண்டார்.

அவருக்கு தங்கை பத்மினியின் ஞாபகம் வந்தது. பத்மினி கணவர் இறந்த பின் குழந்தையுடன் மாமனார் மாமியாருடன் அங்கேயே உள்ளாள். அவளது மாமனார் மாமியார் நல்ல குணம்.

அவளை நினைத்தபோது அவருக்கு கவலையாகவும் ஏதோ தப்பு செய்து விட்டது போலவும் தோன்றியது. பத்து வயது சின்னவளான பத்மினியை பத்து... பத்து... என்றழைத்துக் கொண்டு இடுப்பில் தூக்கிக் கொண்டு அலைந்ததும் விளையாட்டு காட்டியதும் சோறூட்டியதும் எல்லாம் அவருக்கு ஞாபகம் வந்தது. தம்பியான கணபதியை மேற்படிப்பு படிக்க வைப்பதற்காக பத்துவின் படிப்பை நிறுத்த வேண்டியதாயிற்று. படிப்பிலும் அவளுக்கு நீதி கிடைக்கவில்லை. கல்யாணத்திலும் நீதி கிடைக்கவில்லை. அவள் எல்லாம் இரண்டு அண்ணன்களுக்காக விட்டுக் கொடுத்தாள். எதற்கும் சண்டை போடவில்லை. இரண்டு அண்ணன்களும் சம்பாதித்து தன்னை நல்லபடியாக கல்யாணம் பண்ணிக் கொடுப்பார்கள் என்று நினைத்திருப்பாள் போலும். ஆனால் அப்படி ஒன்றும் நடக்கவில்லை.

பத்துவுக்கு கல்யாணம் பார்க்கும் போது ராகவன் கல்யாணமாகி ஜெயந்தியின் கட்டுப்பாட்டில் இருக்க, தம்பி கணபதி வேலை தேடிக் கொண்டிருந்தான். கடைசியில் பெண் மட்டும் போதும் என்று வந்த

வரனை முடிக்க வேண்டியதாயிற்று. நிச்சயம் பண்ணின பின் அந்தப் பையனின் அப்பா ராகவனை தனியாகக் கூப்பிட்டு "அவனுக்கு ஹார்ட்டில் சின்ன ப்ராப்ளம் இருந்தது. எல்லாம் சரியாயிருச்சு. இப்ப ஒண்ணும் பிரச்சனையில்லை" என்றார். அப்போதே அப்பா இல்லை அம்மா, "என்னடா இது ராகவா" என்று கவலைப் பட்டாள். பத்துவிடம் இதை யாரும் சொல்லவுமில்லை. சில வருடங்கள் நன்றாகத்தான் குடும்பம் நடத்தினார்கள். பின்னர் அவர்கள் குழந்தைக்கு எட்டு வயதாக இருக்கும் போது போய்விட்டான்.

எல்லாம் விதி என்று சத்தமாக சொல்லிக் கொண்டே ராகவன் எழுந்தார். பன்னிரண்டு மணியாவதற்கு இன்னும் அரைமணி நேரம் உள்ளதே என்று வாட்சில் பார்த்து விட்டு அந்தச் சின்ன அறைக்குள்ளே அங்குமிங்குமாக நடந்தார். மேஜை மேலிருந்த ஃப்ளாஸ்கிலிருந்து கொஞ்சம் வென்னீர் எடுத்து குடித்தார். இந்த ப்ளாஸ்க் இரண்டு நாட்கள் முன்பு பத்து வந்த போது கொண்டு வந்தது. இங்கே இருக்கட்டும் என்று வைத்து விட்டுப் போனாள்.

பத்துவின் கணவர் ஆஸ்பத்திரியில் இருந்த பொழுது கொஞ்சம் பால் காய்ச்சி ஒரு ப்ளாஸ்கில் எடுத்துக் கொண்டுபோலாமென்று சொன்னபோது ஜெயந்தி ஒரேயடியாக சண்டையிட்டாள். "அதெல்லாம் வேண்டாம். அந்த ப்ளாஸ்க் அப்புறம் அங்கேயே இருக்கும். எதுனாம் ஆரஞ்சோ பழமோ வாங்கிட்டு போலாம். அதுகூட தேவயில்ல. அவன்தான் ஒன்னும் சாப்பிட முடியாதுல்லே கிடக்கிறான். பின்னென்னத்துக்கு. ஒன்னும் வாங்கத் தேவையில்லே. சும்மா போய் பாத்துட்டு வந்திரலாம்" என்றாள் கடுகடுப்போடு.

கையில் காதில் ஒன்றுமில்லாது கழுத்தில் வெறும் மஞ்சள் கயிறுடன் ஆஸ்பத்திரியில் கணவனின் அருகே நின்றிருந்த பத்துவைக் காண கஷ்டமாக இருந்தது. அவளிடம் கொஞ்சம் பணம் தரலாமென்று நினைத்தபோது ஜெயந்தி என்ன சொல்வாளோ சண்டை போடுவாளோ என்றெண்ணி செய்யவில்லை. அப்போது அங்கே வந்த டாக்டர் எழுதிக் கொடுத்த மருந்துச்சீட்டை கையில் வாங்கி மருந்து வாங்கிக் கொடுத்ததோடு சரி. அவள் கணவரின் காரியங்கள் எல்லாம் முடிந்து கிளம்பும்போது பத்து குழந்தையின் கையை பிடித்துக் கொண்டு வெற்றுப்பார்வையுடன் நின்றது இப்போதும் கண்ணில் நிற்கிறது அவருக்கு.

கடந்த பதினைந்து நாட்களில் பத்து ஐந்து தரம் அவ்வளவு

தூரத்திலிருந்து வந்தாள். வந்த போதெல்லாம் அண்ணனுக்கும் அண்ணிக்கும் சாப்பிட என்று ஏதாவது செய்து எடுத்து வந்தாள். "அவளுக்கு எதுவும் சாப்பிட முடியாது பத்து" என்றால் "நீங்க சாப்பிட வேண்டாமா அண்ணா. நோயாளியை நீங்க பாத்துக்குவீங்க. உங்களை யாரு பாத்துக்குவாங்க" என்றாள். அவள் மாமனார் படுத்த படுக்கையாக இருக்கிறார், அதனால் அவள் இங்கே வந்து நிற்க முடியாதென்றும் நின்றாலும் அண்ணி ஏதாவது குற்றம் கண்டுபிடிப்பாள் என்றும் சொன்னாள்.

ராகவனுக்கு பேச ஒன்றுமிருக்கவில்லை. ஆறுமாதங்களுக்கு முன் பத்து தொலைபேசியில் பையனுக்கு ஃபீஸ் கட்டணும். எவ்வளவு தேவைப்படும்னு கொஞ்சம் விசாரிச்சு சொல்றீங்களாண்ணு" கேட்டாள். அதற்கு ஜெயந்தி,

"விசாரிங்கன்னு சொல்றதெல்லாம் சும்மா. நீங்க கட்டணும்னு அவ மறைமுகமா சொல்றா. இது கூட உங்களுக்குத் தெரியல" என்றாள் கடுகடுவென்று.

"நம்ம ஃபீஸ் கட்டினாத்தான் என்ன. அப்பா இல்லாத பையன் இல்லையா" என்று நியாயம் சொன்னார் ராகவன்.

"ஆமா இங்கே கொட்டிக்கிடக்காக்கும்" என்றாள் கடுகடுப்பு மாறாமல்.

"ஸப்போஸ் அவ புருஷன் விசுவம் போன உடனேயே அவ இங்கே வந்திருந்தா நீ என்ன பண்ணியிருப்பே. ஏதோ அப்படி வராம மாமியார் மாமனாரோட சின்னதா ஒரு வேலயும் பாத்துக்கிட்டு பிள்ளையையும் வளத்துக்கிட்டு அவ பாட்டுக்கு இருக்காளே போதாதா. இங்கே வந்திருந்தா நீ நிம்மதியா இருக்க விட்டிருப்பியா?" வேண்டுமென்றேதான் ராகவன் வார்த்தைகளை விட்டார்.

பின்னர் சற்றுநேரம் ஒரே சண்டையாகப் போயிற்று. கடைசியில் எப்போதும் போல ராகவன் மௌனமானார். ஜெயந்தி," எனக்கென்ன தலையெழுத்து அவளுக்கு செலவுக்குத்தரணும்னு. நல்ல நிறம் நிறைய தலைமுடி நல்ல அழகுன்னு அவளுக்கு நினைப்புண்டு. ஆனா அவளுக்கு நல்ல மனசில்லே. அதான் அவ இப்படி இருக்கா, எனக்கு நல்ல மனசு. நான் நல்லா இருக்கேன்" என்று சொல்லிவிட்டு மேலும் ஏதோ முணுமுணுத்துக் கொண்டு அங்கேயிருந்து அகன்று விட்டாள்.

அருமையான குணமும் எல்லோருடனும் அன்பு பாராட்டி

தன்னால் இயன்ற அளவு உதவி செய்பவளுமான பத்மினி என்கிற பத்துவுக்கு நல்ல மனசில்லை என்ற சொல்லும் ஜெயந்தியை கடவுள் மன்னித்து விட வேண்டும் என்று நினைத்துக் கொண்டார், ராகவன் அன்று.

"எல்லாம் கடவுளோட தீர்மானங்கள் இல்லையா நீ வேணா கொஞ்ச நாள் எங்களோட வந்து இரேன்" என்று நானோ கணபதியோ அன்று சொல்லவில்லையே ஏன்" அவர் மெதுவாக தனக்குத்தானே பேசிக் கொண்டார். இது உரக்கப் பேசும் விஷயமல்ல. ஜெயந்தி கேட்டால் அது போதும்.

கணபதியின் மனைவியும் நல்ல பெண் தான். ஆனால் அவள் மிகுந்த வசதியுள்ள வீட்டிலிருந்து வந்தவள் என்பதால் ஜெயந்திக்கு அவளை பிடிக்காது. அவள் வந்த நாள் முதல் குற்றம் சொல்லிச் சொல்லி வெறுப்பேற்றி பின்னர் கணபதி வேலை மாற்றல் வாங்கிக் கொண்டு வெகு தூரத்துக்குப் போய் விட்டான் எப்போதாவது வருவான்.

"யாராவது வந்தார்களா" என்று ஜெயந்தி அடிக்கடி கேட்கும் போது ஒவ்வொரு ஆட்களையும் பேச்சுக்களால் காயப்படுத்தி துரத்திவிட்ட பின் இப்போது யார் வருவார்கள் என்று ஏன் அவள் நினைப்பதில்லை என்று எண்ணிக் கொள்வார்.

"நான் அப்படியெல்லாம் தான் பேசுவேன். அதெல்லாம் நீங்கள் கேட்டுக் கொள்ள வேண்டியது" என்றொரு பதில் அவளிடம் இருக்கலாம். ஒவ்வொரு வருக்கும் ஒவ்வொரு நியாயம் என்றெண்ணி பெருமூச்சு விட்டார் ராகவன்.

"இப்போ நானில்லே கெடந்து கஷ்டப்படறேன்" என்றும் முணுமுணுத்தார். உடனேயே அப்படியெல்லாம் நினைத்தது குறித்து வருத்தமும் பட்டார்.

மேஜை மேல் கிடந்த பத்திரிகையை எடுத்தார். இரண்டு நாட்களுக்கு முன் நர்ஸ் "ஏதாவது ஹோம் நர்ஸ் கிடைக்குமான்னு பாருங்க சார். உங்களாலே மட்டும் முடியாது. நீங்க வெளில எதுவும் வேலையா போறப்ப அவங்க தனியா இருப்பாங்க, டாக்டர் வந்து "யாருமில்லயா கூட"ன்னு கேட்கிறாரு" என்றாள். பத்திரிகையில் விளம்பரம் பார்த்து இரண்டு மூன்று இடங்களுக்கு கேட்டுப் பார்த்தார். ஆனால் அவர்கள் சொன்ன சம்பளம் மற்ற கண்டிஷன்ஸ் எல்லாம் கேட்ட போது அவர் மலைத்துப் போய் விட்டார். அதெல்லாம்

தன்னால் முடிகிற காரியமல்லை என்று விட்டு விட்டார். வங்கியில் போட்டிருந்த பணமெல்லாம் வேகமாக கரைந்து போகிறது. பென்ஷன் வைத்து வைத்தியம் பார்க்க முடியாது.

இதுவரையில் அதுமாதிரியெல்லாம் ஒன்றும் அவசியம் வரவில்லை. ஜெயந்தியின் மூன்றாவது பிரசவத்துக்கு பத்து தான் உதவினாள். அப்போது பத்துவின் கல்யாணம் பேசி முடித்தாகி விட்ட நேரம். ஆனால் ஜெயந்தி மாப்பிள்ளை வீட்டாரைக் கூப்பிட்டு பத்துவுக்கு ஜாதகப்படி இன்னும் ஆறு மாதம் கழித்துத்தான் கல்யாணம் நடத்தலாம் என்றுள்ளது என்று அடித்துப் பேசினாள். அம்மா அப்படியெல்லாம் இல்லையே என்றாள். அப்போது ஜெயந்திக்கு மூன்றாவது குழந்தை, வயிற்றில் ஏழுமாதம். ராகவன் எல்லாம் புரிந்து கொண்டார். கடைசியில் மாப்பிள்ளை வீட்டுக்காரர்களை ஒத்துக் கொள்ள வைத்து விட்டாள் ஜயந்தி.

கல்யாணத்துக்கு கூட விலை குறைந்த பட்டுப்புவைகள் ஜெயந்தியே தேர்வு செய்தாள். பத்துவுக்கு பிடித்திருக்கிறதா என்று கூட கேட்கவில்லை. ஒரு சில நகைகளும் கூட அவளே தான் வாங்கினாள். கடைக்குப் போகும் போதுஅம்மாவையும் பத்துவையும் கூப்பிடச் சொன்ன போது மறுத்து விட்டாள். "உங்க காசு தானே செலவழியுது. கொஞ்சமா செலவு பண்ணினா போதும். எனக்குத் தெரியும். நீங்க சும்மா இருங்க" என்று அடக்கி விட்டாள்.

ஒரு கருகமணி மாலை வேண்டும் என்று பத்துவுக்கு ஆசை என்று அம்மா சொன்ன போது "அதெல்லாம் வேஸ்ட். நாளைக்கு வித்தா காசு வராது" என்று சொல்லி விட்டாள்.

எல்லாம் தனக்கும் தன் குழந்தைகளுக்கும் தான் வேண்டும். இருபத்தேழு வயதான பத்துவுக்கு வரன் பார்ப்பதில் சிரத்தை காட்டாத ஜெயந்தி தன் மூத்த பெண் நமீதாவுக்கு இருபது நடக்கும் போதே ராகவனை அவசரப்படுத்தினாள்.

ராகவனுக்கு தூக்கம் வந்து கண்களை சொருகிற்று. மணி பன்னிரண்டாகப் போகிறது. ஜெயந்தியை கூப்பிட்டார். அவள் விழிக்கவில்லை. அவர் பக்கத்தில் போய் பார்த்தார். அசந்து தூங்குகிறாள். ஆறு மணி நேரத்திற்கு ஒரு முறை என்பதால் மாத்திரை இப்போது கொடுக்க வேண்டியதாக இருக்கிறது. அவருக்கு அவளை எழுப்ப கஷ்டமாக இருந்தது.

அவர் நடந்து ஜன்னல் வழியாக வெளியே பார்த்தார். ரோடு வெறிச்சென்று கிடக்கிறது. எப்போதாவது வண்டிகள் போகின்றன. ஆங்காங்கே வெளிச்சம் தெரிகிறது. அவர் வெறுமையாக உணர்ந்தார்.

அறைக்கதவை திறந்து கொண்டு வெளியே வந்து நர்ஸிடம் ஜெயந்தி தூங்குகிறாள் இந்த மாத்திரையை காலையில் தந்தால் போதுமா என்று கேட்கலாம் என்று நினைத்து வெறிச்சோடிக்கிடந்த கோரிடார் வழியாக நடந்தார்.

மூலையில் மேஜையில் தலையை கவிழ்தது வைத்து தூங்கிக் கொண்டிருந்த ஒரு நர்ஸை கண்டார். எப்படி எழுப்புவது என்ன கேட்பது என்று அவர் தயங்கி நின்றபோது அந்த நர்ஸ் கண் விழித்து விட்டாள். “என்ன” என்றாள் கொட்டாவி விட்டபடியே.

இந்த நர்ஸ் அவருக்கு அவ்வளவாக பழக்க மில்லை. “இன்னொரு ஸிஸ்டர் இருந்தாங்களே அவங்க எங்கே” என்று கேட்டார்.

“டூட்டி மாறி மாறி வரும் இல்லே. அந்த ஸிஸ்டர் பேரென்ன?” என்று கேட்டாள் அந்த நர்ஸ். ‘சீக்கிரம் சொல்’ என்றொரு தொனி அதில் இருந்தது. ஆனால் ராகவனுக்கு அந்த நர்ஸின் பெயர் மறந்து போய்விட்டது. அவர் தீவிரமாக யோசித்துப் பார்த்தார். அவருக்கு சங்கடமாக இருந்தது. அந்தப் பெண் சிரிக்க ஆரம்பித்தாள்.

முப்பத்தெட்டு ஊழியர்களின் அதிகாரியாக இருந்தபோது ஏதாவது ஜோக் சொன்னால் கூட மரியாதையுடன்தான் எல்லோரும் சிரிப்பார்கள். இங்கே இந்தப் பெண் பரிகாசமாகச் சிரிக்கிறாள் என்று நினைக்க அவர் நன்றாக யோசித்து, “ஏதோ வாசனை பெயர் போல் இருந்தது” என்றார் ஒரு வழியாக.

“ஓ சுகந்தியா...” என்று கேட்டு விழுந்து விழுந்து சிரிக்க ஆரம்பித்தாள் அவள். “ஏய் வாசனைப் பேரு ...வாசனைப் பேரு என்று உரக்கச் சொல்லி சிரித்தபடியே எழுந்து ஒரு அறைக்குச் சென்று சுகந்தியை அழைத்துக் கொண்டு வந்தாள்.

அசட்டுச் சிரிப்போடு ராகவன் மாத்திரை இப்போதே தர வேண்டுமா காலையில் தந்தால் போருமா என்று கேட்டார். சுகந்தி “எழுப்பி கொடுங்கள் இன்னுமா குடுக்கலே. மணி பன்னிரண்டு தாண்டிடுச்சு” என்றாள்.

ராகவன் திரும்பி நடந்தார். இரண்டு நர்சுகளும் என்னவோ

சொல்லி சிரித்துக்கொண்டே கண்ணிலிருந்து மறைந்தார்கள். அவர் நேராக நடந்து நடந்து ஒரு சுற்றி சுற்றி மாடிப்படிகள் இறங்கி கீழே வந்தார். இப்போது உடனடியாக ஏதோ செய்ய வேண்டும் என்பதும் அது என்ன என்று தெரியாமலிருப்பதுமான குழப்ப நிலையில் அவர் ரிஸப்ஷனில் வந்து சேர்ந்தார். அங்கு யாருமில்லை.

வாட்ச்மேன் செயறில் உட்கார்ந்து தூங்கிக் கொண்டிருந்தார். எங்கும் அமைதியாக இருந்தது. ஐ.சி.யூவின் முன்னால் மட்டும் ஆட்கள் இருந்தனர். வேறெங்கும் யாருமில்லை. ரிஸப்ஷனில் போட்ட செயற்களில் ஒன்றில் அவர் உட்கார்ந்தார்.

தன்னந்தனியாக ஆகிவிட்டதுபோல் அவர் உணர்ந்தார். எதிர் காலம் குறித்து சிந்திக்க அவருக்கு மிகுந்த பயம் வந்தது. அம்மாவுக்கு உடம்பு சரியில்லாமல் ஆஸ்பத்திரியில் இருக்கிறாள். அப்பா தனியாக கஷ்டப்படுகிறார் என்று தெரிந்தும் அவரவர் காரியங்கள் பார்த்துக் கொண்டு இருக்கும் இந்த பிள்ளைகள் தனக்கு ஏதாவது நேர்ந்தால் என்ன செய்வார்கள். ஜெயந்திக்கு ஏதாவது ஆகிவிட்டால் தன்னுடைய கதி என்ன என்பது நினைக்க அவருக்கு மிகுந்த பயம் தோன்றியது.

யாருமற்றவராக ஒரு வீட்டில் இருட்டில் தனிமையில் இருப்பது போல் உணர்ந்தார். அவரை சுற்றி இருட்டு மட்டுமே இருந்தது. ஆஸ்பத்திரி, ஜெயந்தி பன்னிரண்டு மணிக்கு ஜெயந்திக்குத் தர வேண்டிய மாத்திரை குறித்தெல்லாம் எந்த சிந்தனையும் அவரிடம் இப்போது இல்லை.

சுற்றி உள்ள இருட்டில் கண்ணை திறந்து கொண்டு திசையறியாது நிற்பவர் போல் தடுமாறினார். அவர் கண்ணை மூடி சாய்ந்தார் போல் உட்கார்ந்திருந்தார். அவர் தங்கை, தம்பி, குடும்பங்கள், தன் பிள்ளைகள் குடும்பங்கள், தன் காரியம் மட்டும் கவனித்து உறவுகளை விலக்கி வைத்த ஜெயந்தி என்று பல விஷயங்கள் அவர் மனதை குடைந்து கொண்டிருந்தது.

சட்டென்று அவர் கண் விழித்தார். வாட்ச்மேன் கையை தொட்டு சார் சார் என்று அழைத்துக் கொண்டு முன்னால் நின்றார். ராகவன் ஒரு அசட்டுச் சிரிப்புடன் எழுந்தார். அவருக்கு ஒன்றும் பேசத் தோன்றவில்லை. வயதான வாட்ச்மேன் ஒன்றும் கேட்கவுமில்லை. ராகவனுக்கு அறை எண் மறுபடியும் குழம்பியது.

ஆனால் வாட்ச்மேன் "நூத்திபனிரண்டு தானே" என்றார். "ஆமா"

என்றபடி அவர் மூன்றாவது மாடிக்குச் சென்று அறைக்குள் நுழைந்து மணி பார்த்தார்.

மணி பன்னிரண்டரையாகிவிட்டதே என்று பதற்றத்துடன் அவர் மேஜையிலிருந்து மாத்திரை எடுத்தார். ப்ளாஸ்கிலிருந்து கொஞ்சம் நீர் கப்பில் ஊற்றிக் கொண்டார்.

பின்னர் படுக்கை பக்கத்தில் போய் "ஜெயந்தி... ஜெயந்தி" என்றழைத்தார். இப்போதும் அவள் நல்ல தூக்கத்தில்தான். மறுபடியும் அழைத்தபோது லேசாக முனகிக்கொண்டு தூக்கத்தை தொடர்ந்தாள்.

அவர் செய்வதறியாது சற்றுநேரம் நின்றார்.

விழிக்கட்டும் அப்போது மாத்திரை தரலாம் என்று நினைத்துக் கொண்டார். பெஞ்சியில் போய் படுத்தால் தூங்கி விடுவோமா என்று நினைத்து படுக்கை பக்கத்துச் செயறில் போய் உட்கார்ந்து கொண்டார்.

நான்கு பக்கங்களிலும் உள்ள வெள்ளைச்சுவர்களைப் பார்த்தார். இரண்டு கால்களிலும் உள்ள வீக்கத்தைப் பார்த்தார். சுவரைப் பார்த்து படுத்திருக்கும் ஜெயந்தியை பார்த்தார். அவருக்கு அடக்க முடியாமல் அழுகை வந்தது.

❖

போகுமிடம்

ஒரு புள்ளியிலிருந்து துவங்கி சின்னச்சின்ன வட்டங்களாக வந்து பெரிதாகிக் கொண்டிருந்த வட்டங்களில் மெலிதாக நெருப்பு எரிந்து கொண்டிருந்தது. ஒரு மிருகம் நெருப்பு வட்டத்திற்குள் குதித்து வெளியில் வந்து ஓடிப்போயிற்று. பின்னர் வந்தது அவள். நிறைய சுருக்கங்கள் வைத்த குட்டைப் பாவாடையுடன் ஓடி வந்து சிறிய, பெரிய நெருப்பு வட்டங்களுக்குள் குதித்து வெளிவந்தாள் அவள். ஒவ்வொரு வட்டத்தினின்றும் வெளிவரும்போது அவளது உடையில் லேசாக நெருப்பு பட்டுவிட இப்போது உடை எரிய ஆரம்பித்து விட்டது. ஆனால் அவள் கலங்காமல் புன்சிரிப்பு மாறாத முகபாவத்துடன் மறுபடியும், மறுபடியும் வட்டங்களுக்குள் குதித்து குதித்து வெளிவந்து கொண்டிருந்தாள். உடலில் படரும் நெருப்பை அவள் கண்டு கொள்ளவேயில்லை. ஆனால் ஒரு கட்டத்தில் ஒரு சிறு சிசுவின் முனகல் சத்தம் அவளை திடுக்கிட வைத்தது.

சுவரில் மாலை போட்டு மாட்டியிருந்த அம்மாவின் படத்தின் மேல் ஒளிர்ந்து கொண்டிருந்த மின் விளக்கிலிருந்து பார்வையை அகற்றி ஒரு பெருமூச்சுடன் எழுந்தாள் அவள். வீடு அமைதியாக இருக்கிறது. எந்த சத்தமுமில்லை. பேச்சுக்குரலுமில்லை. பேச

ஆளில்லை. அப்பா முன்னறையில் தூங்குகிறார். சரிவர இயங்காத விரல்களில் ஸ்பூண் பிடித்து கொஞ்சமாக சாப்பிட்டு விட்டு அண்ணி கொடுத்த மாத்திரை போட்டுக் கொண்டு தூங்குகிறார்.

இந்த அப்பாவிடம் என்ன சொல்ல? சொல்வதை முழுவதுமாக கிரகிக்கும் திறன் இப்போது அவருக்கில்லை. அவரது பேச்சு குழறிக் குழறி வருகிறது. இந்த நிலையில் வாழும் அவரிடம் என்ன சொல்ல. அவள் அம்மாவின் படத்தைப் பார்த்துக் கேட்டாள், "அம்மா நான் யாருகிட்ட சொல்ல? அப்பாட்ட என்ன சொல்ல? அண்ணன்கிட்ட சொல்லவா?. அண்ணிகிட்ட சொல்லவா, மதியான்னம் சாப்பிடறப்ப, "ரவிசங்கர் ஏதாவது சொன்னான்னா ஓடி இங்க வந்துடறதா. இங்கென்ன கொட்டிக் கிடக்குதாக்கும்னு" அண்ணி வெடுவெடுன்னு விழுந்தா. நான் என்னம்மா செய்ய?"

அவளது வார்த்தைகள் அறைக்குள்ளே அலைந்து கொண்டிருந்தது. சென்ற மாதம் அவள் வந்த போதும் அண்ணன் ஆபிஸ் வேலையாக வெளியூர் சென்றிருந்தார். அப்பா கண்களை மூடியும் திறந்தும் விட்டத்தை பார்த்து படுத்திருந்தார். அண்ணி கடுகடுவென்ற முகத்துடன் குழந்தைகளிடம் தேவையற்று எரிந்து விழுந்து கொண்டிருந்தாள். அந்த சூழ்நிலையில் அவளது தேவைகள் குறித்து அவளால் ஒன்றும் சொல்ல முடியவில்லை.

"உங்கப்பா செத்துப்போனா உங்கண்ணன் உனக்கொண்ணும் தரமாட்டான். இப்பவே போய் உன் ஷேரை வாங்கிட்டு வா" என்று ரவிசங்கர் சொல்லி விட்டிருக்கிறான் என்றும் அவர் வீட்டில் ஏதோ கடன் போலிருக்கிறது. அதை தீர்க்க அவள் உதவ வேண்டும் என்று அவர் எதிர்பார்க்கிறார் என்றும் சொல்ல சந்தர்ப்பம் வரவேயில்லை. இதுபோல் ஏதாவது சொல்வாளோ என்று எதிர்பார்த்தவள் போல் அண்ணி முகம் கொடுத்துப் பேசாமல் மும்முரமாக வேலை செய்வதாக காட்டிக் கொண்டிருந்தாள். அண்ணனை பார்க்கவே முடிவதில்லை.

போனில் பேச முயற்சித்தால் "சரி, யோசிச்சு சொல்றேன்" என்பதை தவிர ஒன்றும் சொல்வதில்லை. அன்பும், கண்டிப்புமாக வளர்த்த அப்பா இந்த மாதிரி நோய்வாய் பட்டிருக்கும் போது எனக்கு பணம் வேண்டும், சொத்தில் பங்கு வேண்டும் என்றெல்லாம் கேட்டுக்கொண்டு போய் நிற்பது மனிதாபிமானமற்ற செயல் என்றும், அப்பாவை நன்றாக கவனித்துக் கொள்ள வேண்டிய நேரத்தில்

இதுபோலெல்லாம் கேட்க முடியாது என்று அவள் சொன்னதற்காக முன்னறையில் சாக்பீஸால் ஒரு வட்டம் வரைந்து ரவி சங்கர் அவளை அதற்குள் நிற்க வைத்தான். சாப்பாடு செய்யக்கூடாது, சாப்பிடக்கூடாது என்று கட்டளையிட்டு விட்டு பக்கத்துக் கடைக்குப் போய் அவன் மட்டும் சாப்பிட்டு வந்தான். இருந்தும் கூட சென்ற தடவை "அண்ணன் இல்லை. நான் ஒன்றம் கேட்கவில்லை" என்று சொல்லி வீட்டுக்கு திரும்பி விட்டாள். ரவிசங்கர் என்னன்னவோ கத்தினான்.

ஆனால் இன்று காலையில் கிளம்பும் போது, "அண்ணன் இல்லண்ணா ஒருநாள் கூட இருந்து அண்ணன் வந்ததும் கேட்டுட்டு வந்தாப்போதும்" என்று எச்சரித்து அனுப்பியிருந்தான். இப்போதும் அண்ணன் இல்லை. டூரில் என்றாள் அண்ணி, இருந்தாலும் ஆஸ்பத்திரியில் நாலு நாளாக இருக்கும் தன்னுடைய அம்மாவிற்கு சாப்பாடு எடுத்துக் கொண்டு போயிருக்கும், அண்ணி வந்ததும் போய்விடலாம் என்று தான் நினைத்தாள் அவள். இங்கே அவளுக்கு மூச்சு முட்டுகிறது. முன்னொரு தரம் "இந்த வீட்டை அண்ணனே வச்சுக்கட்டும் என்னோட பங்கை கொடுத்தா நான் அவங்க வீட்டை கொஞ்சம் வசதி பண்ணிக்குவேன்" என்று அப்பாவிடம் லேசாக சொன்னபோது, நான் அவன்கிட்ட சொல்றேன்" என்றார். அப்போது அவர் நோய்வாய்ப்படவில்லை. ஆனால் கேட்டுக்கொண்டு வந்த அண்ணி முகத்தை திருப்பிக் கொண்டாள்.

அவள் பக்கத்திலிருந்த சிறு அறைக்குச் சென்றாள், தன்னுடைய புத்தக ஷெல்பில் தூசு படிந்து புத்தகங்கள் கலைந்து கிடக்கிறது. அண்ணனின் இரு குழந்தைகளின் புத்தகங்களும் இன்ன பிற சாமான்களும் மேஜை மீது இறைக்கப்பட்டிருக்கின்றன. அவள் சாத்தப் பட்டிருந்த ஜன்னலை திறந்து விட்டு நாற்காலியை இழுத்துப்போட்டு உட்கார்ந்தாள். நேரெதிர் வீட்டுக்காட்சி தென்பட்டது.

வாசல் திண்ணையில் பழுப்பு நிறச் சேலை கட்டிய வயதான ஒரு பாட்டி இருக்கிறார். ஐம்பது வயது மதிக்கத்தக்க ஒரு பெண்மணியும் இருக்கிறார். அவரது சிகப்புச் சேலையின் தலைப்பு நுனியை பிடித்தவாறு கையில் முறுக்கு போன்ற ஏதோ ஒரு பொருள் வைத்து தின்றுக் கொண்டு ஒரு நான்கு வயதுக்குழந்தை பெட்டிகோட்டுடன் நின்று கொண்டிருக்கிறது. வீட்டினுள் ஒரு சாய்வு நாற்காலியில் ஒரு முதியவர் சாய்ந்திருப்பது, ஜன்னல் வழியாக தெரிகிறது. எல்லோரும் ஏதோ பேசிக் கொண்டிருக்கிறார்கள். வீட்டின் பின்பக்கத்திலிருந்து

காய்ந்த துணிகளை அள்ளிக் கொண்டு ஒரு பெண் வந்து திண்ணையில் போட்டிருந்த பாயில் போட்டு மடித்து வைக்க ஆரம்பிக்கிறாள். சிகப்புச் சேலை பெண்மணி உதவுகிறாள்.

அப்போது உள்ளேயிருந்து பச்சை வணண நைட்டி போட்டு பெரிய வயிறுடன் ஒரு பெண் வந்து வாசல் திண்ணையில் உள்ள ஒரு உருண்டையான தூணில் சாய்ந்து நின்றாள்.

"அங்க ஓரமா நிக்காதே, இந்த பெஞ்சில உக்காரு" என்று அக்கறையோடு சொல்கிறார் பழுப்புச் சேலை கட்டிய பாட்டி.

அந்தப்பெண் சிரித்தபடியே பெஞ்சி மேல் உட்காருகிறாள். எல்லோர் முகமும் பிரகாசமாக இருக்கிறது. அவர்களின் பேச்சில் சிரிப்பிருக்கிறது. அந்தப் பெண்ணுக்கு கிட்டத்தட்ட எட்டு மாதம் கர்ப்பம் போலிருக்கிறது என்ற இவள் எண்ணிக் கொண்டாள்.

துணிகளை மடித்து எடுத்துக் கொண்டு உள்ளே சென்ற பெண் ஒரு டம்ளரில் எதுவோ கொண்டு வந்து பச்சை நைட்டிப் பெண்ணுக்கு கொடுக்கிறாள். அவள் வேண்டாம் என்று தலை அசைக்கிறாள்.

"வாங்கி சாப்பிடு, சாப்பிடு" கரிசனையோடு சிகப்புச் சேலை பெண்மணி சொல்கிறாள். அவள் வாங்கி சாப்பிடுகிறாள். பாட்டி சற்றே நகர்ந்து அந்தப் பெண்ணின் பாதங்களை தொட்டுப் பார்த்து ஒன்றும் பிரச்சினையில்லை" என்கிற மாதிரி தலையாட்டுகிறாள்.

வெளியே லேசாக மழை பெய்யத் துவங்குகிறது. திண்ணை யிலிருந்தவர்கள் உட்பக்கமாக நகர்ந்து சுவர்மேல் சாய்ந்து கொள்கிறார்கள். சிறுகுழந்தை ஓடி வந்து பச்சை நைட்டிப் போட்ட பெண்ணின் மேல் சாய்ந்து நிற்கிறது. சிகப்பு சேலை பெண்மணி, "அவ மேல சாயாதடா கண்ணு இங்க வா, பாட்டி மடில உட்காரலாம்" என்று அழைக்கிறார். குழந்தை பச்சை நைட்டிப் பெண்ணின் பெரிய வயிறை பார்த்துக் கொண்டு ஓடிப்போய் சிகப்புச்சேலை பெண்மணியின் மடியில்போய் உட்காருகிறது.

"சாரலடிக்குதே நீ வேணா உள்ள போய் கொஞ்சம் படுத்துக்கோயேன்" அன்புடன் சொல்கிறாள் பழுப்புச்சேலைப்பாட்டி. சாய்வு நாற்காலிப் பெரியவர் "உள்ள வந்துரம்மா" என்று குரல் கொடுக்கிறார். நைட்டிப்பெண் பெரிய வயிறை தூக்கிக்கொண்டு உள்ளே போகிறாள்.

என்ன ஒரு கரிசனம், என்ன ஒரு அக்கறை. இவளுக்கு ஆச்சரியமாக இருந்தது. சட்டென்று வருத்தமும் தோன்றியது.

"நானும்தான் இப்படி இருக்கிறேன். என்னை, சாப்பிட்டாயா என்று கேட்க ஆளில்லை. என்னை கொண்டாட வேண்டாம் ஒரு கர்ப்பிணிப் பெண் என்னும் கரிசனம் கூட யாருக்கும் இல்லாமல் போய் விட்டதே" என்று நினைக்கும்போது அவளுக்கு கண்கள் நிறைந்து விட்டது.

பாட்டி, தாத்தா, அப்பா, அம்மா, அண்ணன், அண்ணி குழந்தைகள் என்று எல்லோரும் வீடு நிறைய இருப்பதாகவும் அவளை தாங்கிக் கொள்கிறார்கள் என்றும் அவள் சும்மா கற்பனை பண்ணிப்பார்த்தாள். கற்பனை பாதியிலேயே நின்று விட்டது. அவளுக்கு அலுப்பாக இருந்தது.

அவள் அங்கிருந்தபடியே பக்கத்தில் தெரிந்த ஒரு சின்ன அறையை எட்டிப்பார்த்தாள்.

அது முன்பு பாட்டி சில மாதங்கள் படுத்திருந்த இடம். சரியாகச் சொன்னால் அது அறையே அல்ல. ஒரு வராந்தா. அதில் மூங்கில் கொண்டு தட்டி போல் வைத்து அடைத்திருந்தார்கள். சற்றே அகலமான ஒரு பெஞ்சு போட்டு பாட்டி அதில் படுத்திருந்தாள். மழை வந்தால் சாரலடித்து தண்ணீர் உள்ளே வரும். ஓட்டுக்கூரை வழியும் தண்ணீர் உள்ளே வரும். பாட்டி கொஞ்சம் குள்ளம். மற்றபடி அந்த அறையில் சிறு பெஞ்சி மேல் வேறு யாருக்கும் படுக்க முடியாது. இப்போது அங்கே உடைந்த நாற்காலி, ஏதோ பெட்டிகள் என்று அடைத்து வைத்திருக்கிறார்கள். நான்கைந்து தேங்காய்களும் கிடக்கின்றன.

அப்பா இந்த வீடு வாங்கி எல்லோரும், குடியிருக்க ஆரம்பித்து கிட்டத்தட்ட அறு வருடங்கள் ஆகின்றன. இங்கே வந்து கொஞ்ச நாட்களிலே பாட்டி இறந்துபோனார். இரண்டு வருடம் கழித்து அம்மாவும் இறந்து போனாள்.

எப்படி பார்த்தாலும் தான் இந்த வீட்டில் ஆறு வருடங்கள் வாழ்ந்திருக்கிறோம் என்று தோன்றுகிறது. பின்னர்தான் கல்யாணமாகி ரவிசங்கர் வீட்டிற்கு போனது. ஆறு வருடங்கள் வாழ்ந்த இந்த வீடு இப்போது அந்நியமாக தெரிகிறது. ஏதோ வீடு போல ஒட்டுதல் இல்லாமல் பரிச்சயமற்ற வீடு போல் இருக்கிறது. அது ஏன் என்று அவள் யோசிக்க ஆரம்பித்தாள்.

கல்யாணமாகிச் சென்ற பின் ஓரிரு தடவை ரவிசங்கருடன் வந்த போது ஓரளவு சந்தோஷம் இருந்ததுதான். இப்போதெல்லாம் வரும் போது யார் வீட்டுக்கோ வருவது போல் தோன்றுகிறது. அப்பாவுக்கு திடீரென்று ஸ்ட்ரோக் வந்த போது அண்ணியும், அண்ணனும் தானும் ரவிசங்கரும் வீட்டுக்கும் ஆஸ்பத்திரிக்குமாக அலைந்தது அவளுக்கு ஞாபகம் வந்தது. ஆனால் வீட்டின் ஒரு பங்கு வேண்டுமென்று கேட்டு வாங்கி வா என்று ரவிசங்கர் வற்புறுத்துகிறான் என்று தெரிந்தும் நிலைமை மாறிவிட்டது.

"அப்பாவை மகன்தான் பார்த்துக்கணும்னு என்ன எழுதியா வச்சுருக்கு. பெண் இருந்தா அவ பார்த்துக்கக்கூடாதா. நான் இப்ப எங்கப்பா அம்மாவை பாத்துக்கலயா" என்ற அண்ணி காலையில் சத்தம் போட்டு சொன்ன போது அவளால் பேசாமல் இருக்கத்தான் முடிந்தது. சரிதான் அப்பாவை பார்த்துக் கொள்கிறாள். இப்போது ஆஸ்பத்திரியில் படுத்திருக்கும் தன்னுடைய அம்மாவுக்கும் வேண்டியதை செய்கிறாள்.

ஆனால் இதையெல்லாம் ரவிசங்கர் வீட்டில் சொல்ல முடியாது. இதையெல்லாம் கேட்கும் பொறுமையும் ரவிசங்கருக்கு கிடையாது. இரவில் ஊரிலிருந்து ரவிசங்கரின் அப்பா அம்மா தொலைபேசியில் கூப்பிட்டு "என்ன ஆச்சு" என்று கேட்கும்போது அங்கே காட்ட முடியாத எரிச்சலும், கோபமும் இங்கே காட்டப்படும். அது யமுனா தாங்கிக் கொள்ள வேண்டிய ஒரு விஷயம் என்று ரவிசங்கர் நினைக்கிறான். அந்தக் கோபம் எரிச்சல் எல்லாம் கொட்டப்படும் போது எதிர்த்து கேள்வி கேட்காமல், பேசாமல் எல்லாத்தையும் காதில் வாங்கிக் கொள்ள வேண்டும் என்பது எழுதப்படாத கட்டளையாக இருக்கும் போது யமுனாவுக்கு வேறு வழியொன்றும் இருப்பதில்லை. பேசாமல் கேட்டுக் கொண்டு கண்ணீர் விடுவதைத்தவிர.

எதையும் இங்கே சொல்ல முடியாது, சொன்னால் அண்ணி சத்தம் போடுவாள். மேலும் குழந்தை பெற்றுக் கொள்ள இங்கே தானே வர வேண்டும். அதை மனதில் வைத்துத்தான் அண்ணி இப்போ கடுகடுவென்று இருக்கிறாளோ, என்னவோ அதைப்பற்றி நினைக்கும் போது இன்னும் கலக்கமாக இருக்கிறது. ஏழாம் மாதம் இங்கே கூட்டிக் கொண்டு வந்த பின்னர் எப்படியிருக்கும் என்று நினைக்க அவளுக்கு கவலை மிகுந்தது.

"ஏன் எனக்கு இப்படியெல்லாம் வருகிறது கல்யாணமாகி இன்னொரு வீட்டுக்குப் போய் விட்டால் பின்னர் பிறந்த வீட்டுக்கு

வரும் போது ஏன் விருந்தினர், மாதிரி தோன்ற வேண்டும். வந்தவள் எப்போது போவாள் என்கிற மாதிரி கேள்விகள், பார்வைகள், "உனக்கு அங்கே கஷ்ட்மா இருந்தா இங்கே வந்து கொஞ்சநாள் இரு என்று ஏன் யாரும் சொல்ல மாட்டேன் என்கிறார்கள். கல்யாணமான பின் எல்லாம் அவனோடுதான் விட்டுக் கொடுத்து வாழ். அட்ஜஸ்ட் பண்ணிக்கோ என்று பலதரப்பட்ட உபதேசங்கள்" தனக்குத்தானே முணுமுணுத்துக் கொண்டாள் யமுனா.

"அம்மா" என்று வாசல் பக்கம் குரல் கேட்க அவள் எழுந்து போய் வாசல் திறந்தாள். பால்காரி யசோதாம்மாவும் அவள் பெண் தனமும் நின்றிருந்தார்கள், "கொஞ்சம் முருங்கையில வேணும் அதான்" அவள் அனுமதிக்கும் விதமாக தலையசைக்க தனம் சிரித்துக் கொண்டே மரத்தின் பக்கம் போனாள். அவள் நீளமாக பின்னலிட்டு மல்லிகைச்சரம் சூடியிருந்தாள். தனம் கல்யாணமாகிப் போன இடத்தில் சந்தோஷமாக இருக்கிறாளா என்று கேட்டாள் அவள்.

யசோதாம்மா நெடுமூச்சு விட்டு "அது தெரியாதா" என்று கேட்டு தனத்தை அழைத்து வந்த கதை சொல்லத்துவங்கினாள்.

"கல்யாணத்துக்கப்புறம் நாலுமாசம் கழிச்சு அவ அப்பா பாக்கப் போனாரு" போயி வந்து சாப்பாடு, தூக்கமில்லாமல் வாயெ மூடிக்கிட்டிருந்தாரு. என்ன என்னன்னா ஒண்ணுமில்லனிட்டு கொஞ்சம் கொஞ்சமா சொன்னாரு, அவளுக்கு அங்கெ சுகமில்லடீ சுகமில்ல. என் பொண்ணு சிரிப்பை தொலச்சுட்டாடீ"ன்னாரு. அப்புறம் "போகப் போக சரியாயிடும் பாப்பம் பொறுமையாத்தான் இருக்கணும், இவளுக்கும் கொஞ்சம் வாய் துடுக்கு அதிகம் தான்"ன்னார். நானும் "ஏரி பாப்பம்"னிட்டே இருந்தேன். ஆனா மனசு ஸக்கலே. ஒரு நாள் நான்போய் பார்க்றேன். இவ தரையில ஒரு கிளிஞ்ச பாய்ல சுருண்டு படுத்திருக்கா.

என்னம்மாண்ணா என்னெ கட்டிப்பிடிச்சுக்கிட்டு ஒரே அழுகை. குடிச்சுட்டு வந்து அடிக்கிறார்ம்மா எனக்கு இங்கெ வேண்டாம்மா நானும் உன் கூட வர்றேம்மான்னிட்டா.

அவ மாமியார்காரி கல்லு மாதிரி இருக்கா. வாயே திறக்கலே, நீங்க என்ன சொல்றீங்கன்னு அவங்களைக் கேட்டேன். "நான் என்ன சொல்றது. அவன் பொழுதன்னிக்கும் வேல பார்க்கிறான். உடம்பு நோவுதுன்னு கொஞ்சம் குடிச்சுட்டு வருவான். அவ்வளவுதான்"

ன்னாங்க. நானும் அவளுக்கு சமாதானம் சொல்லிட்டு வீட்டுக்கு வந்திட்டேன். அவ அப்பா என்ன சொன்னான்னா "ஆம்பள கொஞ்சம் அப்பிடி இப்படித்தான் இருப்பான். பாப்பம்"னு மனசுக்குள்ள வருத்தப்பட்டுக்கிட்டே சொன்னாரு.

கொஞ்ச நாள் கழிச்சு நான் மறுபடியும் போனப்பவும், இதே கதை தான். அந்த வீட்டுல பைப்பு தண்ணி வேணும்னா தெருக் கடைசிக்குப் போணும். இவன் கிட்ட அடி வாங்கணும். சாப்பாடு கூட சில நாள் இல்லையாம். அப்படியென்ன தலையெழுத்து இவளுக்கின்னிட்டு அவனையும் அம்மாவையும் சொந்தக்காரங்களையும் கூட்டுவச்சு பேசி நானும் அவங்கப்பாவும் அவளை கூட்டிக்கிட்டு வந்துட்டோம்.

"நானும் அப்பாவும் இருக்கோம்டீ. அவன் குடிக்கிறதை நிறுத்திட்டு உன்னை கூப்பிடவரட்டும். நீ அழாதேன்னு தேத்தினேன். ராத்திரி யெல்லாம் பயந்து பயந்து அலறுவா வெறிக்க வெறிக்க பாத்துக்கிட்டே இருப்பா. ஒல்லிக் குச்சியாட்டம் ஆயிட்டா. சமாதானம் சொல்லிச் சொல்லித் தேத்தி இப்ப இப்படி இருக்கா"

தன்னை கொஞ்சம் ஆசுவாசப்படுத்திக்கொண்டு யசோதாம்மா மீண்டும் சொன்னாள்.

"இப்ப வீட்ல சாய்ங்காலம் சின்னப்பசங்களுக்கு டியூசன் எடுக்கா. காலைல கம்பியூட்டர் க்ளாஸ் போறா. கடவுள் அவளுக்கு ஏதாச்சும் வழி காட்டாமலா இருப்பாரு. அவன் ஒரு தரம் கூட இங்கே வரலெ"

இரண்டு கட்டுக்களாக கட்டின முருங்கை இலையுடன் தனம் வந்தாள்.

"இந்தாங்கக்கா உங்களுக்கு" என்று சொல்லி ஒரு கட்டை இவளிடம் கொடுத்தாள்.

இவள் தனத்தை பார்த்தாள். அவள் முகத்தில் இப்போது களையிருக்கிறது. நம்பிக்கையிருக்கிறது.

"போட்ட நகை, கொடுத்த பணத்தையெல்லாம் திருப்பித்தரலே. தொலையுதுன்னு விட்டுட்டோம். ஏதோ போன ஜென்மத்துக்கடன் போலிருக்கு" என்று சொல்லியவாறே எழுந்தாள் யசோதாம்மா.

"உடம்பை பாத்துக்கம்மா, சாயங்காலம் பால் கொண்டாரேன்" என்று சொல்லி யசோதாம்மா நடக்க தனமும் சிரித்துக் கொண்டே விடைபெற்றுக் கொண்டாள்.

அவர்கள் சென்ற பின் கதவை சாத்தி விட்டு, கேட்பதற்கு யாருமில்லை என்ற தைரியத்தில் சமையலறையில் நின்று கொண்டு மெதுவாக பேசினாள். “அங்க கஷ்டமா இருந்தா இங்கே வந்திரு உனக்கு நாங்க இருக்கோம்” என்று என்னிடம் ஏன் சொல்ல ஆளில்லாமல் போய் விட்டது.

என்னிடம் கடு கடுவென்று சீறி விழுந்து விட்டு இன்னொரு பெண்ணிடம் சிரிக்கச் சிரிக்க பேசுகிறான் ரவிசங்கர். பேசிவிட்டு “இவளைத்தான் நான் கல்யாணம் பண்ற மாதிரி இருந்தது. நல்ல வசதி, நெறய பணம். ஆனா ஜாதி வேறன்னு அம்மாதான் வேண்டாம்னு தடுத்தாங்க”ன்னு சொல்கிறார். சொல்லி விட்டு கொஞ்ச நேரம் அவ நெனப்புலயே ஊறிப்போய் நின்னிட்டிருக்காரு. எப்பப்பாத்தா பணம் பணம்னு ஒரே பாட்டுத்தான் இதையெல்லாம் யாரிட்ட சொல்ல.

என் முகத்தை அவரு எப்பவாச்சும்தான் பாப்பாரு. எனக்கு ஏற்படும் அவமானங்களை நான் வெளியே சொல்ல முடியாது” கண்கள் நிறைந்து வழிய அவள் தரையில் உட்கார்ந்தாள்.

பெண் என்பவள் அவமானங்களை தாங்கிக் கொள்ள வேண்டியவள் என்று நிரூபித்துக் கொண்டே இருக்கிறான். ஒரு வட்டம் வரைந்து அதற்குள் என்னை நிற்க வைக்கிறான். அந்த வட்டத்துக்குள்ளிருந்து வெளியே வந்து விடு நாங்கள் இருக்கிறோம் உனக்கு என்று யார் சொல்வார்கள் என்பது தான் என் முன்னால் உள்ள பெரிய ஒரு கேள்வி என்று அவள் மனம் எண்ணிக் கொண்டே இருந்தது.

எதிர்வீட்டில் உள்ள நைட்டிப் பெண்ணை எல்லோரும் தாங்குகிறார்கள். பால்கார யசோதாம்மா எவ்வளவு தைரியமாக பெண்ணை அழைத்துக் கொண்டு வந்து விட்டாள். எனக்கு என்ன வழி என்று அவள் தன்னையே கேட்டுக் கொண்டாள்.

நான் பிறந்த வீடு வந்தால் புகுந்த வீட்டுக்குப் போ என்று துரத்தப்படுகிறேன். புகுந்த வீட்டில் விட்டுக்கொடுத்து வாழ், வாழ்க்கைன்னா இப்படியெல்லாம் தான் இருக்கும். பொண்ணுதான் தாழ்ந்து கொடுக்கணும் போன்ற உபதேசப் பெருமழையில் நனைய வைத்து நெட்டித்தள்ளப்பட்டு புகுந்த வீட்டில் போய் விழுகிறேன்.

அங்கிருந்து “பணம் வாங்கிட்டு வா இல்லைன்னா அங்கேயே இரு, உனக்கு மூன்று வேளையும் சாப்பிடணும் இல்லே போய்

பணம் வாங்கிட்டு வா, இல்லண்ணா வராதே" என்கிற ரீதியிலான வசவுகளுடன் நெட்டித்தள்ள நெட்டித்தள்ள பிறந்த வீட்டுக்குள் வந்து விழுகிறேன்.

நான் பிறந்த வீட்டில் வேண்டாதவளாக இருக்கிறேன். புகுந்த வீட்டிலும் அப்படியே. இது எதனால் வந்தது. நான் போக வேண்டிய இடம் எது? இருக்க வேண்டிய இடம் எது? அவளுக்கு, யோசிக்க யோசிக்க கவலை அதிகரித்தது.

கல்லாலும், சிமெண்டாலும் கட்டப்பட்ட அறைகள், அன்பில்லாத ஆட்கள், சுவர்மேல் அடித்திருக்கும் சாயம் மட்டும் நிறத்தில் வேறுபட்டிருக்கிறது.

மற்றபடி எதுவும் பரிச்சயமானதாக இல்லை எல்லாம் அந்நியம். கட்டம்போட்ட சிமெண்ட் தரை உள்ள இந்த சமையலறை முன்பு பழக்கமானதாக இருந்தது. இப்போது இது அண்ணியின் சாம்ராஜியம்.

ஒரு டம்ளரையோ பாத்திரத்தையோ தெரியாமல் இடம் மாற்றி வைத்து விட்டால் அண்ணிக்கு கோபம் வந்து விடுகிறது. இந்த பாத்திரம் அதற்கு மட்டும்தான் இந்த ஸ்பூன் இதற்கு மட்டும்தான் என்று சில சட்டதிட்டங்கள் வைத்துள்ளாள். அந்த சமையலறையில் வேறு யாரும் நுழைவதை அவள் விரும்புவதில்லை.

முன்பு தனது படிக்கும் அறையாக இருந்தது. இப்போது அண்ணனின் குழந்தைகளின் படிப்பறை. கல்யாணமாகி அவள் போகும் முன்பு அண்ணனின் பையன் படிக்க எழுத என்று அங்கே வருவான். இப்போது பெண்ணும் பள்ளி செல்ல ஆரம்பித்து விட்டது. அவர்கள் புத்தகங்களை பரப்பி வைத்துக் கொண்டும் பேசிக்கொண்டும் சண்டை போட்டுக் கொண்டிருப்பார்கள். அது மிகவும் சிறிய அறை.

பாட்டியின் அறையில் உடைந்த நாற்காலிகளும், சுதந்திரமாக நடமாடும் எலிகளும் தன்னை அங்கே அனுமதிக்கப்போவதில்லை என்று அவளுக்கு நன்றாகத்தெரியும். மேலும் மூங்கில் கழிகளின் பெரிய இடைவெளி வழியே ஏதாவது பிராணிகள் வரக்கூடும்.

முன்பு தானும் பாட்டியும் பின்னர்தான் மட்டும் அந்த அறையில் இருந்தபோது அது நன்றாக இருந்தது. முன்பக்கத்து கூடத்தில் ஒரு திரை போட்டு அப்பா படுத்திருக்கிறார். ஒரே ஒரு படுக்கையறையில் அண்ணனும், அண்ணியும் குழந்தைகளும் படுத்துக் கொள்வார்கள் போல் தெரிகிறது.

சமையலறைக்கு வெளியே உள்ள சிறு திண்ணையில் படுதா போட்டு மறைத்து தனக்கு குழந்தை பெற்றபின் படுக்க இடம் தருவார்களோ என்று நினைத்து அவள் கலங்கினாள்.

ரவிசங்கர் வீட்டில் இரண்டு அறைகளும், சமையலறையும் தான். முன்னறை மிகவும் சிறியது. சமையலறைக்கு வெளியே திண்ணையுமில்லை.

தூக்கத்துக்கு இடைஞ்சல் ஏற்படுத்தாதிருந்தால் படுக்கையறை போன்ற அறையில் ஒருவேளை ரவிசங்கர் குழந்தையுடன் தன்னை தங்க அனுமதிக்கக் கூடும், அவன் கேட்கும் பணத்துடன் சென்றால். ரவிசங்கர் அவளை படுக்கையறைக்குள் நுழைய விடாமல் சண்டை போடும் நாட்களில் அவளுக்கு முன்னறையில் நாற்காலிகளையும், ஸ்டூலையும் ஓரமாக நகர்த்தி வைத்து தரையில் பாயோ ஷீற்றோ விரித்து கால் நீட்ட இடமின்றி சுருண்டு படுக்க வேண்டி வந்துள்ளதை நினைக்கும் போது அவளுக்கு பயம் தோன்றியது. அங்கே நிறைய படுக்கையறைகள் இருந்தால் கூட தனக்கு ஒன்றும் கிடைக்கப்போவதில்லை என்று அவள் நினைத்துக் கொண்டாள்.

ஒரு ஷீட் எடுத்து விரித்து சற்று நேரம் படுக்கலாம் என்று நினைத்தவளுக்கு ஷீட் எடுக்கவும் பயமாக இருந்தது. அண்ணிக்கு பிடிக்காதோ என்று நினைத்து பேசாமல் இருந்தாள். பின்னர் ஆயாஸ மிகுதியால் கையை தலைக்கு வைத்துக் கொண்டு சமையலறை தரையில் படுத்துக் கொண்டு, கண்களை மூடிக் கொண்டாள்.

அண்ணனின் குழந்தைகள் பள்ளி விட்டு வந்த சத்தம் கேட்டு விழித்துக் கொண்ட யமுனா எழுந்து காபி போட்டு குழந்தைகளுக்கும் அப்பாவுக்கும் கொடுத்து தானும் குடித்தாள். குழந்தைகளை பார்க்க அவளுக்கு சந்தோஷமாக இருந்தது. ஆனால் குழந்தைகள் சீருடை களைந்து விட்டு வேறு உடை போட்டு டியூசன் செல்வதில் மும்முரமாக இருந்தனர். பெரிய வயிறுடன் வந்திருக்கும் அத்தையோ, அவரது கேள்விகளோ அவர்களுக்கு சுவாரசியமளிக்கவில்லை போலும்.

அவர்கள் வெளியே சென்ற பின் அவள் அப்பாவை பார்த்தாள். அப்பா கட்டிலிருந்து எழுந்து பக்கத்து நாற்காலியில் உட்கார்ந்திருக்கிறார். ஒன்றம் பேசாமல் அவளையே பார்த்துக் கொண்டிருக்கிறார். அப்பாவின் கண்கள் நிறைவதும் அவர் பார்வையை திருப்புவதுமாக இருக்கிறார்.

அவளுக்கு அழுகை வந்தது. அவளுக்கு ஒன்றும் பேச தோன்றவில்லை.

அவள் பக்கத்தில் போய் நின்று கொண்டு மெதுவாக அவர் தோளில் கையை வைத்தாள். ஏதோ ஆறுதல் சொல்வது போல்.

அண்ணி போனில் அழைத்து "நீ போறதுண்ணா போய்க்கோ. நான் வர ஏழு மணி போல ஆயிடும்" என்று சொன்னாள்.

எதற்காக வந்தாய் எனறு கேட்கவில்லை. இருந்து விட்டு நாளை போயேன் என்று சொல்லவில்லை. உனக்கு ஏதாவது நான் செஞ்சு தறேன் என்று அன்பு காட்டவில்லை.

யமுனா கிளம்பலாம் என்று தீர்மானித்தாள்.

மறுபடியும் கொஞ்சம் காபி போட்டு ஃப்ளாஸ்கில் ஊற்றி அப்பாவின் நாற்காலி பக்கத்து ஸ்டூல் மேல் வைத்தாள். ஒரு டம்ப்ளரும் வைத்தாள். முகத்தை பிரசன்னமாக வைத்துக் கொண்டாள்.

"நான் கிளம்பறேன்பா" என்று சொல்லிய போது அப்பா வெறுமையாகப் பார்த்து தலையசைத்தார். அவள் சிறு பையுடன் வெளியே வந்தாள். தூரத்தில் பால்கார யசோதாம்மாவும் பெண் தனமும் பால் தூக்குடன் போய் கொண்டிருந்தனர். எதிர் வீட்டில் நைட்டிப் பெண் அங்குமிங்குமாக நடந்து கொண்டிருந்தாள். அவள் கூடவே சிகப்பு சேலை பெண்மணியும் நடந்து கொண்டிருந்தாள். மாலை வெயில் பட்டு அவர்கள் முகம் மின்னிக் கொண்டிருக்கிறது.

அவள் யாரையும் கவனிக்காமல் நடந்தாள். தெருவை கடந்து ரோடுக்கு வந்து பாலத்தில் ஏறினாள். அவளுக்கு மூச்சு வாங்கியது. பாலத்தின் கைப்பிடியில் சாய்ந்து சற்று நேரம் நின்றாள். கிழே நிறைய தண்ணீருடன் ஓடிக் கொண்டிருந்த நதியை பார்த்தாள்.

போ என்பவர்களும் வராதே என்பவர்களும் நிறைந்த இந்த இடத்தில் தனக்கு போகுமிடம் எதுவென்று இந்த நதி காட்டித் தருமோ. நதியின் ஆழத்தில் மெத்தென்ற குளிர்ந்த மணல் மேல் படுப்பதற்கு நன்றாக இருக்கும் என்று நினைத்துக் கொண்டாள்.

சுற்றிலும் மெதுவாக இருள் சூழ்ந்து கொண்டிருந்தது. பாலத்தின் மறுபக்கம் நோக்கி நடந்தாள். பாலம் தாண்டியதும் ஒரு பக்கமாக சரிவான மண்ணில் இறங்கி கீழே போகலாமா என்று யோசித்தாள். பாலத்தின் கைப்பிடிச் சுவரை பற்றிக் கொண்டு அவள் குனிந்து நதியை

பார்த்துக் கொண்டிருந்தாள். நதிநீர் அவளை வா வா என்று அழைப்பது போல் அவளுக்குத் தோன்றியது.

அவள் முகத்தை திருப்பி வந்த வழியை பார்த்தாள். திரும்பி போகலாம். "ஏன் இங்கெ வந்தே" என்று கேள்வி வரலாம். நேராக நடந்து பஸ் பிடித்துப் போகலாம்.

"வெறும் கையோட வந்திருக்கியா? போன காரியம் என்னாச்சு? போ திரும்பிப்போயிரு" என்ற கட்டளை வரலாம்.

இது இரண்டுமல்லாது வேறு ஓர் இடம் உள்ளதா போவதற்கு பஸ் டிக்கட்டுக்கான பணம் போக மீதி சில்லறை மட்டும் வைத்துக் கொண்டு எங்கே போவது ஏதாவது கோயில் வாசலுக்குப் போவதா?

ஏதாவது வேலை தேடி சொந்தக்காலில் நின்று அது பின்னாளில் உள்ள விஷயம். இப்போது இந்த நேரத்தில் எங்கு போவது.

அவளுக்கு கண்ணில் நீர் பெருகி வழிந்தது. தூரத்தில் யாரோ இருவர் நடந்து வந்துகொண்டிருந்தனர். ஒரு பஸ்சும் வருகிறது. அவள் செய்வதறியாது நின்றாள்.

சட்டென்று வயிற்றில் ஓர் அசைவு. அவள் திடுக்கிட்டாள். மீண்டும் ஒரு பலமான அசைவு.

ஒரு பெருமூச்சுடன் அவள் நேராக நடக்க ஆரம்பித்தாள். முன்னும் பின்னும் பாதை நீண்டு கிடந்தது.

பாதை

அந்தப்பாதை முடிவற்று போய்க்கொண்டே இருக்கிறது என்று அவனுக்கு தோன்றிற்று. ஓரமாக ஒரு சிறுமரமோ செடிகளோ நிற்பது காணவேண்டும் என்று ஆசைப்பட்டான். பாதை என்னவோ கறுப்பான மண்பாதை போலிருந்தது. சில இடங்களில் சிவப்பான மண்தெரிவது போலவும் தோன்றியது. ஒன்றும் சரியாக தெரியவில்லை. எங்கும் பனி மூடியிருக்கிறது. ரொம்ப கூர்ந்து கவனித்தாலும் பச்சை நிறத்திலும் எதுவும் தெரியவில்லை. ஏன் புல்கூட இல்லையென்று அவன் சந்தேகப்பட்டான். ஆனால் சில இடங்களில் பனை போன்ற மரங்கள் உயரமாக நின்றிருந்தன.

இந்தப்பாதை எங்கே கூட்டிக்கொண்டு போகிறது என்று அவனுக்குப் புரியவில்லை. காலில் செருப்புகள் அணிந்திருக்கவில்லை என்று தெரிகிறது.

காலில் சிறு சிறு கற்களும் முட்களும் குத்துகின்றன. சின்னச்சின்ன முட்செடிகள் கூட இல்லாத இந்த இடத்தில் யார் சிறு கற்களையும் முட்களையும் கொண்டு வந்து போட்டார்கள் என்று அவன் ஆச்சரியமாக நினைத்துக் கொண்டான்.

தோளில் தொங்கிக்கொண்டிருக்கும் மூட்டை லேசாக தோளை விட்டு நழுவுவது போல் தோன்ற அவன் மூட்டையை தோள்மேல் சரியாக தூக்கிப் போட்டுக்கொண்டான். அந்த மூட்டை உடம்பின் ஒரு உறுப்பு போல் ஒட்டிக் கொண்டுள்ளது போல் தெரிகிறது.

நழுவுவது போல் தோன்றும் என்றாலும் அந்த மூட்டை ஒரு நாளும் தோள்விட்டு இறங்கப்போவதில்லை என்று அவனுக்கு நன்றாக தெரிந்துவிட்டது.

பாதை வழியாக நடந்து செல்லும் எல்லோரது தோள்களிலும் மூட்டை இருக்கிறது என்று அவன் பனிமூட்டத்தினுடையே கண்டு கொண்டான். அநேகமாக எல்லோருமே சற்றே குனிந்து தான் நடக்கிறார்கள். பனிமூட்டத்தினிடையே யாருக்கும் யாரையும் சரியாக காணமுடிவதில்லை. நிழல் உருவமாகத்தான் தெரிகிறது. யாருக்கும் யாரையும் பழக்கமில்லை. யாரென்று தெரிந்து கொள்ள வேண்டுமென்று யாருக்கும் தோன்றுவதில்லை போலும். அவனுக்கு சுத்தமாகத் தோன்றவில்லை. யார் என்ன ஏது என்று கேட்கவும் முடியாது என்று தான் தோன்றுகிறது. முன்னாலும் பின்னாலுமாக சற்றே இடைவெளி விட்டு நடக்கும் அவர்கள் தன்னுடைய சிந்தனைகளுக்கு இடையூறாக வரக்கூடாது என்றும் ஆசைப்பட்டான்.

பனிமூட்டமாக இருந்தாலும் சற்றுகூட குளிர் எடுக்கவில்லை. காலில் வலியிருக்கிறது என்றாலும் இனி நடக்க முடியாது என்று தோன்றவில்லை. எத்தனை நாட்களாக இப்படி நடந்து கொண்டிருக்கிறோம் என்றெல்லாம் அவனுக்கு புரியவில்லை. ஆனால் சில நாட்களாக நடந்து கொண்டு தானிருக்கிறோம் என்று மட்டும் புரிகிறது.

தூரத்தில் எங்கோ அருவியில் நீர் கொட்டுவது போல் மெலிதாக சத்தம் கேட்டது. அவன் ஆவலுடன் மிக உன்னிப்பாக கவனித்தான். சரிதான். பக்கத்தில் எங்கேயோ நீர் உண்டு. அவனுக்கு தாகமெடுத்தது.

“தலையை சுத்துறது கொஞ்சம் தண்ணியெடுத்து தரீங்களா” கட்டில் பக்கமிருந்து வந்த சோர்ந்து போன, களைத்துப் போன ஒரு குரல் அவன் காதில் விழுந்தது.

“வேணும்னா போய் எடுத்துக்குடி. எப்பப்பாரு தலைவலி, தலைச்சுத்தல்ன்னு ஏதாவது சொல்லிக்கிட்டே இருக்க வேண்டியது” வெறுப்புடன் விழுகின்றன வார்த்தைகள்.

“இல்லைங்க. நெஜமாத்தான் தலைசுத்துது. எழுந்திரிச்சா ஒரு வேளை கீழே விழுந்துருவேன்”.

“இதென்ன தொல்லை”. ஒரு டம்ப்ளரில் அரையளவு தண்ணீர் கொண்டு வந்து படுத்துக்கிடந்த அந்த பெண்ணுக்கு முன் கோபமாக

வைத்து விட்டு திட்டிக்கொண்டே சென்ற ஒருவனுக்கு இப்போது தாகமெடுக்கும் போது குடிக்க நீர் கிடைக்குமோ, அவன் பயந்தான்.

சற்றே ஓய்வெடுக்கலாமென்றால் அதற்கு வழியொன்றும் காணவில்லை. ஓய்வெடுக்க இடமொன்றும் இருக்கிற மாதிரி தெரியவில்லை. வழியின் ஓரங்களில் என்ன உள்ளதென்று பனிமூட்டம் காரணம் தெரியவில்லை. உட்காருவதற்கு ஒரு கல்லோ, ஒரு மரத்துண்டோ அல்லது வெறும் மண்ணோ உண்டா என்று கூட தெரியவில்லை. அது மட்டுமல்ல யாரும் உட்காருவதற்கு முயலவில்லை. நடப்பது தவிர வேறொன்றும் சாத்தியமில்லை என்ற எண்ணத்துடன் எல்லோரும் நடக்கிறார்கள் என்றவன் நினைத்துக்கொண்டான். இது யாரோ ஒருவன் நட நட என்று சொல்லி நடக்க வைப்பது போலவும் இருக்கிறதே என்றும் எண்ணிக்கொண்டான்.

பசியெடுத்தால் என்ன செய்வோம் என்றும் அவன் சிந்தித்தான். தோள் மீதில் உள்ள மூட்டையில் என்ன உண்டு என்று தெரியவில்லை. நிச்சயமாக உணவல்ல என்பது மட்டும் தெரியும். பசியெடுத்தால் யாராவது ஏதாவது தருவார்களா. பசியும் தாகவும் தோன்றி தாங்கமுடியாமல் பாதையில் விழுந்து கிடக்கிறது போல் ஒன்றும் இதுவரை யாரையும் காணவுமில்லை.

“உனக்கு எப்பப்பாரு தின்னணும் தூங்கணும். இது தான் நெனப்பு. நீயெல்லாம் எதுக்கு உயிரோட இருக்கறே. திங்கறதுக்கா? தூங்கறதுக்கா?”

நெய், எண்ணெய் எல்லாம் சேர்த்து சுட்டு வைத்த சப்பாத்தியும் உருளைக்கிழங்கும் வெங்காயவும், பச்சைமிளகாயும் எல்லாம் சேர்த்து வைத்த குருமாவும் வாசனை பரப்பி மேஜை மேல் இருக்க திட்டுகளையும் வசவுகளையும் வாங்கிக்கொண்டு மௌனமாக நிற்கும் ஒரு உருவம். பயந்த முகத்துடன் இதெல்லாம் சாப்பிட கிடைக்காமல் போய்விடுமோ என்று கவலைப்பட்டு பசியோடிருக்கும் வயிறுடன் அம்மாவின் புடவைத் தலைப்பின் பின்னால் ஒளிந்து கொள்ளும் சிறு உருவங்கள். அவர்களை எல்லாம் சாப்பிடவிடாமல் செய்த ஒருவனுக்கு பசிக்கு சாப்பாடு கிடைக்குமா. யார் தருவார்கள்? நிரப்பி வைத்த சாப்பாட்டை மூடி வைத்து விட்டு வெறும் தண்ணீர் மட்டும் குடித்து படுத்துக்கொண்டவர்கள் இப்போது என்ன செய்கிறார்கள். அவர்களை அந்த நிலைக்கு தள்ளிவிட்டவனுக்கு சாப்பாடு கிடைக்குமா.

அன்புடன் சாப்பாடு தயார் பண்ணி காத்துக்கொண்டிருக்கும் ஒருவரை சற்றும் அன்பில்லாது திட்டி சண்டை போட்டு சாப்பிடாமல் இருந்து, அத்தோடு சாப்பிட விடாமல் இருந்த அந்த காலம் பனி மூட்டத்துக்குள்ளே மிகவும் தூரத்தில் காண்பது போல் அவன் கண்டான். இதைப்போல் என்னவெல்லாம்... அவன் தலையை உலுக்கி சிந்தனைகளை துறந்து மேலும் நடந்து கொண்டே இருந்தான்.

எத்தனையோ மனிதர்கள் இந்த வழியில் நடந்து போயிருப் பார்கள். இன்னமும் எத்தனையோ மனிதர்கள் இதுவழி நடக்க இருக்கிறார்கள். அவன் நடந்துகொண்டே என்னவெல்லாமோ சிந்தித்துக் கொண்டிருந்தான். மறுபடியும் எங்கோ தண்ணீர் விழும் ஒலி கேட்டது. அவன் நன்றாகக் கண்களைத் திறந்து இருபக்கங்களிலும் பார்த்தான். பின்பக்கம் பார்க்கவோ கழுத்தை திருப்பவோ அவனால் முடியவில்லை. ஓரங்களில் சிறு சிறு செடிகளும் ரொம்ப உயரமில்லாத மரங்களும் தென்பட்டன. ஆனால் மரங்கள் நிற்குமிடத்துக்கும் பாதைக்குமிடையே என்ன என்று தெரியமுடியாததால் பள்ளமாக இருக்குமோ என்றவன் சந்தேகப்பட்டான். மேலும் யாரும் அந்தப்பக்கமெல்லாம் போவதுமில்லை. எல்லோருமே ரோட்டின் மத்தியில் தான் நடந்து கொண்டிருந்தார்கள்.

முன்பு இதுபோல் ரோட்டில் நடக்கும்போது ஓரமாக நடந்திருந்ததை அவன் நினைவு கூர்ந்தான். அப்போது இரவு நேரங்களில் ஒளியை பாய்ச்சி வரும் வாகனங்கள் அவனை பயமுறுத்தியிருந்தன. பாதையோரமாக நடக்கும் போதே காட்சிகள் எல்லாம் இரண்டிரண்டாக தெரிந்து கொண்டிருக்கும் போது பயமாக இருக்கும். அவன் அதையெல்லாம் நினைத்துக்கொள்ள விருப்பப்படவில்லை.

பக்கத்தில் எங்கேயோ செண்பகமலர்கள் பூத்திருப்பது போல் ஒரே சுகந்தமாக இருக்கிறது. வழியில் அந்த வாசனை பரவி இருக்கிறது. கீழே பார்த்தபோது பாதையோரங்களில் பவளமல்லிப்பூக்கள் பரவிக்கிடப்பது போலவும் காணப்பட்டது. குயில் கூவுவதும் குருவிகள் சிறகடித்துப் பறப்பதாகவும் தோன்றியது. கடந்துவந்த பாதைகளில் இதெல்லாம் இருந்தன. பவளமல்லிப்பூ போல் விரல்கள் கொண்டவள் அவள். விரல் நுனியில் மருதாணி வைத்துக்கொண்டு கைகளை காட்டுவாள். விரல்நுனி பவளமல்லிப்பூவின் காம்புபோல் தெரியும்.

அப்போதெல்லாம் வீடு வெளிச்சம் நிரம்பி வழிவதாக இருந்தது. அவளுடைய முகம் சிவப்பாக அழகாக இருந்தது. இரு பெரிய கண்கள். சிரிக்கும்போது கண்களும் சிரிப்பது போல் தெரியும். சூட்டிகையான இரு குழந்தைகளின் சிரிப்பும் விளையாட்டும் அவளது சிரிப்பும் எல்லாம் பார்த்து ரசித்துக்கொண்டு சிரிக்கும் அவனும் உள்ள அந்த வீட்டில் வெளிச்சம் நிரம்பி வழியத்தான் செய்தது. பின்னர் தான் படிப்படியாக இருள் குடி வர ஆரம்பித்தது.

பூஜைமாடத்தில் ஏற்றிவைத்த விளக்கு ஒரே இடத்தில் இருந்த போது அவள் விளக்கின் ஒளிபோல வீடெங்கும் பரவிக்கிடந்தாள். பின்னர் தான் அந்த வாடகைவீட்டின் எந்த மூலையில் அந்த ஒளி மங்கலாக ஒளிர்ந்து கொண்டிருக்கிறது என்று தேட வேண்டியதாயிற்று. கண்களில் ஒளி மங்கி கழுத்தில் எலும்புகள் தெரிய நிற்கும் அவளது உருவம் அப்போது சரியாக கண்ணுக்குத் தெரியவில்லை. இப்போது தான் தெரிகிறது. குழந்தைகள் எதற்காகவோ பயந்து கொண்டு பக்கத்து வீடுகளில் உள்ள தொலைகாட்சிப் பெட்டிகள் முன்னால் உட்கார்ந்திருந்தனர். வீடு ஒட்டடை படிந்து அரையிருட்டு நிறைந்த திறக்காத ஜன்னல் உள்ள ஓர் அறை போல் ஆயிற்று. அம்மா, அப்பா வருவதை குறைத்துக் கொண்டனர்.

இதற்கெல்லாம் யார் காரணம். நான் தானே, நானே தான் என்று சொல்ல விரும்பி வாய் திறந்தான். ஆனால் வார்த்தைகள் வெளியே வரவேயில்லை. மறுபடியும் முயன்றான். முடியவில்லை. அப்போது தான் கவனித்தான். இங்கே நடப்பவர்கள் யாரும் ஒருவருக்கொருவரோ அல்லது தனக்குத்தானோ பேசிக்கொண்டோ நடப்பதாகத் தெரிய வில்லை. ஒரு மனிதக்குரலும் கேட்கவில்லை. எல்லோரும் பேச மறந்து விட்டவர்களா. அல்லது பேச முடியாதவர்களா. ஒருவேளை இந்த பாதையில் நடக்கும்போது பேசக்கூடாது என்று ஏதாவது விதிமுறை இருக்கிறதோ என்னும் அவன் சந்தேகப்பட்டான்.

மறுபடியும் அவன் முயற்சித்தபோதும் வார்த்தைகள் ஒன்றும் வெளியே வரவில்லை. நல்ல வார்த்தைகள் சொல்ல வேண்டிய நேரத்தில் வெறுப்பேற்றக்கூடிய கோபமான வார்த்தைகளை, காயப்படுத்தக்கூடிய வார்த்தைகளை சொன்னதன் பலனோ இப்போது இப்படி வார்த்தைகள் வெளிவராத ஒரு நிலைமையில் கொண்டு விட்டிருக்கிறது என்று குழம்பினான். அந்த கோபமான வார்த்தைகள் காயப்படுத்தக்கூடிய வார்த்தைகள் அவளையும் குழந்தைகளையும்

எப்படி வருத்தப்பட வைத்திருக்கும்? அந்த வார்த்தைகளின் சூட்டில் அவர்கள் உருகி வலியுடன் நிற்பதை அந்த முகங்களில் கண்ட பின்பும் அதையே செய்து கொண்டிருந்த ஒருவனுக்கு வார்த்தைகள் வாய்விட்டு வராமலே போய்விடுமோ. அவனுக்கு அழுகை வந்தது.

கடந்து வந்த பாதைகள் அவன் நினைவிற்கு வந்து அவனை தலைகீழாக புரட்டியது. வெளியூரில் வேலை பார்த்து இஷ்டப்படி மது மாது என்று வாழ்ந்து அவளையும் இரு குழந்தைகளையும் புறக்கணித்தது செலவுக்குப் பணம் தராமலிருந்தது குடும்பப் பொறுப்பை மறந்து விட்டு நடந்தது என்று என்ன என்னவோ காட்சிகள் அவன் கண்முன் தெரிந்தன. அவர்களது வாழ்க்கை பற்றி சிந்திக்கவில்லை. பசி குறித்து சிந்திக்கவில்லை. பாதுகாப்பு குறித்து சற்று கூட எண்ணவில்லை.

அந்தப்பழைய வாடகை வீட்டில் அவளும் குழந்தைகளும் எப்படி வாழ்வார்கள். அந்த வீட்டில் உள்ளே மழை பெய்வது தான் வழக்கம். தரையில் பாத்திரங்கள் பரப்பி வைத்து விட்டு இடியும் மின்னலும், மழையும் கண்டு பயப்படும் இரு குழந்தைகளையும் இரு பக்கங்களிலும் உடம்போடு சேர்த்து கட்டிப்பிடித்துக் கொண்டு பயந்து போய் உட்கார்ந்திருப்பாள் அவள். ஆங்காங்கே கூரைஓடுகள் உடைந்து போயிருக்கின்றன. அது வழியாக மின்னலின் ஒளி வீட்டுக்குள் வந்து விடும் மழையுடன் சேர்ந்து. நிரம்பும் பாத்திரங்களிலிருந்து நீரை அப்புறப்படுத்த எழுந்து போகவும் குழந்தைகள் அவளை விடமாட்டார்கள். பழைய பேப்பர்கள் கிழித்து சிறுசிறு படகுகள் செய்து பாத்திரத்து நீரில் விடுவதும் மழைநீரை தொட்டு தரையில் கோலம் போடுவதுமெல்லாம் சிறிது நேரம் தான். மழை பலத்த இரைச்சலுடன் இடிமின்னலுடன் பெய்ய ஆரம்பிக்கும்போது அம்மாவின் உடலோடு ஒட்டிக்கொண்டு பயந்து போய் இருப்பார்கள் குழந்தைகள். அவளும் ரொம்ப பயப்படுவாள். வீடு மிகப்பழையது. வீட்டின் உடமையிடம் சரி பண்ணச்சொன்னால் காலி பண்ணுங்க நான் இடிச்சு புதுசா கட்டப்போறேன் என்பார்.

அவள் என்ன செய்வாள். வாடகை தர இயலாது போனால் அந்த வீட்டு ஓனர் அவளையும் குழந்தைகளையும் வீட்டை விட்டு வெளியேற்றி விடுவாரோ. வீட்டுக்குள்ளிருந்து பாய்ந்து வெளியே வந்து விழும் பாத்திரங்கள், துணிகள், பெட்டிகள், இன்னபிற... அக்கம்பக்கத்தில் உள்ளவர்களுக்கு துணிகள் தைத்துக் கொடுக்கும்

அவளது தையல் மிஷன் என்ன ஆகும். நான்கைந்து வீடுகளுக்கு தோசை இட்லி மாவு அரைத்துக்கொடுக்கும் அவளது கிரைண்டர் என்ன ஆகும். வாடகைக்குப்பதிலாக அந்த ஓனர் இதையெல்லாம் எடுத்துப்போவாரோ. கட்டில் மேஜை மூன்று நான்கு செயற்கள் எல்லாம் எடுத்துப் போவாரோ. அவள் என்ன செய்வாள். இதெல்லாம் காட்சிகளாக கண்ணில் தெரிய அவன் அழ ஆரம்பித்தான்.

அவனுக்கு துளிகூட கண்ணீர் வரவில்லை. சரியாகச் சொன்னால் அழ முடியவில்லை. இந்தப்பாதையில் நடக்கும்போது அழக்கூடாது என்று ஏதேனும் எழுதப்படாத விதி இருக்கிறதோ என்னவோ. அல்லது அவனது அழுகையையும் சேர்த்து அவளும் குழந்தைகளும் அங்கு அழுது கொண்டிருக்கின்றனரோ. அவனுக்கு ஒரே குழப்பமாகவே இருந்தது. அவள் கஷ்டப்படுவாளே என்று இப்போது சிந்திப்பது போல் தான் ஏன் முன்னரே சிந்திக்கவில்லை என்றெண்ணி கலங்கினான்.

அவனுக்கு அக்கம் பக்கம் திரும்பி மற்றவர்களுடைய முகபாவனை பார்க்க வேண்டுமென்று தோன்றியது. அவர்கள் சந்தோஷமாக நடக்கின்றனரா, சிரிக்கின்றனரா என்றெல்லாம் தெரியவேண்டும். ஆனால் அவனுக்கு நேராக மட்டும் தான் பார்க்க முடிந்தது. நேராக மட்டும் தான் நடக்க முடிந்தது.

ஓரளவு நன்றாக இருந்த சூழ்நிலை மாறி வருவதாக அவனுக்குத் தோன்றியது. எந்தவித பாதுகாப்புமில்லாமல் ஏதோ ஆபத்தை நோக்கி நடப்பது போல் இருக்கிறது என்று நினைக்கையில் அவனுக்கு மூச்சு முட்டியது. இப்போது பாதை ஒரு இருட்டு குகை வழியாக போகிறது. இருபக்கங்களிலிருந்தும் சூடான புகை அந்த அகலமற்ற இடத்தை மேலும் அகலம் குறைந்ததாகக் காட்டிற்று. ஒரேநேரம் சூடான புகையும் குளிர்ந்த பனியும் உடலை ஊடுருவது போல் தோன்ற இப்போது உடலின் பாரம் மிகவும் அதிகரித்திருப்பதாக உணர்ந்தான். கால்களில் ஏதோ கட்டிவைத்தது போல் கால்களை இழுத்துக்கொண்டு நடக்க அவன் கஷ்டப்பட்டான். பின்னாலும் பக்கவாட்டிலும் வருபவர்களுக்கும் இதுதான் நிலைமை என்று அவன் புரிந்து கொண்டான்.

தன்னைப்போலவே மற்ற பேர்களும் தோளில் மூட்டைகள் சுமந்து கொண்டுதான் நடக்கிறார்கள் என்பது இப்போது அவனுக்கு எந்த மகிழ்ச்சியையும் தரவில்லை. தன்னுடைய சுமை தனக்கு. மற்றவர்கள்

சுமை மற்றவர்களுக்கு. தோளிலிருந்து நழுவிய மூட்டையை அவன் சரி பண்ணினான். சூடான காற்றும் புகையும் ஊசி குத்துவது போன்ற குளிரும் நிறைந்த அந்த சூழலில் எல்லாவற்றையும் ஒரு பக்கமாக தள்ளிவிட்டுக் கொண்டு அந்த மூன்று பேரும் நிற்பதை அவன் தெளிவற்ற காட்சிபோல் கண்டான். அவர்கள் என்னவோ சொல்கிறார்கள். அல்லது கேட்கிறார்கள். ஆனால் அவனுக்கு ஒன்றும் காதில் விழவில்லை. அந்தப் பாதையில் எந்தச் சத்தவுமே கேட்கவில்லை. எந்த இடையூறுமில்லாதிருந்தும் அந்த மூவரது குரல்களும் அவனுக்கு கேட்க முடியவில்லை.

முன்னர் அவள் பேசின அன்பான வார்த்தைகளையும் குழந்தைகளின் கொஞ்சல்களையும் தேவைகளையும் எதையும் காதில் வாங்காது அலட்சியப்படுத்தியதால் தான் இப்போது ஒன்றும் காதில் கேட்காமலிருக்கிறதோ என்று சந்தேகப்பட்டாள்.

“நமக்கு வாழ்க்கை என்பது சிறிதுகாலம் தான். அதிலே ஒத்தர்க்கொத்தர் சண்டை போட்டும் கோவிச்சுக்கிட்டும் பொழுதை வீணடிக்கறதினாலே என்ன பிரயோஜனம். காலம் போனால் வராது. நமக்கு பேசறதுக்கு இனிப்பான வார்த்தைகள் இருக்கிறப்ப நாம எதுக்கு கசப்பான வார்த்தைகள் பேசணும்னு நம்ம படிச்சதில்லையா.

ஒரு அழகான சித்திரத்தை காட்டித்தரும் போது முகத்தை திருப்பிக்கொண்டால் பின்னர் பார்க்க கிடைக்காமல் போகலாம். அன்பான பேச்சை கேட்க மறுத்து காதை மூடிக்கொண்டால் பின்னர் கேட்க முடியாமல் போய் விடலாம்.

சாப்பிட தயார் செய்த உணவு சாப்பிடப்படாமல் ஸிங்கில் கொட்டப்பட்டால் தேவைப்படும்போது, பசியெடுக்கும் போது உணவு கிடைக்காமலே போகலாம். கிடைத்தாலும் சாப்பிட முடியாமல் போகலாம்.” இது அவள் ஒரு தரம் சொன்னதல்லவா. அசரீரி போல் வார்த்தைகள் தெளிவில்லாமல் அவன் மனதில் விழுந்தது.

முடிவற்ற இந்த பயணம் எங்கே நரகத்துக்குத் தான் தன்னை கொண்டு போகிறதோ என்று அவன் சந்தேகப்பட்டான். சற்றுநேரம் இதைக்குறித்து சிந்தித்த போது அவனுக்கு பயமும் பதற்றமும் ஏற்பட்டது. இது நரகத்துக்கு அழைத்துச் செல்லும் வழியா? அப்படியென்றால் அங்கே கொதிக்கின்ற எண்ணெய் பாத்திரம் இருக்குமா.

ஆவி உயரும் சுடுநீர் ஏரியோ, குளமோ இருக்குமா. எரியும் நெருப்பு இருக்குமா. அவனுக்கு மூச்சுத்திணறல் ஏற்பட்டது. அவன் வாயை திறந்து காற்றை உள்ளிழுத்தான்.

உடைகள் அணிந்திருக்கிறோமோ என்றும் அவனுக்கு சந்தேகம் வந்தது. குனிந்து உடையை பார்த்தால் புகைமூட்டத்தில் ஒன்றும் தெரியவில்லை. தொட்டுப்பார்த்தான். ஆனால் உடையா இல்லை தோலா என்று அவனுக்கு உணர முடியவில்லை.

பளபளக்கும் பட்டாடைகள் அணிந்த அவளையும் குழந்தைகளையும் பார்த்து யாரெக்காட்டறதுக்குடீ என்று கோபமாக்கேட்ட ஒரு கேள்வி அவனது மனக்கண்ணில் வந்தது. இப்போது பட்டாடைகள் அணிந்த அவளையும் குழந்தைகளையும் காண வேண்டுமென்று நினைத்தாலும் வழியில்லையே என்று நினைக்கையில் அவன் எல்லாவற்றையும் இழந்துவிட்ட துக்கத்தில் அழ ஆரம்பித்தான். ஏதேதோ தகாத வழிகளில் நடந்து வந்தது குறித்து எழுந்த சிந்தனைகள் அவனை மேலும் அழ வைத்தது.

தோளிலிருந்த மூட்டையின் கனம் காரணமாக அவன் அறியாமலே கூன் விழுந்தவன் போல் நடந்தான். எல்லோருமே அப்படித்தான் நடக்கிறார்கள். அந்தச் சுமையை இறக்கி வைக்கவே முடியாது போல் தோன்றுகிறது. உடலை உதறிவிட்டுப்போகும் நேரம் வரும்போது இந்த மூட்டை என்ன ஆகும். கண்ணுக்குத் தெரியாமல் கூடவே வருமோ. அவனுக்கு தலை வலித்தது.

திடீரென பாதையின் இருமருங்கிலுமாக சிறுமின்மினிகளின் ஒளி போல தென்பட அவன் கவனமாக உற்றுப்பார்த்தான். மின்மினிகள் தான். ஆன்மாக்கள் மின்மினிகளாக மாறிவிடுவார்கள் என்று சொல்வார்களே. ராக்காலங்களில் வராந்தாவின் ஓரத்தில் உட்கார்ந்து கொய்யாமரத்தின் பக்கத்தில் சிலநாள் தெரியும் இரண்டு மூன்று மின்மினிகளைப்பார்த்து, அவளும் குழந்தைகளும், இது தாத்தா இது பாட்டி என்றெல்லாம் சொல்வது அவன் ஞாபகத்தில் வந்தது. தானும் ஆன்மாவாக மாறி மின்மினியாக ஆகி விடுவோமோ என்றவன் எண்ணினான்.

இந்தப் பாதை வழியாக நடந்து நரகத்துக்கு சென்றுவிட்டால் நான் எப்படி திரும்பி வருவேன். எனக்கு அவளையும் குழந்தைகளையும் காணவேண்டுமே. எனது கடந்த கால வாழ்க்கை என்னை நரகத்துக்குத்

தான் கொண்டுபோகும் போலிருக்கிறது என்று நினைக்க அவன் மறுபடியும் பதற்றத்துடன் அழ ஆரம்பித்தான்.

எனக்கு திரும்பிப்போக வேண்டும். எனக்கு முன்னால் போக வேண்டாம். எனக்கு திரும்பிப்போக வேண்டும் என்று சொல்ல முயன்றான். வெளியில் வராத வார்த்தைகள் அவன் மனதை சுட்டெரித்தது.

அவன் ஒரு கணம் நிமிர்ந்து எதிர்பக்கம் பார்த்தான். யாராவது எதிரில் வந்து கடந்து செல்கிறார்களா என்று கவனித்தான். யாரும் வருவதாகத் தெரிவதில்லை. ஒருவேளை இந்தப்பாதை வழியாக நடந்து போகிறவர்களுக்கு திரும்பி வரமுடியாதோ? நிலத்தில் போட்ட ஏதோ ஒரு கற்பனைக்கோட்டின் வழியாக எல்லோரும் பேசாமல் அல்லது தன்னைப்போல எதையாவது நினைத்துக்கொண்டு கடந்தகாலச் சிந்தனைகளோடு வருத்தப்பட்டுக்கொண்டு நடக்கிறார்களோ.

அல்லது இது ஒரு வகை தப்பித்தல் என்றெண்ணி சந்தோஷமாக சிலரேனும் நடக்கக்கூடும் என்றும் அவன் நினைத்தான். கஷ்டங்களும் துயரங்களும் மிகுந்த, அன்பே இல்லாத வாழ்க்கையில் இருந்து எப்படியாவது தப்பித்துக்கொள்வது நல்லது என்றெண்ணுபவர்களும் இருக்கலாம்.

ஆனால் எனக்கு அப்படி எண்ணமுடியாது. எனக்கு தப்பித்துப்போக வேண்டாம். எனக்கு அவளையும் அம்மா அப்பாவையும் பார்க்க வேண்டும். குழந்தைகளையும் பார்க்க வேண்டும். அவர்களோடு நல்ல படியாக வாழ வேண்டும். இதுவரையில் கொடுக்காத அன்பும் அரவணைப்பும் கொடுக்கவேண்டும். அவளுக்கு நல்ல கணவனாக குழந்தைகளுக்கு நல்ல தந்தையாக இருக்க வேண்டும். எனக்கு ஒரு தடவை என்னுடைய வாழ்க்கையின் நாட்கள் நீட்டித்துத் தர வேண்டும். நான் நல்லவனாக வாழ்க்கை நடத்த ஒரு சான்ஸ் தர வேண்டும். அவன் மனம் உருக பிராத்தனை செய்தான்.

இப்போது பாதை சாம்பல் நிறத்தில் தெரிகிறது. யாரோ ஒருவர் திரும்பி நடப்பது போல் தெரிந்தது. அவனுக்கு ஒரு நப்பாசை தோன்றியது. இதுபோல் எனக்கும் திரும்பி நடக்கமுடியுமாயிருக்கும். சற்று தூரத்தில் ஏதோ வாசல்கள் தெரிவது போல் இருந்தது. நிறைய பேர் ஒரு வாசலை கடந்து செல்கிறார்கள் போல் தோன்றியது. அந்தச் சாம்பல் நிறச் சூழலில் ஒன்றும் சரியாகத் தெரியவில்லை. ஒரு பக்கத்துச்

சூடும், இன்னொரு பக்கத்துக் கொடும் குளிரும் இப்போதும் இருந்து கொண்டு தானிருக்கிறது. சாம்பல் நிற சுற்றுபுறவும் புகைமூட்டவும் இன்னமும் குழப்பமாக காட்சிகளை காண்பிக்கிறது.

திடீரென்று கண்முன்னால் ஒரு திரை போட்டது போல் தோன்ற அவன் மிகவும் பயந்தான். அப்போது கை ஒன்று அவனது ஒரு விரலில் பிடித்தது போல் இருந்தது. அந்தக்கை அவனது விரலை கெட்டியாகப் பிடித்திருந்தது. அந்தக்கை விரலை பிடித்திருப்பது நல்லதா கெட்டதா என்று தெரியாமல் அவன் மறுபடியும் குழம்பினான். அவன் கண்களை நன்றாக திறந்து உற்றுப்பார்த்தான். ஏதோ வாசல் மாதிரி இருந்தது. இதற்குள் நுழைந்தால் அது உள்ளே செல்வதா வெளியே அழைத்துச்செல்வதா என்று தெரியவில்லை. அவன் அந்த வாசலின் அருகே சற்று நேரம் நின்றான். பின்னால் வந்தவர்களும் பக்கவாட்டில் நடந்தவர்களும் மேலும் நடந்து கொண்டே இருந்தனர். அவனுக்கு என்ன செய்வதென்று தெரியவில்லை.

அந்த வாசல் திறந்திருக்கின்றதா, அடைந்து கிடக்கின்றதா என்றும் சரியாக காண முடியவில்லை. திறக்கலாமா? கூடாதா என்றும் புரியவில்லை. விரல் பிடித்திருந்த கை விட்டு விட்டது போல் அவன் உணர்ந்தான். அது ஒரு குறியீடாக இருக்கலாம். இதோ ஒரு வாசல் உள்ளது. நீ அதன் வழியாக உள்ளே போகவோ போகாமலிருக்கவோ செய்யலாம். உன் இஷ்டம் என்பது போல் யாரோ சொல்வது போல் அவனுக்குத் தோன்றியது.

அவன் கண்களிலிருந்து நீர் பெருகியது. எனக்குத் திரும்பிப் போகவேண்டும். எனக்கு அவளையும் குழந்தைகளையும் பார்க்க வேண்டும். அம்மா அப்பாவை பார்க்க வேண்டும். அவர்களுக்காக இனி நான் வாழ வேண்டும். அவன் அழுதபடியே சொன்னான். அந்தப் புகை மூட்டத்தினிடையே இப்போது அந்த வார்த்தைகள் வெளியே கேட்டது. அவன் ஒரு விதமான ஒளிக்கோடுகள் கண்டது போல் விழித்துப்பார்த்தான்.

மறுபடியும் ஒரு கை அவன் வலக்கை ஆள்காட்டி விரலைப் பிடித்தது. இப்போது அவன் பாதுகாப்பாக உணர்ந்தான். அவன் கண்களை திறக்க முயற்சித்தான். அவன் கண்களிலிருந்து சூடாக நீர் வழிந்தது. விரலைப் பிடித்திருந்த கை மெதுவாக அவனை திரும்பி நடக்கும்படி உத்தரவிட்டது போல் தோன்ற அவன் கால்கள் மெதுவாக திருப்பி நடக்க ஆரம்பித்தான்.

அவனுக்கு என்னவோ இப்போது நிம்மதியாக இருந்தது. எனக்கு அவர்களையெல்லாம் காணவேண்டும். அவள், குழந்தைகள், ஊரிலிருக்கும் அம்மா, அப்பா.. அவன் சற்றே பரபரப்பாக நடந்தான்.

இப்போது திரும்பி நடக்கும்போது பாதையில் பனிமூட்டம் காணப்படவில்லை.

காட்சிகள் கொஞ்சம் கொஞ்சமாக நன்றாக தெரிந்து கொண்டிருந்தது. கிளிகளின், குருவிகளின், அணில்களின் குரல்கள் கேட்டன. பலவண்ண மலர்கள் கண்களில் பட்டன. இதனிடையே விரலை விட்டு விட்டு கை சென்று விட்டதை அவன் தாமதமாகத்தான் உணர்ந்தான்.

வழியில் நல்ல வெளிச்சம் பரவி இருந்தது. பேச்சுக்குரல்கள் கேட்டது. அவனை உற்றுப்பார்த்துக்கொண்டு நிற்கும் அம்மா அப்பா அவள் இரு குழந்தைகள் நிழலான உருவங்களாக அவனுக்குத் தெரிந்தது. அங்கே மருந்து வாசனை அடித்தது.

அவன் கண்களை நன்றாகத் திறந்தான்.

ஊதா வண்ண இலைகளின் பாடல்

வாசல் கதவை நன்றாக திறந்து வைத்துவிட்டு அதன் பக்கத்தில் நின்றுகொண்டு குறுகுறுவென்று பார்த்துக்கொண்டும் விரல் நகங்களை ஆராய்ந்தவாறும் பொம்மி நிற்கிறாள் என்றால் அவள் சரியான பதில் சொல்ல முடியாதபடி உள்ள ஏதோ கேள்வி கேட்கப் போகிறாள் என்று கருத்தில் எடுத்துக் கொள்ள வேண்டும் என்பது கனகாவுக்குத் தெரியும். பொம்மியை கவனிக்காதது போலவும் அவசரவேலையில் இருப்பது போலவும் பாவனை செய்து கொண்டு கனகா கேள்வியை எதிர் பார்த்து காத்திருந்தாள்.

முற்றத்தில் நின்ற கானாவாழைச்செடியில் பூத்திருந்த ஆரஞ்சு வண்ணப்பூவில் வந்தமர்ந்த, கறுப்பில் மஞ்சள் வண்ண புள்ளிகள் உள்ள வண்ணத்துப்பூச்சியின் மேல் பொம்மியின் கவனம் போயிற்று. கனகாவுக்கு சற்று நிம்மதி தோன்றியது. ஆனால் பொம்மி பக்கத்தில் சென்றதும் வண்ணத்துப்பூச்சி பறந்து சென்று விட்ட படியால் அவள் திரும்பி வந்து வாசல் பக்கம் நின்று கொண்டாள். கனகா கையை ஓங்கிக் கொண்டு வந்தால் வெளியே ஓடுவதற்கு தோதான ஒரு பொஸிஷனில் நின்றிருந்தாள். மௌனமாக அவள் நின்றிருந்ததனால் கனகா இயல்பாக வேலைகளுக்கு திரும்பினாள்.

"ஏம்மா, இந்த அப்பாக்களெல்லாம் ஓடிப் போறாங்க?" பொம்மியின் கேள்வி பறந்து வந்து தாக்க கனகா திடுக்கிட்டாள். வெளியே ஓட வேண்டுமா வேண்டாமா என்கிற ஜாக்கிரதை

உணர்வுடன் பொம்மி நிற்பதாக கனகாவுக்குத் தோன்றியது. அவள் சுதாரித்துக் கொண்டு, நிதானமாக,

"அப்பாக்கள்னா நீ ஆரைச் சொல்லுகே?" என கேட்டாள்.

"இந்த வீட்ல உள்ள அப்பா ஓடிப்போயாச்சு. இப்ப ஜெனிஃபரோட அப்பாவும் ஓடிப்போயாச்சு ஹா... ஹா..." இரண்டு கைகளையும் தட்டிக் கொண்டு அவள் குதித்துக் குதித்து ஆடினாள். அம்மா கையை ஓங்கிக் கொண்டு வரமாட்டாள் என்று நம்பிக்கை தோன்றியிருக்க வேண்டும் அவளுக்கு. விழுந்து விழுந்து சிரித்துக் கொண்டிருந்த அவளை நோக்கி கனகா,

"அதுக்கு நீ ஏன்டீ இப்படி சிரிக்கே" என்று கேட்ட போது பொம்மியிடமிருந்து உடனடியாக பதில் வந்தது.

"இனிமே ஜெனி ஹாப்பியா இருப்பா இல்லா. அவளுக்கு ஒழுங்கா நிம்மதியா சாப்பிடலாமில்லா? எஸ்தர் ஆன்டிக்கு இனிமே அவங்களுக்காக மட்டும் சமையல் பண்ணினா போருமே. சாக்கடேல கொட்டுகதுக்காக சமைக்க வேண்டாமில்லா" என்றாள். பின்னர் சத்தம் குறைத்து "இங்க நீ எனக்கு வறுத்து வச்சிருக்க மீனில ஒரு பங்கு குடுக்க வேண்டாமில்லா?" என்றாள். கனகாவுக்கு லேசாக சிரிப்பு வந்தது. ஏனோ பொம்மி கேள்விக்கு பதில் சொல்ல வற்புறுத்தவில்லை.

மறுபடியும் கானாவாழைச்செடியில் ஆரஞ்சு வண்ணப்பூவில் கறுப்பில் மஞ்சள் புள்ளிகள் உள்ள வண்ணத்துப் பூச்சி வந்தமர்ந்ததை கவனித்த பொம்மி ஜல்... ஜல்... என சொல்லிக் கொண்டு வெளியே ஓடினாள். செடியின் பக்கத்தில் சென்றதும் கால்களை மெதுவாக மண்ணில் வைத்து நடக்கும் பொம்மியை பார்த்தாள் கனகா.

முந்தின நாளும் பொம்மி நடக்கும் போது ஜல்... ஜல்... என்று சொல்லிக்கொண்டிருந்தாள். "என்னடீ இது ஜல்... ஜல்?" என்று கேட்ட போது "நான் நெறைய முத்துக்கள் உள்ள கொலுசு போட்டிருக்கேம்மா" என்றாள் வெறும் காலை காட்டி. கனகாவுக்கு கண்கள் குளமாகி விட்டன. நிறைய முத்துக்கள் உள்ள வெள்ளிக் கொலுசு வாங்குவதற்கு ஆகும் பணம் கனகாவை பயமுறுத்திக் கொண்டிருக்கிறது. நூல் போன்ற கம்பிக்கொலுசு அறுந்து போன பின் அதை கடையில் போட்டு விட்டு புதுசாக வாங்கலாம் என்றாலும் நிறைய பணம் வேண்டியுள்ளது.

தனியார் ஆஸ்பத்திரியில் உதவியாளர் என்ற பெயர்தான். பெரிதாக வேலை ஒன்றுமில்லை. சம்பளமும் அதுபோலதான்.

ஆனால் வேலை எல்லாம் டாக்டரம்மா வீட்டில்தான். தனியார் ஆஸ்பத்திரியில் டாக்டரம்மா வருமுன் அவரது அறையை கூட்டி சுத்தம் பண்ணுவது கெட்டிலில் தண்ணீர் சுட வைப்பது மேஜை மேல் வைக்கப்பட்டிருக்கும் மண்ஜாடியில் உள்ள வாடிய மலர்களை மாற்றிவிட்டு பின்பக்கத் தோட்டத்திலிருந்து புதுமலர்கள் கொண்டு வந்து வைப்பது, வந்து காத்திருக்கும் நோயாளிகளின் சீட்டுக்களை எடுத்து வைப்பது போன்ற வேலைகளுடன் டாக்டரம்மா ஏவும் ஒரு சில வேலைகளையும் செய்ய வேண்டும். பன்னிரண்டு மணியாகும் போது டாக்டரம்மா வீட்டுக்குச் சென்று அங்கே சமையல்காரி தயாராக எடுத்து வைத்திருக்கும் டிபன் கேரியரை எடுத்துக் கொண்டு அவரது பெண் படிக்கும் பள்ளிக்குச் சென்று கொடுத்துவிட்டு பெண் சாப்பிட்டு முடித்ததும் கேரியரை எடுத்துக் கொண்டு திரும்பி ஆஸ்பத்திரிக்கு வரும் பொழுது டாக்டரம்மா வீட்டுக்கு கிளம்ப தயாராக இருப்பார். அவருடன் சேர்ந்து அவருடைய காரிலேயே அவர்கள் வீட்டுக்கு செல்ல வேண்டும்.

அங்கே டாக்டரம்மாவின் அம்மா அவளை எதிர்பார்த்து காத்து கிடப்பார். ஒரு கால் ஒரு கை சுவாதீனமில்லாத அம்மாவை குளிக்க வைத்து உடை மாற்றி சாப்பாடு தர வேண்டும். முன்பெல்லாம் படுக்கையிலிருந்து எழுந்து வீல் செயரில் உட்கார்ந்து குளியலறைக்குச் சென்று குளித்து கொண்டிருந்தார்கள். இப்போது அதுவும் முடியவில்லை. வாசலோரமாய் வீல் செயறிலேயே உட்கார வைத்து குளிக்க வைக்கும்போது அறையெங்கும் பரவும். நீரை கூட்டித் தள்ளி பின்னர் துடைத்து சுத்தம் பண்ண வேண்டும். அவர்களுக்கு சாப்பாடும் கொடுத்து விட்டு அவள் சாப்பிடும் போது கிட்டத்தட்ட மூன்று மணியாகி விடும். சமையல்காரம்மா சமையலறை மேஜை மேல் சாப்பாடு எடுத்து வைத்து விட்டு ஓய்வெடுக்க போய்விடுவார். சாப்பிட்டு விட்டு டாக்டரம்மாவின் அம்மாவின் துணிகளை துவைப்பது, துவைத்த துணிகளை மடித்து வைப்பது, அவர்கள் தூங்காமல் விழித்துக்கிடந்தால் ஏதாவது பேச்சுக் கொடுத்து அவர்கள் பேசுவதை கேட்டுக் கொண்டிருப்பது என்று பொழுது போய்விடும். அப்போதெல்லாம் தோட்டத்துப் பக்கம் கார் ஷெட்டில் ட்ரைவர் செந்தில் நிற்பதை காணலாம். அவன் ஜன்னல் வழியாக அவளைத்தான் பார்த்துக் கொண்டிருக்கிறான் என்று அவளுக்கு நன்றாகத் தெரியும். இப்போதெல்லாம் அவனைக் காண முடிவதில்லை.

பின்னர் தெருமுனைக்குச் சென்று டாக்டரம்மாவின் பெண்

நீரஜாவின் பள்ளி வேன் வரும் வரை காத்திருக்கும் போது பக்கத்துப் பள்ளி விட்டு பொம்மி நடந்து வந்து விடுவாள். நீரஜாவையும் பொம்மியையும் அழைத்துக் கொண்டு டாக்டரம்மா வீட்டில் வரும் பொழுது டாக்டரம்மா ஆஸ்பத்திரி போக தயாராகிக் கொண்டிருப்பார். நீரஜாவுக்குத் தரும் டிபன் காபிபோலவே பொம்மிக்கும் தரச் சொல்லி இருப்பதால் சமையல்காரம்மா அப்படியே செய்வாள். கனகா அவசர அவசரமாக குளித்து முடித்து மேலும் சில வேலைகள் முடித்து மறுபடியும் ஆஸ்பத்திரிக்குச் செல்லும் டாக்டரம்மாவை வழியனுப்பிவிட்டு பொம்மியையும் அழைத்துக் கொண்டு வீட்டுக்கு வந்து விடுவாள். வருகிற வழியில் ஆஸ்பத்திரி பக்கத்து டீக்கடையில் செந்தில் நிற்பதை அவள் கவனிப்பதுண்டு. தெருவிளக்கு எரியாத நாள்களில். அவள் வசிக்கும் வீடிருக்கும் சந்துக்குள் அவள் நுழைந்து வீட்டுக்குள் செல்லும் வரை அங்கிருந்தே பார்த்துக் கொண்டிருப்பான்.

அந்த குறுகலான இருட்டுச் சந்துக்குள் நாய்கள் அங்குமிங்குமாக அலைந்து கொண்டிருக்கும். இருபக்கவும் உள்ள வீடுகள் பலவற்றில் கதவுகள் சாத்தப்பட்டு ஆட்கள் தொலைகாட்சிப்பெட்டி முன்னால் அமர்ந்திருப்பார்கள் போல. சில வீடுகள் திறந்து மின்விளக்கு ஒளி கொஞ்சமாக சந்தில் விழுந்து கிடக்கும். அப்படி நடந்து செல்லும் போது சந்து தொடக்கத்தில் செந்தில் நிற்பது அவளுக்கு மகிழ்ச்சியை தந்திருக்கிறது என்பது நிஜம்தான். அது ஒரு வித பாதுகாப்பு உணர்வாகவே அவளுக்குத் தோன்றியது.

இப்படியே தொடர்ந்து போய் அடிக்கடி கார்ஷெட்டில் அவன் பக்கத்தில் உட்கார்ந்து பேசுவதில் கொண்டு விட்டிருக்கிறது. இப்போது கொஞ்சம் கொஞ்சமாக பேச்சு குறைந்திருக்கிறது. என்றாலும் இது எங்கு போய் முடியும் என்ற கேள்வி இரவும் பகலும் அவளை குடைந்து கொண்டுதானிருக்கிறது.

அப்படி நடந்து போகும் போது பொம்மி சிலநாள் ஏதாவது கேள்வி கேட்டுக் கொண்டே வருவாள். சென்ற வாரம் “ஃபார்ஹூம் த பெல் டோல்ஸ்-ன்னா என்னம்மா?” என்று கேட்டாள் டீச்சர் மாணவனிடம் கேட்கும் தோரணையில். கனகாவுக்கு அதற்கு பதில் தெரியாது. ஏதோ ஒரு புத்தகம் என்று மட்டும் தான் சொல்லத் தெரியும். அதை சொன்னாள். மறுபடியும் பொம்மி, “ஆளி விதைக்கு இங்கிலீஷ்ல என்னம்மா” என்று கேட்டாள். கனகா தெரியாது என்றாள். உடன் பொம்மி, “அம்மா ஒன்னுமே தெரியாம நீ எப்படித்தான்

என்னை வளக்கப்போறயோ” என்று சொல்லி அவளது கவலையை வெளிப்படுத்தினாள். ஒரு பக்கம் சிரிப்பாக இருந்தாலும் அதன் நிஜம் அவளை உலுக்கி எடுத்தது. இதெல்லாம் தெரிந்து கொள்ள வேண்டுமே என்று அவளும் கவலைப்பட்டாள்.

இப்போதும் பொம்மி கானாவாழைச்செடிகளின் பக்கத்தில் தான் நிற்கிறாள். பூப்பூவாய் பறந்து போகும் பட்டுப்பூச்சி அக்கா என்ற திரைப்படப் பாடலின் ஒரே வரியைத் திருப்பித் திருப்பி பாடிக்கொண்டு பட்டாம் பூச்சியை பிடிக்க முயன்றவள் சோர்ந்து போய் அந்த விளையாட்டை விட்டு விட்டு மண்ணில், மரத்தின் கீழ் எல்லாம் ஏதோ தேடுகிறாள். மறுபடியும் அவள் கானாவாழைப் செடியின் பக்கம் வந்த போது அவள் கையில் ஒரு சிறு குச்சி இருந்தது. கனகாவுக்கு புரிந்து விட்டது. இப்போது அவள் டீச்சராக மாறத்தயாராக இருக்கிறாள். தெருவை பார்த்துக் கொண்டு நிற்கிறாள். யாராவது வருகிறார்களோ என்னவோ.

தெருவோடு நடந்து போன மூன்று சிறு குழந்தைகள் பொம்மியை கண்டதும் அவளிடம் ஓடி வந்தன. அவள் ஆரஞ்சு மஞ்சள் வண்ணப்பூக்கள் பறித்து அவர்களிடம் தந்து விட்டு “வெளயாடலாமா?” என்று கேட்டாள். பூ கிடைத்த சந்தோஷத்தில் குழந்தைகள் கோரஸ்ஸாக சரி என்றார்கள்.

“ஸ்கூல் வெளயாட்டு வெளயாடலாமா?” என்று பொம்மி கேட்டபோது ஒன்றாம் வகுப்பில் படிக்கும் அந்தக் குழந்தைகளுக்கு அவ்வளவாக விருப்பமிருக்கவில்லை. ஆனால் பொம்மி முகத்தை சீரியஸாக வைத்துக் கொண்டு கண்களை உருட்டி விழித்தாள். அவள் பூக்களை திருப்பி வாங்கி விடுவாளோ என்று நினைத்து குழந்தைகள் சரி என்று சொல்லி திண்ணையில் உட்கார்ந்து கொண்டனர்.

காலைவெயில் பரவிக்கொண்டிருக்கிறது. இன்று ஆஸ்பத்திரி செல்ல வேண்டாம். மதியம் வீட்டுக்கு வந்தால் போதும் என்று டாக்டரம்மா சொல்லியுள்ள படியால் தான் கனகா மெத்தனமாக இருக்கிறாள். வேகவைத்த உருளைக்கிழங்கை தோலுரித்துக் கொண்டிருக்கும் வேலையிலும் மனது ஈடுபட மாட்டேன் என்கிறது. மனமும் எண்ணங்களும் குழம்பிப் போய் கிடக்கிறது. எது நிஜம் எது பொய் என்று புரிந்து கொள்ள முடியாமல் இருக்கிறது. ஒரு பக்கம், ஆஸ்பத்திரி சென்றால் நாலுபேரைப் பார்க்கலாம், பேசலாம், பொழுது போகும் என்று நினைத்தாள். மறுபக்கம் சும்மா இப்படியே இந்த

இரண்டே அறைகள் கொண்ட வீட்டில் சுவர் சாய்ந்து உட்கார்ந்து யோசித்துக் கொண்டிருக்கலாம் என்றும் அவளுக்கு தோன்றியது.

ஜன்னல் கீழ் திண்ணையில் பேச்சுக் குரல்கள் கேட்க அவள் ஒரு பெருமூச்சுடன் கவனிக்க ஆரம்பித்தாள். பொம்மி மூன்று குழந்தைகளுக்கும் பாடம் நடத்திக் கொண்டிருக்கிறாள். கேள்வி பதில் எல்லாமும் அவளே சொல்லிக்கொள்கிறாள் போல் தெரியுது.

கனகா சற்றே சுவாரசியத்துடன் எட்டிப் பார்த்தாள்.

"ஏன் லில்லி வீட்டுப்பாடம் எளுதிக்கிட்டு வரல்லே நீ?" உனக்கு எத்தன மட்டம் தான் சொல்லணும்..." என்றவள் சட்டென்று நிறுத்தி விட்டு வீட்டுக்குள் நுழைந்தாள். வாசல் பக்கம் வந்ததும்,

"யாரும் போயிரக்கூடாது. இன்னா வந்திட்டேன்" என்று சொல்லிக்கொண்டே உள்ளே வந்து சுவரருகே இருந்த அட்டைப் பெட்டியிலிருந்து ஒரு நோட்டை எடுத்து மூன்று தாள்கள் கிழித்தாள். பின்னர் மேஜை மீதிருந்த பிஸ்கட் டப்பாவில் கைபோட்டு கொஞ்சம் பிஸ்கட்டுகள் எடுத்துக் கொண்டு ஓடினாள். குழந்தைகள் எழுந்து போய்விடக் கூடும் என்று சந்தேகம் அவளுக்கிருந்திருக்க வேண்டும்.

மூன்று குழந்தைகளுக்கும் தாள்களும் பிஸ்கெட்களும் தந்துவிட்டு பாடம் துவங்கினாள் பொம்மி,

"உனக்கு எத்தன மட்டம் சொல்லணும் வீட்டுப் பாடம் எளுதிக்கிட்டு வரலேன்னா அடி வாங்குவேன்னு? ஏன்? எளுதலே? என்னது ஓங்க வீட்ல நேத்தக்கு ஒரே சண்டையப்போச்சா?, உங்கப்பன் குடிச்சுக்கிட்டு வந்து ரகளை பண்ணினாரா? சரி போட்டும். இன்னிக்கு வீட்டுக்குப் போன உடனே வேப்பம்பளம் பொறுக்கப்போவாம வீட்டுப்பாடம் எளுதிரு என்ன. ராத்திரில ஓங்கப்பன் வரவரைக்கும் பாத்துக்கிட்டிருக்காதெ என்ன. வெளங்கிச்சாட்டீ ஒனக்கு"

அடுத்தது யாரு ஸ்டீபனா? கணக்கு நோட்டெ எங்கே? மறந்து வச்சிட்டு வந்திட்டியா. இல்லையா? பின்னெ? ஏன்லே அளுகே? என்னது? கணக்கு நோட்டை அப்பா கிளிச்சு வீசி எறிஞ்சிட்டாரா. இதென்ன கூத்து? சரி போட்டு விடு. நான் என்கிட்டெ பளைய நோட்டு எதாம் இருக்கான்னு பாக்கேன். இருந்தா தாரேன் என்ன அளாதே".

பொம்மி சற்றுநேரம் பின்பக்கம் கையை கட்டிக் கொண்டு குறுக்கும் நெடுக்கும் நடந்தாள். பின்னர் மறுபடியும் கேள்வி கேட்கத்

துவங்கினாள். குழந்தைகள் பிஸ்கட் சாப்பிட்டு முடித்து விட்ட படியால் பூவை சின்னச் சின்ன துண்டுகளாக்கி பேப்பரில் வைத்துக் கொண்டிருந்தனர். கனகா கத்தி எடுத்து வந்து உருளைக்கிழங்கை நறுக்க ஆரம்பித்தாள்.

"ஏட்டீ ஜகதா நீயும் உங்க அம்மயும் நேத்து ராத்திரி மூச்சூடும் தெருவிலயா இருந்தியோ? அப்பா சாவியை தொலச்சிட்டு அம்மா வச்சிருந்த சாவியையும் தொலச்சிட்டாரா? அப்புறம் ராத்திரி பூராவும் வரவும் இல்லையா? வெள்ளென வந்து சாவி எங்கேன்னு கேட்டு உங்கம்மாட்டெ சத்தம் போட்டாரா? இதென்ன கூத்தாருக்கு?

அவள் கன்னத்தில் கையை வைத்துக்கொண்டு எல்லா குழந்தைகளையும் பார்த்து,

"யாருக்கு என்ன பாடம் நடத்த? இந்த மாதிரி சொல்லிக்கிட்டிருந்தா என்னத்த செய்ய? அடிக்க முடியுமா? அடிச்சாத்தான் என்ன பிரயோஜனம்? எல்லாம் படிச்சு கிளிச்ச மாரி தான்" என்றாள், அலுப்புடன்.

குழந்தைகள் ஒவ்வொருவராய் எழுந்து கொண்டனர். பொம்மி சொல்வது எதுவும் புரியாமல் நின்ற அவர்களிடம் அவள்,

"அதெல்லாம் அப்படித்தான் இருக்கும். ஆனா தைரியமா இருக்கணும் என்ன தைரியமா இருக்கணும் சரி. போங்க என்றாள். குழந்தைகள் சிரித்தவாறே தெருவில் ஓடின.

பின்னர் தூரத்தில் பார்த்துக் கொண்டு என்னவோ யோசனையில் நின்றாள். அவளும் தெருவில் அல்லது எதிர்பக்க எஸ்தர் வீட்டுத் திண்ணையின் கீழே கிடக்கும் நீளமான கல் மேல் உட்கார்ந்திருந்த அனுபவத்தையெல்லாம் நினைத்துக் கொள்கிறாளோ என்னவோ. கணக்கு நோட்டை நெருப்பில் போட்டு விடுவேன் என்று சத்தம் போட்ட அப்பாவிடமிருந்து நோட்டை பிடுங்கிக் கொண்டு ஓடி யார் வீட்டு திண்ணையிலோ உட்கார்ந்து கணக்கு செய்து படித்து அடுத்த நாள் கணக்கு பரீட்சைக்கு முதல் மார்க் வாங்கியதை நினைத்துப் பார்க்கிறாளோ அல்லது, அப்பா விட்டுவிட்டுப்போனபின் நிம்மதியாக படிக்க முடிகிறதே என்று நினைக்கிறாளோ. அவளது நினைவடுக்குகளில் என்னென்ன இருக்கிறதென்று தனக்கெப்படி தெரிந்துகொள்ள முடியும் என்று தனக்குள் சொல்லிக் கொண்டாள் கனகா.

முன்னொரு தரம் செல்வம் ஏதோ சொல்ல, கனகா திருப்பிச் சொல்ல ஒரே சண்டையாகப் போயிற்று. “நான் ஒன்னும் சும்மா உங்க வீட்டுக்கு வரல்லே. எங்கப்பா அம்மா வரதட்சணைன்னு அம்பதாயிரம் கொடுத்து அஞ்சு பவுனுக்கு உருப்படியும் போட்டுத்தான் விட்டா” என்றாள் கனகா, சண்டையினூடே. இதை பொம்மி கவனித்திருக்க வேண்டும்.

ஒரு நாள் பொம்மி கேட்டாள், “ஏம்மா நீ அம்பதாயிரம்ரூபா குடுத்துத்தான் அப்பாவை வாங்கினியா? வாங்கினது தான் வாங்கினே நல்ல அப்பாவா பார்த்து வாங்கியிருக்கக்கூடாதா”.

இப்படித்தான் சில நேரம் அவள் கேட்டு விடுகிறாள். கனகா பதில் சொல்லத்தெரியாமல் நிற்கும் போது பொம்மி விழுந்து விழுந்து சிரிப்பாள்.

கையிலொரு குச்சியை பிடித்துக் கொண்டு யோசித்துக் கொண்டிருக்கும் பொம்மியை கூர்ந்து பார்த்தாள் கனகா. மிகவும் ஒல்லியாக இருக்கிறாள். கண்கள் ஓரிடத்தில் நில்லாது அலைந்து கொண்டே இருக்கிறது. புத்தி கூர்மை பார்வையில் தெரிகிறது. நன்றாகப் படிக்கிறாள். பேசிக்கொண்டிருக்கும் போது சிலநாள் நிதானமாகவும் ஆனால் பட்டென்று அடிக்கிற மாதிரியும் ஏதாவது சொல்லி விடுவாள். டாக்டரம்மாவின் பெண்ணுடன் சாயங்காலங்களில் படித்துக் கொண்டோ பேசிக் கொண்டோ இருப்பதனால் சில ஆங்கில வார்த்தைகள் ஃபார் ஹூம்தபெல்டோல்ஸ் போன்ற புத்தகப்பெயர்கள் எல்லாம் தெரிகிறது போல என்றெண்ணிக் கொண்டே கனகா எழுந்து உருளைக்கிழங்கு கிண்ணத்தை எடுத்துக்கொண்டு அடுப்படிக்குச் சென்றாள்.

அவளுக்கு தலையை வலித்தது. தலைவலித்தைலா் எடுத்து நெற்றிமேல் தடவினாள். இது தீவிரமாக யோசிப்பதாலும் மன அழுத்ததினாலும் வரும் தலைவலி. இது செந்திலால் ஏற்பட்டிருக்கும் தலைவலி. மனம் அலைபாய்ந்ததால் ஏற்பட்ட தலைவலி, உருளைக் கிழங்கு துண்டுகளில் உப்பு, மஞ்சள் தூள், மிளகாய் தூள் போன்றவற்றை போட்டு பிசிறி மூடி வைத்து விட்டு அடுப்படியை விட்டு வெளியே முன்னறைக்கு வந்து பொம்மி எங்கே என்று தேடினாள்.

இப்போது பொம்மி முன்னறையில் ஒரு மூலையில் அவளுக்கு

சொந்தமான பல பொருட்கள் போட்டு வைக்கும் அட்டைப் பெட்டி பக்கத்தில் அமர்ந்து பழைய ஒரு நோட்டில் என்னவோ எழுதிக் கொண்டிருக்கிறாள். மனதைக் குழப்பும் சிந்தனைகளை ஓரமாக ஒதுக்கி விட்டு அவளிடம் ஏதாவது பேசலாம் என்று நினைத்தாள். ஆனால் அவள் பேசும் மூடில் இல்லை போல் தெரிகிறது. அட்டைப் பெட்டிக்குள் என்னவோ தேடுகிறாள்.

"என்ன தேடுகே நீ" என்று கேட்ட கனகாவை கோபமாகப் பார்த்து "நான் வச்சிருந்த மூணு பேப்பர் கப் எங்கே. பெரிசு பெரிசா மூணு பேப்பர் கப்?" என்று கேட்டாள் பொம்மி.

"நீ தானேட்டி வச்சிருந்தே? நான் எடுக்கலே ஒன் பேப்பர் கப்பெ" என்ற படியே அட்டைப்பெட்டிக்குள் கைவிட்டு தேடினாள் கனகா.

"இல்லெ நீ தான் எடுத்திருப்பே. எடுத்து குப்பயிலெ போட்டுட்டியா?" என்று மறுபடியும் பொம்மி கோபமாகக் கேட்க கனகா தொலைக்காட்சிப் பெட்டிவைத்திருந்த ஸ்டான்டின் கீழ் தட்டிலிருந்து மூன்று பேப்பர் கப்களை எடுத்து கொடுத்தாள்.

முகம் முழுவதும் சிரிப்பாக பொம்மி அதை வாங்கிக் கொண்டாள். "கோவத்துக்கொன்னும் குறைச்சலில்லே. அது அப்பனெப்போல" என்ற கனகாவை அடிக்க கையை ஓங்கியவாறு "அப்பனெப்பத்தி என்னத்துக்கிப்ப சொல்லுகே" என்று கத்தினாள் பொம்மி.

கனகா ஒதுங்கிக் கொண்டாள். இப்போது அவளாக பேசினால் பேசலாம். இல்லாவிட்டால் மனதை குடையும் சிந்தனைகளிலேயே அமிழ்ந்து கிடக்கலாம் என்றெண்ணி கனகா பேசாமல் பொம்மியை பார்த்துக் கொண்டிருந்தாள்.

பொம்மி என்னவோ மும்முரமாக எழுதிக் கொண்டிருந்தாள். பழைய பத்திரிகையை சுருட்டி கடலை பொட்டலம் போல செய்தது ஒன்றும் பக்கத்தில் வைத்திருந்தாள்.

கனகா சும்மா சுவர் கடிகாரத்தை பார்த்தாள். இந்த நேரம் செந்தில் கார்ஷெட்டுக்கு வரும் நேரம். சில நாள் கார்ஷெட்டை தாண்டி தெருவுக்குச் சென்று ஆரஞ்சு போன்ற பழங்கள் வாங்கப்போவான். அவனுடைய அக்கா அடிக்கடி மூச்சுத்திணறல், உயர் ரத்த அழுத்தம், மூட்டிவலி என்று ஆஸ்பத்திரியில் உள்நோயாளியாக இருப்பாள். சில மாதங்களுக்கு முன் அப்படி இருந்தபோதுதான் செந்திலிடம் அதிகமாக பழக நேர்ந்தது. தன்னுடைய காரோட்டியின் சகோதரி ஆயிற்றே என்று

நினைத்து டாக்டரம்மா தனிக்கவனம் எடுத்து பார்த்துக் கொண்டதோடு கனகாவிடம் அந்த அக்காவை கவனித்துக் கொள்ளும் பொறுப்பையும் கொடுத்திருந்தார். ஆஸ்பத்திரியிலும் வீட்டிலும் செந்திலை பார்ப் பதும் பேசுவதும் வழக்கமானது தான் என்றாலும் அக்காவை பார்த்துக் கொள்ள துவங்கிய பின் இன்னும் நெருக்கம் கூடிற்று என்பது தான் நிஜம். அதுதான் இப்போது மனதைக் குழப்புகிறது. கனகா தலையை அசைத்து சிந்தனைகளை ஓரமாக வைத்தாள்.

வலியச்சென்று பொம்மி எழுதுவதை எட்டிப்பார்த்தாள். அதை உணர்ந்தும் காட்டிக் கொள்ளாமல் அவள் அடித்து திருத்தி, யோசித்து எழுதுவதை அறிய வேண்டும் என்று கனகாவுக்குத் தோன்றியது.

“என்னட்டீ எளுதுகே” கேட்டாள் கனகா.

“அது வந்தும்மா. நாங்க க்ளாஸில ஒரு க்ரூப் ஃபாம் பண்ணி யிருக்கோம். ஓடிப்போன அப்பாக்களின் பிள்ளேங்க, ஓடிப்போக இருக்கும் அப்பாக்களின் பிள்ளேங்க, ஓடிப்போகாத அப்பாக்களின் பிள்ளேங்கன்னு மூணு க்ரூப் இருக்கு. இப்ப நாங்க ஆறு பேர் இருக்கோம், ஓடிப்போன அப்பாக்களின் பிள்ளேங்கன்னு. நேத்து வரைக்கும் அஞ்சு பேர் இருந்தோம். இன்னிக்கு ஜென்னியையும் சேர்த்தாச்சு. ஸ்டீபன், ஜெகதா எல்லாம் ஓடிப்போக இருக்கும் அப்பாக்களின் பிள்ளேங்க. அதும் ஒரு ரண்டு மூணு வரும் போல தெரியுது. அது போகப்போகத்தான் தெரியும். மீதியெல்லாம் பிரச்சினையில்லாத க்ரூப். அப்பா செத்துப்போன பிள்ளேங்க, அம்மா, அப்பா இல்லாத பிள்ளேங்க வேற க்ரூப்.

“க்ரூப் ஃபாம் பண்ணி என்ன செய்வீங்க?”

“செய்யுகதென்ன. ஒன்னா ஒக்காருவோம். ஒத்தருக்கொத்தரு என்ன ஏதுன்னு கேட்டுக்குவோம். பேனா பென்சில் ரப்பர் எல்லாம் கொடுத்து வாங்கிக்குவோம். ஓடிப்போக இருக்கும் அப்பாக்களின் குழந்தைகள் க்ரூப்போடவும் பேசிக்குவோம். அவங்களுக்கு என்னைக்கு பிரச்சினை வரப்போவுதுன்னு தெரியாதுல்லா. அதுகளுக்கும் பேனா பென்சில் ரப்பர் எல்லாம் கொடுப்போம். வாங்கிப்போம். அப்பா செத்துப் போன பிள்ளேள்ட்டயும் அம்மா அப்பா இல்லாத பிள்ளேள்ட்டயும் பேசுவோம். எப்பவும் சிரிச்சுக்கிட்டு அதாவது சந்தோஷத்தோட நடக்கற பிள்ளைகள் அப்பா அம்மா அது வாங்கி குடுத்தாங்க இது வாங்கிக் குடுத்தாங்கன்னு பெரும பேச வந்தா கிள்ளி அடிச்சு பிடுங்கி

அள வைப்போம். சும்மாவாச்சும் பிடிச்சு தள்ளி அள வைச்சு தூரத்துல நின்னு பாத்துக்கிட்டிருப்போம். டீச்சர் வந்தா அந்த பிள்ளேங்க அளுகறதெ விட சத்தமா நாங்க அளுவோம்" என்றாள்.

பொம்மி பேசுவதைக் கேட்டு சிரிப்பதா அழுவதா என்று கனகாவுக்கு தெரியவில்லை. அவள் சமையலறைக்குச் சென்று அடுப்படி வேலைகள் எல்லாம் முடித்தாள். மறுபடியும் கொஞ்சம் தலைவலித்தைலம் எடுத்து நெற்றியில் தேய்த்துவிட்டு சமையலறைக் கதவில் சாய்ந்து உட்கார்ந்து கொண்டு வெளியே பார்த்தாள்.

தெருவில் பிள்ளையார்கோவில் பக்கம் மஞ்சள் பெயின்டடித்த வீட்டில் குடியிருக்கும் ராமண்ணன் கையில் காய்கறிகள் நிறைந்த ஒரு பையை தூக்கிக்கொண்டு போகிறார். ராமண்ணாவுக்கு மனைவியான மீராக்கா மேல் மிகுந்த கரிசனம் உண்டு. கடைக்குப் போவது, மின் கட்டணம் செலுத்துவது போன்ற எல்லாவேலைகளையும் அந்த அண்ணனே பார்த்துக்கொள்வார். மீராக்கா சமையல் பண்ணி குழந்தையை கவனித்துக் கொண்டு வீட்டிலிருப்பாள். ஒரு தனியார் நிறுவனத்தில் வேலை பார்க்கும் ராமண்ணன் காலையில் ஏழு மணிக்கு வேலைக்குப் போய் இரவு ஏழுமணிக்குத்தான் வருவார். மீராக்காவுக்கு படிக்க வாரப்பத்திரிகைகள் வாங்கி வருவார். நூலகத்திலிருந்து புத்தங்கள் எடுத்துத் தருவார்.

மீராக்காவுக்கு கால் சற்று ஊனம். காலை இழுத்து இழுத்து நடப்பாள். அது மட்டுமல்லாமல் அடிக்கடி ஜுரம் வந்து கால் வீங்கி நடக்கவே முடியாமல் போய்விடும். அப்போதெல்லாம் ராமண்ணன் விடுப்பு போட்டு பக்கத்திலிருந்து கவனித்துக் கொள்வார். முகம் சுளிக்காமல் புன் சிரிப்போடு எல்லா வேலையும் செய்வார். தூங்காமல் அழும் குழந்தையை தோளில் போட்டுக்கொண்டு இரவெல்லாம் வீட்டு வாசலில் அங்குமிங்குமாக நடப்பார்.

ஒரு பெருமூச்சுடன் கனகா பொம்மி என்ன செய்கிறாள் என்று பார்த்தாள்.

இப்போது பொம்மி ஒரு பழைய துணிப்பொம்மைக்கு தலைவாரி விட்டுக் கொண்டிருக்கிறாள். அது கிட்டத்தட்ட இரண்டு அடி உயரம் உள்ள துணிப்பொம்மை டாக்டரம்மாவின் பெண் நீரஜா சிறு வயதில் விளையாடி இனி வேண்டாமென்று தூக்கிப் போட்டது.சில மாதங்களுக்கு முன் வீடு சுத்தம் செய்த போது டாக்டரம்மாவிடம்

கேட்டு பொம்மி எடுத்து வந்திருக்கிறாள். அவள் அடிக்கடி அதனிடம் பேசிக் கொண்டிருப்பாள்.

இப்போது அவள் தூங்கவைக்கிறாள் போல் தெரிகிறது.

டான்ஸ் பாப்பா டான்ஸ் பாப்பா
கோவம் கொள்ளாதே

அப்பா இப்போ வந்திரமாட்டார்
சண்டெ போடாதெ.

என சன்னமாக பாடுகிறாள். கனகா அவளிடம் சொன்னதை அவள் பொம்மைக்குச் சொல்கிறாள் போலும்.

"உன்னோட அப்பா வருகதுக்கான சாத்தியம் குறவுதான்" என்ற கனகாவிடம் சத்தமாக பொம்மி "வரமாட்டார்னே சொல்லீரேன். வராண்டாம் போட்டும்" என்று கடுப்படித்தாள் ஒரு நாள்.

கனகாவுக்கும் ஒன்றும் நிச்சயமாகத் தெரியவில்லை. வரக்கூடும். வராமலும் இருக்கக்கூடும். செல்வம் உதறிவிட்டுப் போய் இரண்டு வருடங்களுக்கு மேலாகின்றன.

எப்படி அவரால் போகமுடிந்தது என்று யோசித்தால் இப்போதும் கனகாவுக்கு புரியாத புதிராகத்தான் இருக்கிறது. பொம்மி பிறந்தபின் எட்டு ஒன்பது வருடங்களாக ஓரளவு நன்றாகத்தானிருந்தான். அவ்வப்போது குடித்துவிட்டு வந்து ரகளை பண்ணினாலும் வீட்டுச் செலவுக்கு பணம் தந்து கொண்டிருந்தான். பின்னர் வெளியூருக்கு கட்டட வேலைக்கென்று சென்ற பின்னர்தான் சுபாவம் மாறி விட்டது. வார சனிக்கிழமைகளில் மட்டும் வந்தான். சனி, ஞாயிறு சண்டை நாட்களாயிற்று. நிம்மதியற்ற வாழ்க்கையில் என்றும் சண்டை, சச்சரவு, கோபம், அழுகை என்றே ஆனது. "வீட்டு வாடகை, படிப்புச் செலவு, அரிசி, பருப்பு, உப்பு புளின்னு ஒரேயடியா தொந்தரவு பண்ணினேன்னா நான் இங்க வரவே மாட்டேன் பாத்துக்கோ" என்றான் ஒரு நாள். அதேபோல் வருவதையும் குறைத்துக் கொண்டான்.

வேலை பார்க்குமிடத்தில் காலில் பெரிய கல் விழுந்து விட்டது என்றும் சில நாட்கள் ஆஸ்பத்திரியில் இருக்க வேண்டியதாயிற்று என்றும் கூடவே வேலை செய்பவர்கள் பார்த்துக் கொண்டார்கள் என்றும் கனகா அங்கே வரத் தேவையில்லை என்றும் அலைபேசியில் சொல்லி விட்டான். பின்னர் ஒரு நாள் வந்தபோது "ஜெயா

தான் என்னை நல்லா பாத்துக்கிட்டா. நேரா நேரத்துக்கு மருந்து, சாப்பாடுன்னு எல்லாம் கொண்டு வந்து குடுத்தா. இப்ப அவ வீட்ல தான் ஒரு ரூம்ல நான் இருக்கேன்” என்றான்.

ஜெயா கட்டட வேலை பார்க்கும் பெண் என்றும் அவளுக்கு சொந்தமாக வீடும் வீட்டை சுற்றி தென்னை, மா, பலா போன்று சில மரங்கள் உண்டென்றும் அவன் சொன்னபோது கனகா சற்றே வித்தியாசமாக உணர்ந்தாள். அவன் சந்தோஷமாகவும் ஆனால் அதே நேரம் சற்று குழப்பத்துடனும் இருப்பதாக அவளுக்கு பட்டது. அவளுக்கு அம்மா மட்டும் தான் உண்டு என்றும் அவளுக்கு இன்னும் கல்யாணம் ஆகவில்லை என்றும் சந்தோஷமாகச் சொன்னார். பாவம் என்று பரிதாபப்படவும் செய்தான்.

தேவையில்லாமல் கனகாவின், சமையலை குறை சொன்னான். அவளது உடலின் கறுப்பு நிறத்தை பெரிய குறையாகச் சொன்னான். ஜெயா நல்ல சிவப்பு என்று பெருமையாகச் சொன்னான். பொம்மியின், நோட்டு வாங்க வேண்டும். சீருடை பழசாயிற்று போன்ற, தேவைகளை, குறைகளையெல்லாம் ஒன்றும் பேசாமல் புறக்கணித்தான். அதிகமாக கோபப்படவும் அடிக்கவும் கூட முற்பட்டான்.

பணமும் தராமல் வரவும் செய்யாமல் இருந்த சில மாதங்களுக்குப் பின் ஒரு நாள் அவன் வந்த போது வாசற்படிக்கட்டுக்களில் உட்கார்ந்து வெளியே பெய்யும் தூறல் மழையை பார்த்துக் கொண்டே கனகா செல்வத்திடம் கேட்டாள்.

“ஜெயாவை ஒங்களுக்கு ரொம்ப பிடிச்சிருக்கா?”

“ஆமா”

“இங்க இஷ்டமில்லாமத்தான் வாரேளா?”

“ஆமா”

“இங்க இருக்கப்பவும் செல்லில நாள் முச்சூடும் அவ கிட்டெத்தான் பேசிக்கிட்டிருக்கேளா?”

“ஆமா”

“என்னெயும் பிள்ளெயயும் விட்டிட்டு நீங்க அவ கிட்டெ போயிருவேளா?” அவள் குரலில் கலந்திருந்த அழுகையையும் ஆதங்கத்தையும் அவன் பொருட்படுத்தவேயில்லை.

“அவ நாலு ஆள் வேலை செய்வா. கூலி வாங்குவா அவளுக்கு வீடிருக்கு” என்றான்.

இதொன்றுமில்லாத தன்னை அற்பமாக பார்கிறானோ என்றெண்ணி அவள் அவசர அவசரமாக,

“பக்கத்து ஆஸ்பத்திரில டாக்டரம்மா கூப்பிட்டாங்க. அங்கெயும் அவங்க வீட்லயும் வேலை பாக்கணுமாம். அவங்க வீட்லேன்னா அவங்கம்மாவெ பாத்துக்கணுமாம்” என்றாள்.

“நீ வேலக்கொண்ணும் போவாண்டாம்”

“பின்னெ செலவுக்குப்பணம்? நான் என்ன செய்வேன்?”

“உன் இஷ்டம் போல செய். நானும் என் இஷ்டம் போல செய்யுகேன்” என்று கோபமாக சொல்லியபடி அந்த தூறல் மழையில் நனைந்து கொண்டே தெருவில் இறங்கி நடந்து போனான். அவன் திரும்பிப் பார்க்காமல் போவதை பொம்மியும் பார்த்துக்கொண்டு தானிருந்தாள். அவள் கனகாவிடம் ஆறுதல் சொல்வதுபோல் கையைப் பிடித்துக் கொண்டாள். அவன் வெகுதூரத்துக்குப் போய் விட்டான் என்று அவளுக்கு புரிந்து போய் விட்டது. அவள் ஆஸ்பத்திரி வேலையை ஒத்துக்கொண்டாள்.

அங்கேதான் டாக்டரம்மாவின் காரோட்டி செந்தில் பழக்க மானான். ஆஸ்பத்திரியில் அவனது அக்காவை அனுமதித்திருந்தபோது கனகா அக்கறையுடன் பார்த்துக் கொண்டாள். பேசவும் பழகவும் நிறைய சந்தர்ப்பங்கள் கிடைக்கவும் செய்தன. செல்வம் ஜெயா கூடத்தான் இருக்கிறான் என்று அவன் கூட வேலை செய்யும் ஒருவன் சொன்னான் என்று செந்தில்தான் அவளுக்குத் தெரிவித்தான். கார் ஷெட்டில் வைத்து இதை சொன்னபோது காரில் சாய்ந்து நின்று அவள் அழுதாள். அவன் அவளது கையை பிடித்தபோது மெதுவாக அவன் தோளில் சாய்ந்து கொள்ளலாம் என்று அவளுக்கு ஆசை தோன்றியது. ஒரு கணம்தான். சுதாரித்துக்கொண்டு அங்கிருந்து அகன்று விட்டாள்.

இரண்டு மாதங்களுக்குப்பின் ஒரு நாள் இரவில் நன்றாக குடித்துவிட்டு செல்வம் வாசல் கதவை தட்டினான்.

“நான் ஒன்னெ விட்டுட்டு ஜெயா கிட்ட்ப் போறேன்னு சொன்னப்ப நீ கத்திக்கூப்பாடு போடுவேன்னு நெனச்சேன். ஆனா நீ அப்படி செய்யாததுக்கு காரணம் எனக்கு தெரிஞ்சு போச்சு. நீ வேற ஆளை பாத்துக்கிட்டெ அப்படித்தானே?”

அவள் கத்திக் கூப்பாடு போட்டாள். அதற்காகவே காத்திருந்தது போல் அடுத்த நாள் காலையில் கிளம்பி போய்விட்டான். இன்று வரை வரவே இல்லை. எந்த தகவலும் இல்லை. வருடங்கள் இரண்டு ஓடிப் போயின.

இடையே ஒரு தரம் அவனை வெளியூருக்கு கட்டட வேலைக்கு அழைத்துச் சென்ற குப்புசாமி மாமாவை கண்டுபிடித்து கேட்டபோது அவன் ஜெயாவுடன் குடித்தனம் பண்ணுகிறான் என்றும் கனகாவைப் பற்றி குற்றம் கூறினான் என்றும் சொல்லி விட்டு நிற்காமல் அவர் போய் விட்டார்.

அன்று லாப் பக்கம் நின்று அழுது கொண்டிருந்தபோது செந்தில் வந்து என்ன என்று கேட்டான். அவள் சொன்ன பின்பு,

“அந்த பொய் குற்றத்தை நிஜமாக்கிட்டா என்ன?” என்று மெல்லிய குரலில் கேட்டான்.

அவள் பதிலொன்றும் பேசவில்லை. அவளுக்கு பதில் சொல்லத் தெரியவில்லை. பயமாக இருந்தது.

“கவலப்படாதெ. நான் ஒன்னெ பாத்துக்கறேன்” என்று சொல்லி அவளது கையை பிடித்துக் கொண்டான். அவள் கையை விடுவித்துக் கொண்டு,

“செல்வத்துக்கிட்ட நான் எவ்வளவு அன்பா இருந்தேன் தெரியுமா. ரொம்ப அன்பா இருந்தேன். இப்படி என்னை ஒதுக்கி வச்சிட்டுப் போயிட்டாரே” என்றாள்.

“இனிமே என் கிட்ட அன்பா இரு” என்று சொன்ன அவனை குழப்பத்துடன் பார்த்து விட்டு அகன்று விட்டாள். இதெல்லாம் முன்பு.

ஒருநாள் டாக்டரம்மாவின் பெண் நீரஜாவுக்கு மதியச் சாப்பாடு கொடுத்து விட்டு திரும்பும் போது தெரு முனையில் நின்று பால்காரன் சரவணன், “இனிமே செல்வம் வரப்போறதில்லேன்னு முடிவாயிடுச்சா” என்று பழக்கடை கோலப்பனிடம் கேட்க அவன் லுங்கியை மடித்துக் கட்டிக் கொண்டு பீடியை பற்களுக்கிடையில் கடித்துப் பிடித்துக் கொண்டு, இங்க செந்தில் மட்டுமில்ல நாங்கல்லாம் கூட இருக்கோம்கது ஞாபகமிருக்கட்டும்னு சொல்லி வை” என்றான்.

கனகா வேகவேகமாக நடந்து அவர்களை கடந்து போனபோது அவர்கள் சிரிப்பது அவளுக்கு கேட்டது. அவளுக்கு செல்வம் மேல்

கோபமாக வந்தது. என்னை யார் பார்த்துக் கொள்வார்கள் என்று இப்படி விட்டுப் போனார், என்று நினைத்து கவலைப்பட்டுக் கொண்டே ஆஸ்பத்திரிக்குள் நுழைந்தாள். அங்கே அவளை கண்டதும் ஸிஸ்டர் செலீனா அழைத்து "கனகா என் பாத்ரூமில் உள்ள கண்ணாடியை கொஞ்சம் சுத்தம் பண்ணிடேன்" என்று வேண்டுகோள் விடுக்கிற மாதிரி கேட்டுக் கொண்டாள். கனகா சரியென்று தலையசைத்து பாத்ரூமின் உள்ளே நுழைந்தாள்.

கண்ணாடியை சுத்தம் செய்யும் போது அவள் அதில் தன்னைப் பார்த்தாள்.

கறுப்பு நிறம், நீளமான கண்கள், திருத்தப்பட்டது போன்ற வளைந்த அடர்த்தியான புருவம். அழகான நீண்ட மூக்கு. சின்ன உதடுகள். உப்பலான கன்னங்கள் காதோரம் முன்பக்கம் சிறு சிறு முடியிழைகள். கட்டான உடல். இந்த உடல் எத்தனை பேர் கண்களுக்கு உறுத்தலாக இருக்கிறது. அவளுக்கு கவலையாகவும் பயமாகவும் இருக்க அழுகை வந்தது. கண்களிலிருந்து நீர் பெருக்கெடுத்து வழிந்து மார்பில் விழுந்தது. அவள் சற்று நேரம் அப்படியே கண்ணாடியில் பார்த்து நின்றாள். அவளது பின்பக்கம் கழுத்தருகே செந்திலின் முகம் தெரிவது போல் தோன்ற அவள் வேலை முடித்து முகம் கழுவி விட்டு வெளியே வந்தாள்.

முன் வராந்தா வழியாக அப்போது செந்திலும் தேன்மொழியும் நடந்து சென்றார்கள். செந்தில் இந்தப் பக்கம் திரும்பவேயில்லை. சென்ற வாரம் செந்திலின் அக்காவை பி பிளாக்கில் அனுமதித்துள்ளார்கள். அங்கேதான் தேன்மொழிக்கு ட்யூட்டி. இரண்டு மூன்று மாதங்களுக்கு முன்னாலிருந்தே செந்திலும் தேன்மொழியும் ஒன்றாக நடப்பதையும் பேசுவதையும் கண்டு கொண்டு தானிருக்கிறாள் கனகா.

இப்போதெல்லாம் கார்ஷெட் பக்கம் அவன் காத்துக் கொண்டிருப்பதுமில்லை என்பதையும் அவள் கவனித்துள்ளாள். பி. பிளாக் பக்கமே தான் அவனது நடமாட்டம் அதிகமாக இருக்கிறது. கேன்டீனில் பாத்திரங்கள் கழுவ நிற்கும் சின்னம்மக்கா "அவன் அக்காவுக்கு தனி கவனிப்பு வேணும். அது யாரு செய்வாகளோ அவ கூட அவன் சுத்துவான்" என்றாள், பாத்திரங்களை எடுத்து வைக்கும் ரஞ்சிதத்திடம். அதற்கு பதிலாக ரஞ்சிதம் "இதே மாதிரியா? அவ இன்னும் கல்யாணமாகாதவ. நர்சா வேலை பாக்கா. சம்பளமும்

கூட உண்டு. ஒரு ஓட்டு வீடு கூட அவளுக்கு சொந்தமா உண்டாம்" என்றாள். கேன்டீனின் பின் பக்கச்சுவர் பக்கம் பூப்பறிக்க சென்ற போது காதில் விழுந்த வார்த்தைகள் கனகாவை உலுக்கி எடுத்தன. ஒரு நாள் கார்ஷெட்டில் லேசாக அவன் தோள் மேல் சாய வேண்டும் என்று ஆசை வந்ததை நினைக்க அவளுக்கு தன்மேலேயே எரிச்சல் வந்தது.

ஒரு பக்கம் தன்னைக்குறித்தான மதிப்பு குறைந்து போனது. மறுபக்கம் நல்ல வேளை என்று ஆசுவாசமும் கொண்டாள்.

"பொறுமையாயிரு மக்கா. செல்வம் வந்திருவான். இங்க வராம எங்கெப்போக?" என்று ஆறுதல் சொன்னாள் ஊரிலிருந்து வந்த அம்மா. "என் கூட வாயேன் அங்கெ கொஞ்ச நாள் இரி" என்று அழைக்கவும் செய்தாள். அம்மாவும் அண்ணனும் அண்ணியும் குழந்தைகளும் இருக்குமிடத்தில் சரியாகாது. மேலும் இப்போது வேலையும் உள்ளதே என்றெண்ணி மறுத்து விட்டாள் கனகா.

சில நாட்களில் தனியாக இருக்கும் பொழுதுகளில் ஒரு தட்டில் உணவை பரிமாறி வைத்துக் கொண்டு செல்வம் தட்டின் முன் உட்கார்ந்திருக்கிறான் என்று கற்பனை பண்ணிக்கொள்வாள். பின்னர் கண்ணீர் வழிய அவளே அதை சாப்பிட்டு கொள்வாள். அம்மா வீட்டில் போனால் இதெல்லாம் நடக்காது அண்ணி திட்டுவாள். இங்கேயே பொம்மி பார்த்தால் "உனக்கென்ன பைத்தியமா" என்பாள்.

"அவ சரியான ராங்கிக்காரி. அதான் அவன் போயிட்டான். இனிமே வரப்போ வரட்டும்" என்று பழியை அவள் மேல் சுமத்தினார்கள், செல்வத்தை சேர்ந்த உறவு ஜனங்கள்.

செந்திலுடன் பேசுவதிலும் அவன் பாதுகாப்பான் என்ற உணர்விலும் எல்லா பேச்சுக்களையும் மறந்து தான் விட்டாள், கனகா. ஆனால் பொம்மி எப்போதும் மிஸ்டர் செந்தில் என்றே கூறினது சற்றே உறுத்தலாக இருந்தது அவளுக்கு,

"மிஸ்டர் செந்திலை கடத்தெருவில பாத்தேம்மா என்றோ, மிஸ்டர் செந்திலும் ஸிஸ்டர் தேன்மொழியும் தெரு முனையில் டீக்கட பக்கத்து பூக்காரம்மா கிட்ட பூவாங்கிட்டு நின்னாங்கம்மா என்றோ அவள் சொல்லும்போது,

"அங்கிள்னு சொல்லேன்டீ. ஏன் மிஸ்டர் செந்தில்னு சொல்றே?" என்று கனகா கேட்டாள்.

"எனக்கு பிடிக்கலே" என்று சொல்லி அன்று பேச்சுக்கு முற்றுப்புள்ளி வைத்து விட்டாள்.

கனகாவுக்கு தூக்கம் வரும் போலிருந்தது. இப்போது தூங்கினால் சரியாகாது என்று நினைத்துக்கொண்டு தெருவைப் பார்த்தாள். மங்கிக்கிடந்த வெயிலில் எதிர்வீட்டு எஸ்தர் தலைக்கு குளித்து விட்டு திண்ணைக்கு கீழே கிடந்த நீளமான கல்மேல் உட்கார்ந்து தலைமுடி சிக்கெடுத்துக் கொண்டிருக்கிறாள். அவள் முகத்தில் நிம்மதியா வேதனையா வருத்தமா என்று கண்டு பிடிக்க முடியாதபடி ஒரு பாவனை இருந்தது. இதற்கிடையே வெளியே போன பொம்மி கடலைப்பொட்டலம் போல் சுருட்டப்பட்ட ஒரு பழைய பத்திரிகை தாளில் கொஞ்சம் இலைகளுடன் உள்ளே வந்தாள். ஜெனியும் கூடவே வந்தாள்.

அவர்கள் இருவருமாக அறையின் இருட்டு மூலையில் வைக்கப்பட்டிருந்த அட்டைப்பெட்டியின் பக்கத்தில் உட்கார்ந்தனர். கையில் வைத்திருந்த கடலைப்பொட்டலக்கூட்டை கவிழ்த்து இலைகளை கீழே கொட்டினாள் பொம்மி. ஜெனிஃபர் பக்கத்தில் சும்மா உட்கார்ந்திருந்தாள். கனகா இருவரது செயல்களையும் கவனித்துக் கொண்டிருந்தாள்.

பொம்மி அட்டைப்பெட்டிக்குள் கைவிட்டு மூன்று பேப்பர் கப்களையும் வெளியே எடுத்தாள். கீழே கொட்டப்பட்டிருந்த இலைகள்ல் ஊதா நிறத்தில் உள்ள கெட்டியான இலைகளை ஒன்று இரண்டு என்று ஆறு வரை சத்தமாக எண்ணி ஒரு பேப்பர் கப்புக்குள் போட்டாள். இளம் பச்சை நிறத்தில் உள்ள கற்பூரவல்லி இலைகளை ஒன்று இரண்டு என எண்ணி இரண்டு இலைகளை எடுத்து இரண்டாவது கப்பில் போட்டாள். மஞ்சள் நிறத்தில் ஆங்காங்கே பச்சை நிறம் உள்ள க்ரோட்டன்ஸ் இலைகள் கைநிறைய எடுத்து எண்ணாமல் மூன்றாவது கப்பில் போட்டாள்.

பின்னர் மூன்று கப்களையும் அட்டைப் பெட்டியின் உள்ளே வைத்து விட்டு முட்டி போட்டு நின்று பார்த்தாள். ஜெனியும் அதே போல் செய்தாள். கனகா கூர்ந்து கவனித்தாள். வெளியே இப்போது வெயில் இல்லை. அட்டைப்பெட்டி வைத்திருந்த மூலை இருட்டில் இருந்தது. ஜெனி கேட்டாள், "ஒரே இருட்டா இருக்கே உள்ளே, எப்படி பாக்க முடியும்?"

“நான் சொல்லுகேன் கேட்டுக்கோ. முதல்ல அந்த மஞ்சள் கிரோட்டன்ஸ் எலைகள் போட்ட கப்பெ பாரு. எல தெரியுதா?”

“ஆங் தெரியுது.”

“சரி ரண்டாவது கப்ல கற்பூரவல்லி எல தெரியுதா?”

“சரியாதெரியல ஆனா தெரியுது”

“மூணாவது கப்பில ஊதா நெற எல தெரியுதா?”

“தெரியல. ஏதோ கெடக்க மாதிரி தான் தெரியுது”

“இதெல்லாம் தான் ஓடிப் போவாத அப்பாக்களுக்க பிள்ளேளுக்கும் ஓடிப்போவ இருக்கும் அப்பாக்களுக்க பிள்ளேளுக்கும் ஓடிப்போன அப்பாக்களுக்க பிள்ளேளுக்கும் உள்ள வித்தியாசம்” என்றாள் பொம்மி.

பதினோரு வயது பொம்மி சொன்னதை எட்டு வயது ஜெனிஃபருக்கு புரிந்து கொள்ள முடியவில்லை. அவள் பெரிய கண்களால் விழித்து பார்த்துக் கொண்டு நின்றாள்.

கனகாவுக்கும் பொம்மியின் மனதின் எண்ணங்களை புரிந்து கொள்ள முடியவில்லை. எதனால் ஊதா நிறம்? அரையிருட்டில் பளிச்சென்று தெரியாமல் இருக்கிறது என்றா?

இதற்குள் பொம்மி தரையில் கிடந்த ஒரு ஊதா இலையை எடுத்து ஜெனிஃபருக்கு கொடுத்து விட்டு தானும் ஒன்றை எடுத்துக் கொண்டாள். அது சற்று நீளமான கெட்டியான இலை. பொம்மி அட்டைப்பெட்டியை சற்று முன்னால் நகர்த்தி வைத்தாள். பின் இலையை பிடித்திருந்த வலக்கையை மேலே தூக்கி அதுபோல் ஜெனியிடம் செய்யச் சொன்னாள். பின்னர் ஆ... ஆ... என்று ராகம் மட்டும் இழுத்துக் கொண்டு மெதுவான அடிகள் வைத்து நடனமாடி அந்தப் பெட்டியை சுற்றிச் சுற்றி வந்தாள். கூடவே ஜெனியையும் வரச் சொன்னாள். ஜெனியும் ஆ... ஆ... என்று பாடிக்கொண்டே இலையை தூக்கிப் பிடித்துக்கொண்டு நடனமாடினாள். பொம்மி ஏதாவது பாட்டு பாடப் போகிறாளோ என்று கவனித்தவாறு கனகா பார்த்துக்கொண்டிருந்தாள். ஆனால் வார்த்தைகள் எதுவும் இல்லாமல் ஆ... ஆ... என்று ராகம் மட்டும் ஆரோகண அவரோ கணங்களில் வந்து கொண்டிருந்தன. கனகாவுக்கு என்னவோ கலக்கமாக இருந்தது.

சட்டென்று பாட்டையும் ஆட்டத்தையும் நிறுத்தி விட்டு பொம்மியும் ஜெனியும் வியர்வை வழிய மூச்சு வாங்க சுவர் மேல் சாய்ந்து நின்று சிரித்தார்கள்.

கனகா பொம்மியை பார்ப்பது கண்டு பொம்மி "ஆ... ஆன்னு ராகம் மட்டும்தான் உண்டா பாட்டு அதாவது வார்த்தைகள் ஒன்னுமில்லையான்னுதானே கேக்கப்போறே. ஆமா இதில் பாட்டு கெடயாது. ராகம் மட்டும்தான். ஊதா நிற இலைகளோட பாட்டு இப்படித்தான் இருக்கும்" என்றவள்,

"வா வெளயாடப் போலாம்" என்று சொல்லி ஜெனியின் கையை பிடித்துக் கொண்டு வெளியே ஓடினாள்.

கனகா அவர்களையே பார்த்துக் கொண்டிருந்தாள். பொம்மி என்ன நினைத்துக் கொண்டு இப்படியெல்லாம் பேசுகிறாள். மற்றவர்களைப்போல் நன்றாக வாழ முடியாது என்று நினைக்கிறாளோ அம்மா, அப்பா இல்லாத குழந்தைகள் குறித்து அவள் ஒன்றும் சொல்லவில்லையே, என்றெல்லாம் எண்ணினாள்.

"பொம்மி என் கண்ணே, அம்மா நான் இருக்கேன்ல மக்கா. அப்பாவாகவும் அம்மாவாகவும் இருந்து உன்னை நான் வளர்க்க மாட்டனா. ஏன் கவலப்படுகே?" என்று பொம்மியிடம் சொல்வது போல் சற்று உரக்கவே சொன்னாள். பொம்மி வீட்டுக்குள் வந்ததும் அவள் நல்ல மூடில் இருக்கும் பொழுது இதை அவளிடம் சொல்ல வேண்டும் என்று தீர்மானித்துக் கொண்டாள். அவளுக்கு ஏனோ அழுகை அழுகையாக வந்தது.

அவள் கண்களை துடைத்துக் கொண்டு அந்த அட்டைப் பெட்டிக்குள் கைவிட்டு ஊதா வண்ண இலைகள் உள்ள பேப்பர் கப்பை வெளியே எடுத்து ஜன்னல் படி மேல் வைத்தாள். வெளியே இப்போது பளீரென்று வெயிலடிக்கிறது. ஊதா வண்ண இலைகள் நன்றாகத் தெரிகின்றன.

தரையில் சிதறிக்கிடந்த இலைகள் குப்பைகள் எல்லாவற்றையும் கூட்டி ஒரு பேப்பரில் போட்டு எடுத்துக் கொண்டு வெளியே வந்தாள். எஸ்தர் வீட்டுத் திண்ணையில் ஒரு பக்கமாக உட்கார்ந்து பேசிக்கொண்டிருக்கிறார்கள், பொம்மியும் ஜெனியும்.

எஸ்தர் தோசை இட்லிக்காக கிரைண்டரில் அரைத்த மாவை அளவு கிண்ணத்தில் எடுத்து சிறு ப்ளாஸ்டிக் கவரில் ஊற்றுகிறாள்.

அவளது தங்கை கவரை ரப்பர் பாண்ட் போட்டு கட்டுகிறாள். அக்கம் பக்கத்தில் உள்ளவர்கள் அவளிடம் தான் தோசை இட்லி மாவு வாங்குவார்கள். எஸ்தர் முகம் எப்போதும் போல் சந்தோஷமோ வருத்தமோ இல்லாமல் இருக்கிறது.

"இந்த ஆள் சரியில்லக்கா. வேற ஏதோ எடம் பாத்துருக்கு போல. போனா போவட்டும். தெனக்கும் அடி உதையாவது இல்லாம இருக்கும். இப்பவும் நான் ஓழச்சித்தான் நானும் என் பிள்ளையும் கஞ்சி குடிக்கோம். இன்னும் அப்படியே போவட்டும்" என்றாள் ஆறுமாதம் முன்பு ஒரு நாள்.

அவள் யாரையும் சார்ந்திருக்கவில்லை. செபான்தான் அவளிடம் வந்து பணம் குடு, காப்பி குடு, சோறு குடு, என்று கேட்டுக் கொண்டிருந்தான். அன்பைத்தவிர வேறெதுவும் அவள் அவனிடம் கேட்டிருக்கமாட்டாள். தான் யாரை சார்ந்திருக்கிறோம்? அப்படி சார்ந்திருக்க வேண்டுமா? தன்னை யார் சார்ந்திருக்கிறார்கள் போன்ற கேள்விகள் அவளை குடைந்தெடுக்க அவள் எல்லா குழப்பமான சிந்தனைகளிலிருந்தும் விடுபட விரும்பினாள். இங்கே கனகாவும் பொம்மியும் மட்டும், பொம்மியும் கனகாவும் மட்டும் என்று முணுமுணுத்தாள். யார் வந்தா என்ன வராமப்போனா என்ன என்றும் சேர்த்துக் கொண்டாள். மனதின் கனம் சற்றே குறைந்தது போல் அவள் உணர்ந்தாள்.

நான்கு வீடுகள் தள்ளி இருக்கும் குப்பைத் தொட்டியில் குப்பையை போடுவதற்காக தெருவில் இறங்கி நடந்தாள். எஸ்தர் வீட்டுக்கு இரண்டு வீடு தள்ளி புதுதாக குடிவந்திருக்கும் லலிதாவும் கிருஷ்ணனும் வீட்டின் இடப்பக்கத்தில் உள்ள சிறுமுற்றத்தில் நிற்கிறதைக் கண்டாள்.

லலிதா தோய்த்த துணிகளைப் பிழிந்து கிருஷ்ணனிடம் தருகிறாள். அவன் அதை மேலும் நன்றாக பிழிந்து உதறி கொடியில் காயப் போடுகிறான். வீட்டில் எல்லா வேலைகளையும் பகிர்ந்து கொள்வார்கள் போல் தெரிகிறது. அவர்கள் பேசும்போது ஒருவருக்கொருவர் மிகவும் மதிப்புடனும் அன்புடனும் நட்புடனும் பேசுவதாகத் தெரிகிறது. குழந்தைகளை சும்மா தேவையில்லாமல் அதட்டுவதில்லை. லலிதா வீட்டிலிருந்த படியே துணிக்கடைகளுக்குத் தேவையான கட்டைப்பை தயாரிக்கிறாள். கிருஷ்ணன் ஆட்டோ ஓட்டுகிறான். வரும் வருமானத்தில் அவர்கள் சந்தோஷமாக வாழ்க்கையை ஓட்டுகிறார்கள்.

அவர்களைப் பார்த்து லேசாக சிரித்தவாறே கனகா அந்த வீட்டைக் கடந்தாள். தூரத்தில் பார்த்தபோது தெருத்திருப்பத்தில் செந்திலும் தேன்மொழியும் நிற்பது கண்டாள்.

அவளுக்கு மனதில் சட்டென்று ஒரு வெற்றிடம் உருவானது போல் தோன்றியது. ஆனால் உடனேயே அவள் அந்த வெற்றிடத்தை அவளைக்கொண்டே நிரப்பிக் கொண்டாள். அவளது உடல் வளர்ந்து பெரிதாகியது. அவள் உடலை சற்றே குறுக்கிக்கொண்டு பொம்மியை பக்கத்தில் அணைத்தார் போல் பிடித்துக் கொண்டாள். இருவராலும் அந்த வெற்றிடம் நிரப்பப்பட்டு விட்டது. சின்னச்சின்ன இடைவெளிகளில் வண்ணமலர்களும் வண்ணத்துப்பூச்சிகளும் தென்பட்டன. அவள் கண்களை ஒரு தரம் அழுத்தி மூடித் திறந்தாள்.

நிரம்பி வழியத் துவங்கியிருந்த குப்பைத் தொட்டியில் அவள் குப்பையை போட்டாள். இலைகளின், பேப்பர்களின் துணுக்குகளும் கொஞ்சம் தூசியும் காற்றில் பறந்தன. சற்று நேரம் அதைப் பார்த்துக் கொண்டு நின்ற அவள் செந்தில் குறித்த எண்ணங்களையும் காற்றில் பறக்க விட்டாள். அவளுக்கு என்னவோ நிம்மதியாக இருந்தது.

திரும்பி வீட்டைப் பார்க்க நடந்தபோது "அம்மா" என்றழைத்துக் கொண்டு ஓடி வந்த பொம்மியின் கையைப் பிடித்துக் கொண்டு வீட்டுக்குள் நுழைந்தாள். வாசல் கதவில் சாய்ந்து உட்கார்ந்து பொம்மியை அருகே உட்காரவைத்து மெதுவாக அவளை வாஞ்சையுடன் அணைத்துக் கொண்டு, "பொம்மிக்குட்டி நீ என் செல்லம்ல்லா. எவ்வளவு கஷ்டப் பட்டுன்னாலும் வேலை செய்து உன்னை படிக்க வச்சு நல்லா வளப்பேன் மக்கா" என்றாள்.

"நீ என்னை வளக்கப்போறியா? நானில்லா உன்னை வளக்கப் போறேன்" என்று சொல்லிச் சிரித்தாள் பொம்மி

கனகாவும் சிரித்துக் கொண்டே பொம்மியை இறுக அணைத்துக் கொண்டாள்.

வெளியே வெயிலுக்கு ரொம்ப சூடிருக்கவில்லை.

❖